கடலோர கிராமத்தின் கதைசொல்லி

(தோப்பில் முகம்மது மீரான் பற்றிய சிறப்புமலர்)

தொகுப்பாளர்:
முனைவர் இர. பிரபா

டிஸ்கவரி பப்ளிகேஷன்ஸ்
எண்: 9, பிளாட் எண்: 1080A, ரோஹிணி பிளாட்ஸ்
முனுசாமி சாலை, கே.கே.நகர் மேற்கு,
சென்னை - 600 078. பேச: 99404 46650

கடலோர கிராமத்தின் கதைசொல்லி
(தோப்பில் முகம்மது மீரான் பற்றிய சிறப்புரைகள்)

ஆசிரியர்: முனைவர் இர.பிரபா©

KADALORA GRAMATHIN KATHAI
Author: Munaivar R. Praba©

First Edition: October - 2021

வெளியீட்டு எண்: 0064

ISBN: 978-93-91994-32-7

Pages: 208

Rs. 230

Publisher • *Sales Rights*

Discovery Publications	**Discovery Book Palace (P) Ltd**
No. 9, Plot,1080A,	No. 6, Mahaveer Complex,
Rohini Flats,	Munusamy Salai,
Munusamy Salai,	K.K.Nagar West,
K.K.Nagar West,	Chennai-600 078.
Chennai - 600 078.	Ph: (044) 4855 7525
Mobile: +91 99404 46650	Mobile: +91 87545 07070

discoverybookpalace@gmail.com
WWW.DISCOVERYBOOKPALACE.COM

இந்த நூலில் பிரசுரமாகியுள்ள எந்த ஒரு பகுதியையும் பதிப்பாளரின் எழுத்துபூர்வமான முன்அனுமதி பெறாமல் எடுத்தாள்வதோ, மறுபிரசுரம் செய்வதோ, மொழியாக்கம் செய்வதோ, அச்சு மற்றும் மின்னணு ஊடகங்களில் மறுபதிப்புச் செய்வதோ, காப்புரிமைச் சட்டப்படி தடை செய்யப்பட்டுள்ளது. இந்த நூலிலிருந்து குறிப்பிட்ட பகுதிகளை மேற்கோள்காட்டி புத்தக விமர்சனம் செய்ய, ஊடகங்களுக்கு மட்டும் அனுமதி உண்டு.

உங்கள் மொபைல் போனிலிருந்து ஸ்கேன் செய்து 'டிஸ்கவரி புக் பேலஸ்' மொபைல் ஆப்பை டவுன்லோடு செய்து, புத்தகங்களை வாங்குங்கள்.

பூக்கள் தோறும் தேனெடுக்கப் புறப்பட்டபோது, தங்களால் முடிந்த உதவிகளைப் படைப்புகளாகத் தந்த **பேராளுமைகளுக்கு** இந்நூலைக் காணிக்கையாக்கி மகிழ்கிறேன்.

முனைவர் இர. பிரபா

சிறப்பு மலர் & விழா சிறக்க உதவிய நல் உள்ளங்கள்:

- திருமதி. ஜலீலா தோப்பில் முகம்மது மீரான்
- திருமதி. சமீமா சமீம் (தோப்பிலார் மருமகள்)
- முனைவர் பா. இரவிக்குமார்
- முனைவர் இரா. அசோக்குமார்
- முனைவர் மு. குப்புசாமி
- திரு. வீரமணி
- திரு. சிவக்குமார்
- திரு. ஜெய் விநாயக ராஜா
- எழுத்தாளர் கன்னிக்கோவில் இராஜா
- புதுவைத் தமிழ்ச் சங்கம்
- நாளிதழ்கள், வார - மாத இதழ்கள் & ஊடகங்கள்

கி. ராஜநாராயணன்
27-5-2019

அன்புள்ள
தோப்பில்

தோப்பில் முகம்மது மீரானை
நான் முதல் முதலில் எங்கேவைத்
துப் பார்த்தேன் என்று இப்போது
நினைத்துப் பார்த்தால் எதுவும்
ஞாபகத்துக்கு வரமாட்டேங்கிறது.

அவருடைய எழுத்துதான்
எங்களைச் சேர்த்து வைத்தது.
அவருடைய வீட்டுக்கு நான் போயிருக்கிறேன்.
மனிதர்களில் அவர் அருமையானவர். அந்தத்
தேங்காய்ப் பட்டினத்தை நான் பார்த்ததில்லை.
என்னை மாமா என்றும் இவளை மாமியென்றும்
கூப்பிடுவார். இனிமையான குரல். நெல்லை பேட்டையில்,
அந்தத் தெரு இவருக்கு முன்னாலேயே
எனக்குப் பழக்கம். அந்தத் தெருவின்
கடைசியில் ராமய்யாங்கள் ஒரு ஹோட்டல்
நடத்திக்கொண்டிருந்தார். அந்த கட்டிடம்
மாவுமில்லுக்காகக் கட்டப்பட்டது. யாரும்
வராததாலோ என்னமோ இவருக்குக் கிடைத்தது.
கட்டிடம், சுற்றுச் சுவர் அமைந்த

விஸ்தீரணம் கொண்டது. மேலும் கட்டுவதற்கு
கற்கள் கையளவாக இருந்து. அதுவில் ஒரு
மூலை, தனியா வைத்துக் கொண்டிருந்தைத்
பார்த்தேன். அய்யங்காரிடம் கேட்ட
போது, ரொம்ப .... ஆக இருக்கு
என்றார். அங்கே போகும் போதெல்லாம்
ராமய்யங்காரிடம் விசாரிப்பேன் அந்தமிவன்
எப்படி இருக்கு என்று. அச்சுவின் மறைவுக்கு
அடுத்தில் நம்மை தோப்பில் வைத்துவிடும்.
அமைந்திருந்தது.
        தேங்காய், மிளகாய்த்தம் வியாபாரம்
பண்றார் என்று கேள்விப்பட்ட போதுவியப்பும்
சிரிப்பும் சேர்ந்து வந்தது! பேனாபிடிக்கிற கை
காரமான வத்தலையும் நீறுத்துக்கொள்ளுமா!
        (கதை எழுதும் சு.ரா.வின் கை கல்லா
வில் காசுவாங் கிப் போடலையா)
*
தேங்காயப் பட்டினத்தின் கற்று, சிற்று
வட்டாரம் அதன் மக்கள், சுவாசம்,
அவர்களின் மொழி, வாழ்க்கை அலைகள்,
தோப்பில் இல்லாவிட்டால் யாரால் முடியும் எது?
    தமிழின் நவீன உரைநடை இலக்கி
யத்துக்கு வைத் திந்த கொடை ராம் ப.

27-5-19

மரணத்திற்குப் பிறகாவது அவருடன் உரையாடுவோம்

பா. இரவிக்குமார்

கலை வறட்சிமிக்க நாடாக மாறிவிட்டது தமிழ்நாடு. மாறிவிட்டது என்று சொல்வது பாதிதான் உண்மை. கலை வறட்சிதான் நிலவியது; நிலவுகிறது.

யாராவது இறந்துவிட்டால் அவசர அவசரமாக அவரைப் பற்றிப் பேசுகிறோம். பூமாலைகள் என்ன? இரங்கற் கூட்டங்கள் என்ன? ஊடகங்களில் ஆர்ப்பாட்டங்கள் என்ன? அஞ்சலிக் கட்டுரைகள் என்ன? ஆரவாரமான பேச்சுகள் என்ன?

ஆனால், உண்மையிலேயே எழுத்தாளர்களையோ, கலைஞர்களையோ, மதித்திருக்கிறோமா?

வான்காவைப் பற்றிப் பேசுகின்ற தமிழ்ப் பேராசிரியர்கள் நம் நாட்டில் எத்தனை பேர் தேறுவார்கள்?

வான்காவை விடுங்கள்.

நம் ஊரில் வெ.சாமிநாத சர்மாவை, ஓவியர் ஆதிமூலத்தை, உ.வே.சாமிநாத ஐயரை, ஒரு சிவாஜி கணேசனை, ஒரு மனோரமாவை, ஒரு நாகேஷை, கரிச்சான் குஞ்சை, வாழும் ஆளுமையான தியடோர் பாஸ்கரனை... ஒரு நீலகண்ட பிரமச்சாரியை....

நாம் யாரை மதித்தோம்?

எண்ணற்ற ஆளுமைகள் தங்கள் இறுதி மூச்சை எவ்வளவு வெதும்பி நீத்திருப்பார்கள்?

எதிர்பார்த்த அளவிற்கு அங்கீகாரம் கிடைக்காமல் வெற்று வாழ்க்கையை வாழ்ந்துகொண்டிருக்கும் அறிஞர்கள் எவ்வளவு பேர்?

சீனி.விசுவநாதனுக்கு என்ன மரியாதையைச் செய்துவிட்டோம்? பெ.சு.மணியின் ஆற்றலை என்னவென்று மதித்தோம்?

ஒரு மனிதன் உண்மையில் மரிப்பது அவனை இந்தச் சமூகம் மறக்கும்போதுதான்.

தனக்கான உலகத்தைப் படைத்துக்கொண்டு, வியக்கத்தக்க நாவல்களையும், சிறுகதைகளையும் படைத்த தோப்பில் முகம்மது மீரான் தமிழ்நாடு மதிக்க மறந்த இன்னொரு ஆளுமை.

பல பரிசுகளைப் பெற்றார் என்பது உண்மைதான். ஆனால், ஒரு கட்டத்தில் தன் கடலோர கிராமத்தின் கதையை எரித்துவிடலாமா என்று எண்ண வைத்துவிட்டோமே?

அவருடைய நாவல்களைப் படித்தவர்கள் சிறுகதையைப் படித்ததில்லை. சிறுகதைகளை வாசித்தவர்கள் அவருடைய நாவல் உலகிற்குள் நுழைய ஏனோ தயக்கம் காட்டுகிறார்கள்.

உண்மையில் தோப்பிலின் உலகத்துடன் நாம் ஓர் உரையாடலை மேற்கொண்டிருக்க வேண்டும். விரல்விட்டு எண்ணக்கூடிய வெகுசிலரே, அவரை உள்வாங்கிக் கொண்டிருக்கிறார்கள்.

கீரனூர் ஜாகிர்ராஜா, ஜெயமோகன், அ.இராமசாமி, எஸ்.ராமகிருஷ்ணன், அப்துல் ரசாக், இரா.காமராசு, பா.செயப்பிரகாசம் போன்றவர்கள் உடனடியாக என் நினைவிற்கு வரும் பெயர்கள்.

போதுமான அளவு எழுதிவிட்ட பிறகும், தமிழ்ப் பண்பாட்டு உலகம் அவரை உள்வாங்காதது தமிழின் துரதிர்ஷ்டம்.

பாரதி, பாரதிதாசன், புதுமைப்பித்தன் போன்றவர்களையே வெறும் உதட்டளவில் உதிர்க்கின்றவர்கள் நாம். தோப்பிலை என்ன சொல்ல?

இந்தக் காலகட்டத்தில்தான் இர.பிரபா தொகுத்த இந்த மலர், அவசர அவசரமாக வெளிவருகிறது. இது தோப்பிலுக்குப் பிரபா செலுத்தும் ஆத்மார்த்தமான அஞ்சலி.

தோப்பில் முகம்மது மீரான் அளித்த அபூர்வமான நேர்காணல்களும், அவரை உணர்ந்து எழுத்தாளர்கள் எழுதிய

அற்புதமான கட்டுரைகளும், அரிய நிழற்படங்களும் இந்த மலரில், மிகக் குறுகிய காலத்தில் முனைவர் இர.பிரபாவால் தொகுக்கப்பட்டுள்ளன.

மூத்த எழுத்தாளர் கி.ரா.வின் அஞ்சலி இந்த மலருக்குக் கிடைத்தப் பெருமை.

எம்.ஏ.நு:ஃமானின் கட்டுரை (காலச்சுவடு-1991), ஜெயமோகனின் சில கட்டுரைகள், தோப்பிலைக் குறித்து ஆய்வுக் கோவையில் வெளியான கட்டுரைகள், இதழ்களில் வெளிவந்த தோப்பிலின் சில கட்டுரைகள் முதலியவற்றை சேர்க்க நேரமில்லை.

தமிழ்நாட்டில் தோப்பிலுக்குப் பல அஞ்சலிக் கூட்டங்கள் நடைபெற்றாலும், புதுவையில் அவருக்கு இது வித்தியாசமான அஞ்சலிக் கூட்டம்.

இந்த மலர், இர.பிரபாவின் உழைப்பு.

தோப்பிலுக்கு அவருடைய அழகான கண்ணீர்.

தோப்பிலின் மரணத்திற்குப் பிறகாவது அவர் படைப்புகளுடன் உரையாடுவோம்.

பிரபாவின் திறமைமேல்
அவர் வைத்த நம்பிக்கை

சமீமா சமீம்

'பாண்டி பிரபா', இப்படித்தான் தனது அலைபேசியில் திரு.தோப்பில் முஹம்மது மீரான் அவர்கள் இந்நூலாசிரியரின் பெயரைப் பதித்திருந்தார். அவர் உடல்நிலை சரியில்லாத கடந்த மூன்று மாதங்கள், பாண்டி பிரபாவின் அழைப்புகளை நான் எடுக்கும்போதும், மாமாவை நேரில் வந்து பார்க்கும் கோரிக்கையை முன் வைப்பார். அவரின் உடல்நிலையைக் கருத்தில் கொண்டு, நான் நிராகரித்தேன்.

மாமா, 10.05.2019 அதிகாலை 1.20 மணிக்கு, மீளாத் துயரத்தில் எங்களை ஆழ்த்திவிட்டு அவரின் இன்னுயிர் பிரிந்தது. துயரத்தில் இருந்து மீள எனக்குச் சில மணித்துளிகள் பிடித்தது. என்னை நானே ஆசுவாசப்படுத்திக்கொண்டு, சுய உணர்வுக்கு வந்த பொழுது முதலில் என் மனதில் உதித்த பெயர் பாண்டி பிரபா. என் மனதைக் குற்ற உணர்ச்சி அரித்துத் தின்றது. துக்கச்செய்தி சொல்லும் முதல் அலைபேசி அழைப்பை அவருக்கு அழைத்தேன். அப்பொழுது கிளம்பினால்கூட பாண்டியில் இருந்து வந்து விடலாம் என்பது என் எண்ணம். என்னால் தடை செய்யப்பட்ட அவரது வரவை, குறைந்தபட்சம் அவரது உயிரற்ற முகத்தைப் பிரபாவுக்குக் காட்டி சரி செய்ய முற்பட்டேன். துரதிர்ஷ்டவசமாக அலைபேசி எடுக்கப்படவில்லை. துக்கம் நெஞ்சையடைத்தது.

பிரபா பின்னர் செய்தி கசிந்து என்னை அழைக்கும் பொழுது எல்லாம் முடிந்துவிட்டது. அவருக்குப் பயண நேரம் மிகவும் குறைவாக இருந்த காரணத்தினால், வர இயலவில்லை.

பின்னர் வீடு வந்து துக்கம் விசாரிக்கும் பொழுது அவர் சிந்திய ஒவ்வொரு துளிக் கண்ணீரும் என்னை அரித்துத் தின்றது. 'மாபெரும் தவறு செய்து விட்டோமே' என்று விம்மினேன்.

திரு. தோப்பில் முஹம்மது மீரான் அவர்களைப்பற்றி, பிரபா கூறிய ஒவ்வொரு வார்த்தையும், அவர் மேல் அவர் வைத்திருந்த மரியாதையை எனக்கு உணர்த்தியது. நிஜத்தில், யாருக்கும் தெரியாத மீரான்சாரை நிறைய தருணங்களில் பிரபா எனக்கு உணர்த்தினார்.

தன் கைப்பட எழுதிய பொக்கிஷங்களை அவருக்கு அளித்திருக்கிறார். அது பிரபாவின் திறமைமேல் அவர் வைத்த நம்பிக்கை.

தேங்காய்ப்பட்டணம் என்ற சின்னஞ்சிறு கிராமம் தோப்பில்சாரின் உயிர் நாடி. அவருடன் நான் மருமகளாய் வாழ்ந்த 21 ஆண்டுகளில், தன் பேச்சு வழக்கை அவர் மாற்றிக் கொள்ளவே இல்லை. அது பட்டணத்துத் தமிழ். உச்சிக்குப் பசி எடுக்கும் பொழுது 'ப்ளே வல்லவும் வெந்துதா? கும்மி குத்துபா ஓதுது" என்பார். அவரின் எழுத்தில், அவர் பார்வையில் ரசித்த பட்டணத்தையும், இஸ்லாமிய மக்களின் வாழ்க்கை முறையையும், ஊரின் வரலாற்றையும், அவரின் பட்டணத்து நடையில் எழுதியது சிறப்பு.

கல்வி பெற, சிறுவயதிலிருந்தே அவர் செய்த சமரசங்கள், கல்விமேல் அவருக்கு இருந்த ஈடுபாடு, கல்விக்கான ஏக்கங்கள் நெஞ்சைக் கனக்க வைக்கும். அம்மக்களின் உணவு முறை அவரின் உயிர் மூச்சு. இறால் இட்ட சக்கோலி, உருட்டி, ஓட்டப்பம், பாலாடை, மசால் இட்ட கப்பைக் கிழங்கு, கருவாட்டுப்பொடி, நெத்திலி மீன் மாங்காய் அவியல், வகை வகையாய் மீன் குழம்பு, கிண்ணத்தப்பம், இன்னும் பல அவருக்குப் பிடித்த உணவு வகைகள். இறுதிவரை அதன் ருசிக்கு அவர் சமரசம் செய்ததே இல்லை.

மாப்பிள்ளைப் பாட்டின் மேல் அப்படி ஓர் ஈர்ப்பு அவருக்கு. அதன் வரலாற்றை அடிவேர் வரை சென்று பார்த்தவர். மாப்பிள்ளைப் பாட்டுக்கு உரிய அங்கீகாரம் கிடைக்க இறுதிவரை முயற்சித்தார்.

பிரபாவின் கேள்விக் கணைகளுக்கு நேர்மையாகவும், எளிமையாகவும், வெளிப்படையாகவும், தக்க ஆதாரங்களோடும், எந்த அச்சமும் இன்றி அவர் பதிலளித்தது, இருவருக்கும் உள்ள புரிதலை உணர்த்தியது.

'அன்பு மட்டும்' சிறுகதையில் அன்பை மட்டுமே பாலமாய் வைத்து கட்டிய இரு மனங்களின் விரசமில்லாத நேசத்தை உணர முடிந்தது. சிறுகதையாய் இருந்தாலும், பெருங்காவியமாய் நெஞ்சை நிறைத்தது.

ஆய்வாளர் நேர்காணலில், வைக்கம் முகமது பஷீரின்பால் அவரின் பிரமிப்பை நமக்கு உணர்த்தியது. அவரை எழுத்துலக ஆசானாக ஏற்றுக்கொண்டதைப் பெருமிதமாக உணர்த்தியது அருமை. எழுத்தின் மேல் அவரின் தாகம், மலையாள மொழியையும், தமிழ் மொழியையும் சரிசமமாகக் கையாண்ட விதம் ரசிக்கத்தக்கது.

பாண்டி பிரபா, உங்களுக்கும் மீரான் சாருக்கும் ஆன நெருக்கம், தந்தை மகள் உறவுக்கு நிகரானது. அவரின் மறைவில், எம் குடும்பம் போலவே, உமக்கும் பாதிப்பு அதிகம். அனைத்து முயற்சிகளுக்கும், அவர் நிழலாய் இருந்து, உங்களை மேன்மேலும் உயரத்திற்குக் கொண்டு செல்வார் என்பதில் துளியும் சந்தேகமில்லை. எம் குடும்பத்திற்குப் பிரபா என்ற சகோதரியை அவர் அடையாளப்படுத்தியிருக்கிறார். உங்கள் எல்லா முயற்சியிலும், விண்ணைத் தொட எம் குடும்பம் மொத்தமும் இறைவனை வேண்டுவோம்.

அன்பின்
மறுஉருவம் மீரான்

இர. பிரபா

சாகித்திய அகாதெமி விருது பெற்ற தோப்பில் முகம்மது மீரானின் வாழ்வியல் பின்புலம் மிகவும் எளிமையானது. ஆர்ப்பாட்டமற்றது. இல்லையென்றால் ஒரு சாதாரண ஆய்வு மாணவியாக இருந்த என்னை அவர் பெரிதும் நம்பி இருக்க முடியுமா? தெரியவில்லை. "ஆய்வின் மீதும், ஆய்வு மாணவர்கள் மீதும் எனக்குப் பெரிதும் நம்பிக்கை கிடையாது" என்றவரின் மனதில் நான் எப்படி இடம் பிடித்தேனென்று தெரியவில்லை? ஒருவேளை அவர் பெண்கள் முன்னேற்றத்தைப் பெரிதும் விரும்பிய காரணத்தினாலோ என்னவோ என் ஆய்வுப்பணிக்காக, பெரிதும் பக்கபலமாய் நின்றிருந்தார். அவரைச் சந்தித்த முதல் நாளையும், அந்த மணித்துளியையும் என்னால் மறக்கவே இயலாது. மிக அழகான தருணம் அது. முதல் நாளிலேயே நூறு கேள்விகளுக்கு மேலாகப் பொறுமையுடன் பதிலளித்தார். இடையிடையே தந்தையின் அன்பையும், பரிவையும் அவர் கண்களில் என்னால் உணர முடிந்தது. நான் கைக்குழந்தையோடு சென்றிருந்தேன். குழந்தையின் அழுகைச்சத்தம் என்னைவிட அவரையே பெரிதும் பாதித்திருக்கக்கூடும். என் குழந்தையை நான் ஆசுவாசப்படுத்திட அவர் எனக்குச் சற்று ஓய்வு வேண்டுமென்று கருதிநாசுக்காகச் "சிறிது நேரத்திற்குப் பிறகு தொடரலாம்" என்று என் குழந்தையின் அழுகைக்குக் கவனம் செலுத்திய 'பால் நினைந்தூட்டும் தாயினும் சிறந்தவர்', 'நல்மனிதர்'. அந்தத் தருணத்தில் என் தந்தையைப்போல் காட்சி அளித்தார். அக்கணத்தில் என்னையுமறியாது அவர் மீது ஒருவிதமான பாசம்

படர்ந்தது. அன்றுமுதல் இடையிடையே தொலைபேசியில் அழைத்துப் பேசியும் வந்தேன்.

அன்பான வார்த்தையும், அவரின் எழுத்தின் மீதான ஆர்வத்தினையும் தன்னை அறிந்தவர்கள் பெற்றுள்ளனரா? என்பதே அவர் எதிர்பார்த்தது. ஆனால், இதில் அவருக்குப் பெரிதளவில் அதிருப்தி இருப்பதாகவே நேர்காணலில் பதிவுசெய்துள்ளார். இலக்கியவாதிகளிடமிருந்து பரிவான அன்பும் ஆதரவும் எதிர்பார்த்த அளவிற்குக் கிடைக்கப் பெறாமலேயே அவர் இவ்வுலகைவிட்டு அகன்றார் என்பதைப் பதிவு செய்ய விரும்புகிறேன்.

சென்ற ஆண்டு அவர் கைப்பட எழுதி வெளிவராத இரண்டு கட்டுரைகளை என்னிடம் கொடுத்து “இதனை வெளியிடுங்கோ” என்றார். அதில் ஒன்று ‘தேங்காய்ப்பட்டணம்’ மற்றொன்று ‘மாப்பிள்ளைப் பாட்டுகளின் வேர்கள்’. நான் இவற்றைக் காலதாமதமாக வெளியிடுவதில் வேதனை அடைகிறேன். அவர் “இதுபோன்ற கட்டுரைகள் என் வசம் உள்ளன. நீ நேரம் கிடைக்கும்பொழுது வந்து வாங்கிக்கொள்” என்றார். சூழ்நிலை காரணமாக அவரைச் சென்று காணமுடியவில்லை. அதனால் இடையிடையே தொலைபேசியில் அழைத்தே நலம் விசாரித்துக் கொள்வேன். இருப்பினும் என் மனதினைக் குற்ற உணர்ச்சி வாட்டுகிறது. தேங்காய்ப்பட்டணம் என்ற கட்டுரை முழுவதும் அவர் ஊரின் பெருமைகளையும் அந்த ஊரிலுள்ள மக்கள் மீது கொண்டிருந்த பாசத்தைப் பற்றியும், அவரது கடந்தகால நினைவுகளைப் பற்றிய பதிவுகளாகவுமே இருக்கின்றது. மேலும், “என்னுடைய இறுதிச்சடங்கினை முடித்து என் உடலினைத் தேங்காய்ப்பட்டணத்தில்தான் அடக்கம் செய்யவேண்டும்” என்ற செய்தியைப் பதிவு செய்திருக்கிறார். இந்த உணர்வினை அவர் இக்கட்டுரையில் பதிவு செய்ததாலோ என்னவோ என்னிடம் வெளியிடக் கூறினாரா என்று தெரியவில்லை? காலதாமதமாகச் செய்யும் வேலைகளால் நாம் அடையும் பாதிப்புகள் பெரிது. எனக்கும் அப்படித்தான் இருக்கின்றது.

அவர் கேன்சர் நோயால் பாதிப்படைந்த கணத்தில் மனதளவு நொந்து போயிருப்பார் என்றே கருதுகிறேன். இறுதியாக அவர் தொலைபேசியில் பேசியது மூன்று பேரிடம். முதலாவது என் கணவரிடம், இரண்டாவது நீதிபதி பிரபா அவர்களிடம், மூன்றாவது என்னிடம். காரணம், அவர் கேன்சர் நோயால் பாதிக்கப்படுவதற்கு முன்பாக நான் அவரைப் பற்றி ‘சந்திரிகா’வில் (மலையாள

இதழ் - 16.04.2016) வெளிவந்த வி.கே.சுரேஸ்ஷ் என்பவர் செய்த நேர்காணலைத் தமிழில் மொழிபெயர்த்து அவருக்கு அனுப்பி வைத்திருந்தேன். அதனை அவரே கருத்துப்பிழைகளைத் திருத்தம் செய்து அனுப்பிவைத்தார். என்னிடம் இறுதியாகப் பேசியபோதும் அந்நேர்காணல் எப்போது வெளிவரப்போகிறது என்றும், நீ எப்போது என்னைப் பார்க்க வரப்போற என்ற வார்த்தையும்தான்.

என் கணவரிடம் பேசியதில் ''நான் இன்னும் ஆறுமாத காலம்தான் உயிரோடு இருக்கப்போகிறேன். பிரபாவைக் கட்டுரைகளைச் சீக்கிரம் போடச் சொல்லுப்பா'' என்றே கூறியிருக்கிறார். அந்தச் சூழ்நிலையில் என் கணவர் என்னிடம் தெரியப்படுத்திய செய்தியைக் கேட்டு நான் நம்பவேயில்லை. மீண்டும் மீண்டும் அவரை அழைத்தேன். அப்போது அவரால் அழைப்பினை ஏற்கமுடியவில்லை. மற்றொருநாள் அவரே அழைத்தார். மிக இயல்பாகவே பேசினார் என்னிடம்.

இறுதி நாட்களில் அவரைக் குழந்தையைப் போலப் பாவித்துப் பாதுகாத்து வந்தவர் அவரது மூத்த மருமகள்தான். அவர்தான் என்னிடம் அப்பாவிற்கு கேன்சர் நோய் என்பதைத் தெரியப்படுத்தினார். அப்போதுதான் அவர் என் கணவரிடம் கூறிய வார்த்தைகள் உண்மை என்பதை உணர்ந்தேன். மற்றொரு நாள் தொலைபேசியில் பேசினார். ''நேத்து ஒனக்குக் கால் மாத்தி விளிச்சிட்டேன். நீதிபதி பிரபாகிட்ட புக்கப் பத்தி கேக்க விளிச்சேன். மாத்திப் போட்டுட்டன். சரி... சரி... நீ எப்படி இருக்க? பசங்க எப்படி இருக்காங்க?'' என்பதுதான் என்னோடு அவர் இறுதியாகப் பேசிய வார்த்தைகள். 'ஹீமோ தெரபி'யில் இருந்த அவர் சுயநினைவை இழந்தவராகவே காணப்பட்டார். பிரபா உன்னிடம் அப்பா பேசியது எங்களுக்கு ஆச்சரியத்தையும் வியப்பையும் ஏற்படுத்தியது என்றே வீட்டிலுள்ள அனைவரும் வியந்தனர். எனக்குக் கிடைத்த பாக்கியம் அது. அவர் என்னிடம் ஏதோ எதிர்பார்த்துதான் கூறவிழைந்திருக்கிறார். அது என்னவாக இருந்திருக்கும்? என்று எனக்குத் தெரியவில்லை. அவர் மரிக்கப்போகும் தறுவாயிலும் இந்தச் சமுதாயத்திற்காக எதையாவது எழுதிக்கொண்டுதான் இருந்தார் என்பது நிதர்சனமான உண்மை. இரண்டு அத்தியாயங்களே எழுதி வைத்திருக்கும் 'கிணறு' நாவல் அதற்கொரு உதாரணம்.

மீரான் ஐயாவின் கனவுகளில் ஒன்று, சிறந்த ஆய்வு மாணவர்கள் உருவாக வேண்டுமென்பது. அதை நான் முடிந்த அளவிற்குச் செய்து என்னைத் தகுதிப்படுத்திக்கொண்டிருக்கின்றேன்

என்பதை நம்புகிறேன். அவரது கனவினை என்னிடம் இருந்தே தொடங்குகிறேன். ஒவ்வொரு ஆய்வாளர்களுக்கும் நான் கூறவிழைவது இதைத்தான். பெரும் ஆளுமைகளை நீங்கள் அணுகும்போது அவர்களை வெறும் பிரம்மாண்டமாக மட்டுமே பார்த்திடாமல் அவர்களது அகவுணர்வுகளுக்கு மதிப்பளியுங்கள். அது நம்மையும், அவர்களையும் வாழவைக்கும் என்பதற்கு நானே உதாரணமாக உங்கள் முன் நிற்கிறேன்.

தோப்பில் ஐயா அவர்களின் ஆசைகளைக் காலம் கடந்து நான் வெளிக்கொணர்கிறேன். மலையாள எழுத்தாளர் 'வைக்கம் முகம்மது பஷீர்' அவர்களைப் பற்றி ஆளுமைகள் பலபேர் கூறிய செய்திகளை எல்லாம் சேகரித்து என் முனைவர்பட்ட ஆய்வேட்டில் பதிவு செய்திருக்கின்றேன். அதுபோலவே, தோப்பில் முகம்மது மீரான் அவர்களுக்கும் செய்திட விழைந்தேன். இயலாமல் போனது. ஆனால், அதை வெறும் கனவாகவே நான் நிறுத்திக்கொள்ளாமல் அவருடைய நினைவேந்தலன்று (05.06.2019) திரட்டித்தொகுத்து வெளியிடுகின்றேன்.

கி.ரா அவர்களிடம் சென்று மீரான் அவர்களுக்கு நிகழ்த்தப்போகும் நினைவேந்தல் பற்றித் தெரிவித்தேன். சிறிதுநேரம் மௌனமாகவே கேட்டறிந்தார். பின்பு மெல்ல, "மீரான் மறக்க முடியாத மனிதர்" என்றே தொடங்கினார். அவர் யாரென்றே தெரியாமல் அவர் படைப்பினைப் படித்துவிட்டுச் சாகித்திய அகாதெமி விருதிற்குப் பரிந்துரைத்ததின் பெயரில் அவருக்கு 1997இல் விருது கிடைத்தது. அப்பொழுதுதான் அவரைச் சந்திக்கும் வாய்ப்பு கிடைத்தது. அவருடன் பேசிய மணித்துளியைப் பற்றியும் சாகித்திய அகாதெமி விருது வாங்க, அவருடன் சென்றிருந்த செய்திகளைப் பற்றியும் பதிவு செய்ததைக் கேட்டு நான் மனம் மகிழ்ந்தேன். அவருடைய அந்த நினைவினைக் கட்டுரையாகவும் எழுதித் தருமாறு கேட்டதற்கு "சரிம்மா. இரண்டு நாட்களில் எழுதித் தருகிறேன்" என்றார். ஆனால் அவர் அன்றிரவு ஒரு மணிக்கு உட்கார்ந்து அந்தக் குறிப்பை எழுதி முடித்திருக்கிறார். காலை ஏழு மணிக்கெல்லாம் அந்த நினைவுக் குறிப்பையும் வாங்கிக் கொள்ளச் செய்தி வந்தது. ஆச்சரியத்தில் வியந்து போனேன். 96 வயதில் எப்படி சாத்தியமாகிறது இந்த மனநிலை? என்றே எண்ணத் தோன்றுகிறது. இப்படிப்பட்ட பெரும் ஆளுமைகளின் ஒத்துழைப்பால் இந்தச் சிறப்பு மலர் அன்பினைத் தாங்கி நீள்கிறது. இன்னும் பல

ஆளுமைகளான ஜெயமோகன், சுப்ரபாரதிமணியன், கீரனூர் ஜாகிர் ராஜா, இரா.காமராசு, குளச்சல் யூசுப், கரன்கார்க்கி என இம்மலரில் இடம் பெற்றிருக்கும் ஒவ்வொரு ஆளுமைக்கும் தனித்தனியாக மனமார்ந்த நன்றியைத் தெரிவித்துக் கொள்கின்றேன்.

'தோப்பில் முகம்மது மீரான்' அவர்களது துணைவியார் 'ஜலீலா' அம்மா அவர்களுக்கும், சமீமா அக்கா அவர்களுக்கும், அவரது குடும்பத்திலுள்ள ஒவ்வொருவருக்கும் தனிப்பட்ட நன்றியைத் தெரிவித்துக் கொள்கிறேன்.

மேலும், இந்த எண்ணத்தினை நான் என்னுடையக் கணவரிடம்தான் முதன்முதலில் தெரியப்படுத்தினேன். அவர் எனக்கு, என்னுடைய உணர்வுகளுக்கு மதிப்பளித்தார். எல்லா விதத்திலும் உறுதுணையாக உதவினார். என்னுடைய குழந்தைகள் ஜெரிஷ், மேத்யூ இருவரும் என் வேலையை உணர்ந்து என்னை எவ்விதத் தொந்தரவும் செய்யாமலும் உதவினார்கள். அவர்களுக்கும் என் நன்றியைத் தெரிவித்துக்கொள்கிறேன்.

மதிப்பிற்குரியப் பேராசிரியர் முனைவர் க.பஞ்சாங்கம் ஐயா அவர்களுக்கும் என் மனமார்ந்த நன்றியைத் தெரிவித்துக் கொள்கிறேன். தன்னுடைய வேலைகள் அனைத்தையும் ஒதுக்கி வைத்துவிட்டு வாழ்த்துரை அளித்தமைக்கு நெஞ்சார்ந்த நன்றியைத் தெரிவித்துக் கொள்கிறேன். இம்மலர் உருவாக்கத்தில் துணைநின்ற முனைவர் பா.இரவிக்குமார் ஐயா அவர்களுக்கும் என் மனமார்ந்த நன்றியைத் தெரிவித்துக்கொள்கிறேன்.

மொழிபெயர்ப்புச் செய்யும்பொழுது உதவிய குடும்ப நண்பரான தினேஷ் அவர்களுக்கும், மிகக் குறுகிய காலத்தில் தட்டச்சு செய்துகொடுத்த சிவகுமார் மற்றும் வீரமணி ஆகியோர்களுக்கும், பிழைதிருத்தம் செய்த தோழர்கள் முனைவர் இரா. அசோக்குமார், முனைவர் மு. குப்புசாமி ஆகியோர்களுக்கும், நூல் மற்றும் சிறப்புமலரை வடிவமைத்துச் செய்தளித்தச் சிறார் இலக்கிய எழுத்தாளர் திரு. கன்னிக்கோவில் இராஜா அவர்களுக்கும், முகம் காண்பிக்க விரும்பாத நண்பர்கள், என் குடும்ப உறுப்பினர்களுக்கும், புதுவைத் தமிழ்ச்சங்கச் செயலாளர் மு. பாலசுப்பிரமணியன் அவர்களுக்கும், பாவலர் சீனு.தமிழ்மணி ஐயா அவர்களுக்கும், சாகித்திய அகாதெமி பொதுக்குழு உறுப்பினர் முனைவர் சுந்தரமுருகன் அவர்களுக்கும், என் எண்ணத்திற்கு ஆதரவு அளித்த அனைத்து நல்லுள்ளங்களுக்கும் நன்றி.

சாகித்ய அகாதெமி விருது பெற்ற ஆளுமை 'தோப்பில் முகம்மது மீரான்' அவர்களுக்கு அரசு பெருமைச் சேர்க்கும் விதமாக அவரின் உருவப்படத்தை அஞ்சல் தலையிலும், அஞ்சல் சிறப்பு உறையிலும் பொதித்து வெளியிடவேண்டுகிறேன். மேலும், அவர் வாழ்ந்து வந்த ஊரில் அவர் வசித்து வந்த தெருவிற்கு அவருடைய பெயரிட்டுப் பெருமைப்படுத்த வேண்டுமென்ற எண்ணத்தை முன்வைத்து, என் கனவினை எதிர்காலத்தில் நனவாக்கப்போகும் அரசுக்கும் என் நன்றியைத் தெரிவித்துக்கொள்கிறேன்.

நன்றியுடன்,

முனைவர் இர.பிரபா
margivino2007@gmail.com,
97918 15757

Thoppil Mohamed Meeran
(Novelist)
Recipient of Kendra Sahitya Akademy

To,
Dr. R. PRABHA
Puducherry 605 008

அன்புடையீர்
வணக்கம்

[illegible]

[illegible]

[illegible]

[illegible]

[illegible]

[illegible]

அன்புடன்
தோப்பில் முஹம்மது மீரான்
20.9.2018

B-26, Veerabaghu Nagar, Pettai. Tirunelveli-627 004.
Phone : +91-462-2342130, *Mobile :* 99941 53005, ~~97893 93317~~

உள்ளே

நினைவுப் பதிவுகள்

1. ‘இவர்கள் இல்லாமல் நான் இல்லை’
தோப்பில் முகம்மது மீரான் 25

2. கதை பிறக்கும் கதை
தோப்பில் முகம்மது மீரான் 27

3. தோப்பில் எனும் காலத்தின் குரல்
எஸ். ராமகிருஷ்ணன் 30

4. மறதியில் மறையாத நட்பு!
கண்ணன் 33

5. தோற்காத எழுத்து!
களந்தை பீர்முகம்மது 35

6. ‘தோப்பில்’ என்னும் அபூர்வ ராகம்
நீதிபதி பிரபா ஸ்ரீதேவன் 39

7. நட்பாளர் தோப்பில் முகம்மது மீரான்
சுப்ரபாரதிமணியன் 44

8. “நெட்டு இரிக்கா?”
குளச்சல் யூசுப் 47

9. இனி ஒரு பய கிட்ட வர மாட்டான்
குமாரசெல்வா 50

10. தோப்பில் மாமாவுக்கு அஞ்சலி
அ. இராமசாமி 53

11. பஷீரைச் சந்திக்க முடியாமல்போன மீரானின் கவலை
மலையாளத்தில்: M.N. காரசைரி தமிழில்: B. தினேஷ் 55

கட்டுரைகள்

12. தன் சமூகத்தின் மூடுதிரையை இலக்கியத்தால் விலக்கியவர்!
பொன்னீலன் 61

13. அஞ்சுவண்ணம் தெரு: தோப்பில் முகம்மது மீரானின் புதிய நாவல்
ஜெயமோகன் 65

14. ‘எங்க ஊர் மனிதர்களின் கதைகளைச் சொல்ல
இங்கு யாருமில்லை’
பிஸ்மி பரிணாமன் 73

15. கடலோரக் கிராமத்தின் கதை சொல்லி உருவான கதை..!
   பிஸ்மி பரிணாமன் — 77

16. மேற்கிலிருந்து வீசிய கடற்காற்று
   கரன்கார்க்கி — 86

17. கடலோர மக்களின் கலைக்குரல்
   இரா. காமராசு — 90

18. பால்யத்தின் உறவாடி: தோப்பில்
   பா. செயப்பிரகாசம் — 99

19. மீரானின் புனைவுலகம்
   முகம்மது அப்துல் ரசாக் — 105

20. சாய்வு நாற்காலி
   ரெ. கார்த்திகேசு — 108

21. தோப்பிலார் ஒரு சுயம்பு
   முனைவர் நா. இளங்கோ — 114

22. தேடும் பறவைகள்: மீரானின் இரைகள்
   அ. இராமசாமி — 118

நேர்காணல்

23. இஸ்லாமியர்கள் தங்களுடைய தமிழ்வேர்களை மறந்துவிட்டனர்
   கீரனூர் ஜாகிர்ராஜா — 127

24. காலம்தான் கதாநாயகன்
   நேர்காணல் ஆர். நடராஜன் — 143

25. தோப்பில் முகம்மது மீரான் நேர்காணல்
   முத்தாலங்குறிச்சி காமராசு — 151

26. தோப்பில் முகம்மது மீரான் நேர்காணல்
   ப. கல்பனா — 168

27. தோப்பில் முகம்மது மீரான் நேர்காணல் — 172

28. தோப்பில் முகம்மது மீரான் நாவல்களில் சமுதாய நிலை
   அ. குணசேகரன் — 196

29. பிறை நிலாப் பேனாக்காரன்
   கவிஞர் ம. பிரபாகரன் — 205

30. தோப்பிலார் 'என் மாமனார்'
   கதிஜா ஃபர்சானா — 207

தோப்பில் முகமது மீரான்
நினைவுப் பதிவுகள்

மீரான் என்பவன் வேறு, அவனுக்குள் இருக்கும் படைப்பாளி என்பவன் வேறு. மீரான் அவனது மனைவிக்குக் கணவன், பிள்ளைகளுக்குத் தந்தை, பெற்றோர்களுக்கு மகன். அவனுக்கு ஊர் உண்டு, நாடு உண்டு, மொழி உண்டு, மதம் உண்டு. ஆனால், படைப்பாளி மீரானுக்கு மனைவி இல்லை, பிள்ளைகள் இல்லை, பெற்றோர்கள் இல்லை, ஊர் இல்லை, மொழி இல்லை, ஜாதி இல்லை, மதம் இல்லை. இவை எல்லாவற்றுக்கும் அப்பாற்பட்ட சக்திதான் அவனை இயங்க வைக்கிறது.   - **நேர்காணலில்**

‘இவர்கள் இல்லாமல் நான் இல்லை’

தோப்பில் முகம்மது மீரான்

நான் சென்னையில் உறவினரின் எண்ணெய்க்கடையில் வேலை செய்துகொண்டிருந்தபோது மௌல்வி அப்துல்வஹாப் என்ற அறிஞரைச் சந்திக்கும் வாய்ப்புக் கிடைத்தது. அவர் ‘பிறை’ என்ற பத்திரிகையின் ஆசிரியர். குரானைத் தமிழில் மொழிபெயர்த்தவர். பல மொழிகள் அறிந்தப் புலமையாளர். அவர்தான் இவனுக்குள் ஒரு கலைஞன் இருக்கிறான் என்று என்னை முதலில் அடையாளம் கண்டவர்.

அவர்தான் என்னை முதலில் தமிழ்ப் பத்திரிகைக்கு எழுதச் சொல்லித் தூண்டியவர். ‘மலையாளத்தில் எழுதி வைத்திருக்கும் கதைகளைப் படித்துச் சொல்லுங்கள். நான் அதைத் தமிழாக்கித் தருகிறேன்’ என்று என்னுடையக் கதைகளைத் தமிழாக்கிப் ‘பிறை’ பத்திரிகையில் வெளியிட்டார்.

பின்னர், நான் திருநெல்வேலிக்கு வந்த பிறகு 6, 7 வருடங்கள் எழுத்தையே மறந்துவிட்டேன். அப்போதுதான் சதகத்துல்லா அப்பா கல்லூரித் தமிழ்ப் பேராசிரியரான முகமது பாரூக் ‘அறிவும் நாக்கும்’ என்ற பொருள்படும் ‘மதிநா’ என்றப் பத்திரிகையைத் தொடங்கினார். அதற்கு எழுதச் சொல்லி ஏழு ஆண்டுக்குப் பிறகு மீண்டும் என்னைத் தமிழில் எழுத வைத்தவர். பாரூக் நான் சொல்லச் சொல்லத் தமிழில் எழுதி வெளியிட்டார். தமிழ் மரபு பற்றியச் சில விசயங்களை எனக்கு விளக்கிக் கூறியவர் அவர்தான். அதைப் பிடித்துக்கொண்டு நானே தமிழில் எழுதத் துவங்கினேன். ‘எனக்குத் தமிழில் எழுதப் பயிற்றுவித்த ஆசான் அவர். அவர்கள் இல்லாமல் நான் இல்லை’ என்று நன்றியுடன் நினைவுகூர்கிறார் மீரான்.

மீரானுக்கு 54 வயது ஆகிறது. ஆரம்பப் பள்ளிப்படிப்புத் தேங்காய்ப்பட்டினத்தில். உயர்நிலைப்பள்ளிப் படிப்பு 'அம்சி'யில். நெல்லை இந்துக்கல்லூரியில் பி.ஏ. படித்தார். கல்லூரி வரை இவர் பயின்ற மொழி மலையாளம்.

"எங்க ஊரிலும், வீட்டிலும் தமிழ் பேசினாலும், அப்போது பள்ளிக்கூடத்தில் தமிழ் சொல்லித்தரவில்லை. மலையாளம் மட்டும்தான். எனது 10 வயதிலிருந்தே நான் எழுதத் தொடங்கிவிட்டேன், மலையாளத்தில்தான். ஆனால், தாய்மொழியில் படைக்க வேண்டும் என்ற உந்துதல்தான் என்னைப் பிற்காலத்தில் தமிழில் எழுத வைத்தது."

இவருக்குத் தற்போதுத் தொழில் மிளகாய் வற்றல் வியாபாரம். மனைவி ஜலீலா. தனது நூல்களை எல்லாம் மனைவி பெயரில் ஜலீலாப் பதிப்பகத்தின் சார்பில்தான் வெளியிட்டுள்ளார். இரு புதல்வர்கள். மூத்த மகன் ஷமீம் அகமது கம்ப்யூட்டர் பயில்கிறார். இளைய மகன் மீக்காத்அகமது பி.காம் படித்துக் கொண்டிருக்கிறார்.

கன்னியாகுமரி மாவட்டத்தில் குளச்சல் துறைமுகத்துக்கு அருகேயுள்ள தேங்காய்ப்பட்டிணம் இவரது ஊர். கேரளமும் தமிழகமும் சங்கமிக்கும் பகுதி. அழகான ஊர். அரசின்பார்வை படாததால் இன்னும் கெட்டுப்போகவில்லை என்கிறார். 'ஒருபுறம் அரபிக்கடல், மறுபுறம் மலை, இன்னொரு புறம் காயல் (ஆறு) இந்த ஊரில் பிறந்த எனக்குள் எப்படி கவித்துவமும், படைப்பாற்றலும் இல்லாமல் போகும்?' என்று பெருமிதம் கொள்கிறார்.

இப்போது வசிப்பது திருநெல்வேலியில். விமர்சகர் தி. க. சி.யைத் தினசரி சந்திக்காமல் இருப்பதில்லை. "அவர் ஒரு தகவல் களஞ்சியம். அவரிடமிருந்து ஏராளமான தகவல் எனக்குக் கிடைக்கும்" என்று கூறுகிறார். ரகுநாதன், ஜெயகாந்தன், இந்திரா பார்த்தசாரதி ஆகியோர் மீது பெருமதிப்பு வைத்திருக்கிறார்.

நன்றி: தினமணிகதிர் 1997

கதை பிறக்கும் கதை

தோப்பில் முகமது மீரான்

பெயர்களைக் குறிப்பிட்டுச்சொல்லும் பழக்கம் திராவிடக் கட்சிகளுடையது, காயல்பட்டிணத்தில் நடைபெற்ற நிகழ்ச்சி ஒன்றில் 300 பேர் கலந்துகொண்டனர். அனைவரது பெயர்களையும் வரிசையாகக் குறிப்பிட்டதில், ஒருவரது பெயர் மட்டும் குறிப்பிடப்படாது விடுபட்டதால், அவர் கட்சியை விட்டே ஓடிவிட்டார். இம்மாதிரியான பழக்கம் கைவிடப்பட வேண்டிய ஒன்று..!

மலையாளத்தில் குத்தக்கள் எனக் குறிப்பிட்டுச் சுருக்கமாக அழைத்து, பேச ஆரம்பித்து விடுவர்.

தமுஎச எனக்கு அறிமுகமானது 1990க்குப் பின்னர்தான். அதற்குப் பிறகே, நான் ஒரு புதிய உலகில் பிரவேசித்தேன். 1988இல் எனது, ஒரு கடலோரகிராமத்தின் கதை வெளிவந்தது. தமிழனாக இருந்தும், திருவிதாங்கூர் மன்னரது ஆட்சிக்குட்பட்டப் பகுதியில் இருந்ததால், மலையாளத்தில் கற்றுத் தேர்ச்சிப் பெற்றேன். 1968இல் மலையாளத்தில் எழுத ஆரம்பித்தேன். அதன்பின் தமிழுக்குக் கொண்டு வந்தேன். 1990இல் சாய்வு நாற்காலியை தமிழிலேயே நேரடியாக எழுதினேன். 1970இல் தமிழ் எழுதப் படிக்கத் தெரிந்தது.

மொழி, உணர்வுப் பூர்வமானது! அவ்வகையில் மலையாளத்தில் எனது உணர்வுகளைப் பதிவு செய்தே வைத்திருக்கிறேன். தவிர, அம்மொழியின் மீது பற்று என்பதால் அல்ல! நான்கைந்து சிறுகதைகளும் 'சாய்வு நாற்காலி' நாவலும் தமிழில் எழுத ஆரம்பித்திருக்கிறேன்.

எங்கள் பகுதி மக்களின் வாழ்க்கையைப் பற்றிச்சொல்லும் போது, மொழியைப் பற்றிச்சொல்வது அவசியமாகிறது. எங்கள் ஊரிலிருந்து 5 கி.மீ. தொலைவிற்குள் காப்பியங்கோடு என்ற ஊரில்தான் தொல்காப்பியர் பிறந்தார். எங்கள் ஊருக்கு அருகிலுள்ள அதங்கோடு கிராமத்தில்தான் அகத்தியர் பிறந்தார்.

முதலில், இதிகாசங்கள் வந்த மொழி தமிழ்..! அப்படிப்பட்டத் தமிழ் ஏன் சுருங்கியது? வழக்கிலிருக்கும் சொற்கள் மீண்டும் எழுதப்பட்ட நாவல் எடுபடாது. நாவலில் ஓரிடத்தில் குறிப்பிடப்பட்ட விசயங்களை, சொற்களை மற்றோரிடத்தில் குறிப்பிடக்கூடாது. புதிய சொற்களைக் கையாள வேண்டும். அப்படிப்பட்ட சொற்கள் தமிழில் ஏராளம்..!

மனோன்மணியம் சுந்தரனார் பல்கலைக்கழகம் எனது நாவலைத் தனது பாடத்திட்டத்தில் வைத்திருக்கிறது. பேராசிரியர்கள், ஆசிரியர்கள் – குழுவினர் எனது நாவலை வைக்கக்கூடாது என எதிர்த்தனர். அவர்களுக்கு நான் சவாலிட்டுச் சொன்னேன். “ஒரு சொல்கூட மலையாளம் அல்ல! அப்படி இருந்தால் எனது பேனாவைக் கீழே வைத்துவிட்டு எழுதுவதை நிறுத்தி விடுகிறேன்” எனக் குறிப்பிட்டேன். இதுவரை பதிலில்லை.

8ஆம் நூற்றாண்டில் கலிபாவுக்கும், கிழவிக்கும் ஒரு சண்டை. கலிபாவின் மகன் தன்னிடம் திருடிவிட்டான் என்பது கிழவியின் குற்றச்சாட்டு. மிகக்கடுமையாகக் காரசாரமாகக் குற்றம் சாட்டுகிறாள். அதற்கு மாறாக, கலிபாவின் மகனோ பவ்யமாக இருக்கிறான். அதுகண்டு அவையினர், கிழவியின் ஆவேசத்தை எதிர்த்துக் குரல் கொடுக்கின்றனர். ஆனால், கலீபா அவர்களை அமைதிப்படுத்திவிட்டு, கிழவியின் உணர்ச்சிபூர்வமான நிலைக்கு ஆதரவளித்தார். உணர்ச்சிபூர்வமாகச் சொல்லும்போது, உண்மை வெளிவரும்! ஆகவே, எழுத்தாளனுக்கு உணர்ச்சி என்பது அவசியம்.

வழக்கிலில்லா சொற்களை (நம்மில் பலர் அறியாதவற்றை) ஏராளமாகப் பயன்படுத்த வேண்டும். (இவ்விடத்தில் அரங்கிலிருந்தோரை நோக்கி, ‘ப்ரதிஷ்டை என்ற சொல்லுக்கு நேர் தமிழ்ச் சொல் எவருக்கேனும் தெரியுமா?’ எனக் கேட்டார், சபையின் மௌனம் கலைத்து அவரே அதற்கு ‘தானித்தல்’

என்ற விடையையும் கூறினார். தானித்தல் என்றால் நிலையாக நிறுத்துதல் என்று பொருள்). தானித்தல் என்ற சொல்லை எங்கள் பகுதியில் களியக்காவிளையில் ஒரு கிழவி தன்பேரனை அடிக்கும்போது சொன்ன வார்த்தை. அதைக் குறித்து வைத்திருந்தேன். இப்படிப் புதிய சொல்லைத் தேடி

. . . . . .

நாவல்களில், கவிதைகளில், சிறுகதைகளில் பிரக்ஞை இல்லை என விமர்சனம் கூறப்படுகிறது. விமர்சனம் என்பது கருத்தைத் தெரிவிக்கக்கூடிய நிலையில் இருக்கிறது. இத்தடைகளை மீறி இந்நாவலாசிரியர் ஜீவகாருண்யம் எழுந்து வருகிறார் என்பது பாராட்டுக்குரியது. எனது சமூகத்திலிருந்தும், உயர் சாதியினரின் பத்திரிகைகளிடமிருந்தும் எனக்குத் தடை வந்திருக்கிறது. இத்தடைகளிலிருந்து என்னைக் காப்பாற்றும் ஒருவராக தமுஎச இருக்கிறது.

பயிற்சியின் மூலம் எவரையும் கதை எழுதுபவராக ஆக்க முடியாது. உந்துதல் மூலம் மட்டுமே இது சாத்தியமாகும். பயிற்சியின் மூலம் அம்மி கொத்துபவனை உருவாக்க முடியும். மாமல்லபுரத்துச் சிற்பக் கலைஞனை உருவாக்க முடியாது.

ஒவ்வொருவருக்குள்ளும் ஒரு கலைஞன் இருக்கிறான். வாசிக்கும்போது எருமை மாட்டில் மழை பெய்ததுபோல உணர்வற்று வாசித்துக்கொண்டு போகாமல், இப்படி இருக்கலாம். இப்படிச் செய்திருக்கலாம்... என்று கலைத்தன்மையுடன் வாசிக்க வேண்டும். அப்போதுதான் எழுதுவது என்பது சாத்தியம். இதுதான் நான் உங்களுக்குச் சொல்ல விரும்பும் செய்தியாகும்.

நெய்வேலி. 21.06.97

தோப்பில் எனும் காலத்தின் குரல்

எஸ். ராமகிருஷ்ணன்

தமிழ்நாட்டின் தென்மாவட்டங்களில் இஸ்லாமியர்களை உரிமையோடு 'மாமா' என்றும், பதிலுக்கு அவர்கள் 'மாப்பிள்ளை' என்றும் அழைக்கும் வழக்கம் உண்டு. தோப்பில் முஹம்மது மீரானைச் சந்திக்கும் போதெல்லாம் அப்படி நான் 'மாமா' என்றே அழைப்பேன். அதைக் கேட்கும்போது அவரது முகத்தில் சொல்ல முடியாத சந்தோசம் வெளிப்படும். நெருக்கமாக அவருடன் பழகியிருக்கிறேன். மிக எளிமையான மனிதர், பண்பாளர். எந்த எழுத்தாளர் பற்றியும் ஒரு வம்புப் பேச்சும் அவரிடம் கிடையாது. இளைஞர்கள் யார் புதிதாக எழுதினாலும் அதை மனம் திறந்து பாராட்டிக் கொண்டாடக் கூடியவர்.

கேரளத்தில் வாழும் இஸ்லாமியர்களின் வாழ்க்கையைச் சிறப்பாக எழுத்தில் பதிவு செய்தவர்களாக வைக்கம் முகம்மது பஷீரையும், புதினத்தில் குஞ்ஞப்துல்லாவையும் குறிப்பிடுவார்கள். இஸ்லாமியர்களின் வாழ்க்கை முறையை, மரபை, அன்பை, ஞானத்தை, சமூக மாற்றங்களுக்கு அவர்கள் செய்த பங்களிப்பைப் பதிவு செய்த இவர்களின் எழுத்துத் தனித்துவமானது. அந்த வரிசையில், தமிழக இஸ்லாமியர்களின் வாழ்க்கையை, அதிலும் குறிப்பாகத் தென்குமரிப் பகுதியைச் சேர்ந்த இஸ்லாமியர்களின் வாழ்க்கையை மிக யதார்த்தமாக, வரலாற்றுப்பூர்வமாக, நேர்மையாக எழுத்தில் பதிவு செய்தவர் தோப்பில் முஹம்மது மீரான்.

நெய்தல் மரபின் நவீனத் தொடர்ச்சி

தனது 'சாய்வு நாற்காலி' நாவலுக்காக சாகித்ய அகாதமி விருது பெற்றத் தோப்பில் முஹம்மது மீரான் கன்னியாகுமரி

மாவட்டம், தேங்காய்ப்பட்டிணத்தில் 1944இல் பிறந்தவர். 'ஒரு கடலோர கிராமத்தின் கதை' என்ற நாவலின் வழியே இலக்கிய உலகுக்கு அறிமுகமாகி, தனது புகழ்பெற்ற நாவல்களான 'துறைமுகம்', 'கூனன்தோப்பு', 'சாய்வு நாற்காலி', 'அஞ்சுவண்ணம் தெரு', 'குடியேற்றம்' ஆகியவற்றின் மூலமும், 'அன்புக்கு முதுமை இல்லை', 'தங்கராசு', 'அனந்தசயனம் காலனி', 'ஒரு குட்டித் தீவின் வரைபடம்' போன்ற சிறுகதைத் தொகுப்புகள் மூலமாகவும் தனித்துவமிக்கப் படைப்பாளியாக அறியப்பட்டார்.

மத அடிப்படைவாதம் பெருகிவரும் இன்றைய சூழலில் மீரானின் எழுத்து, சமயச் சார்புகளைக் கடந்து மனிதர்கள் எவ்வாறு ஒற்றுமையுணர்வோடு வாழ்ந்து கொண்டிருக்கிறார்கள், சகமனிதர்கள் மீது அன்பு செலுத்துகிறார்கள் என்பதை அடையாளப்படுத்துவது. குமரி மாவட்டக் கடற்புற கிராமத்தின் வாழ்க்கையைத் தோப்பில்போல அதன் முன்பாக ஒருவரும் இலக்கியத்தில் பதிவுசெய்யவில்லை. நெய்தல் மரபின் நவீனத் தொடர்ச்சியாகவே அவரது எழுத்துகள் இருந்தன. அவரது எழுத்துமுறை மண் வாசனையுடன் அரபியும் மலையாளமும் கலந்து உருவானது.

தோப்பில் தனது படைப்புகளில் மறக்க முடியாத கதாபாத்திரங்களை உருவாக்கிக் காட்டினார். அக்கதாபாத்திரங்கள் இன்றும் பண்பாட்டு அடையாளமாகக் கருதப்படுகின்றன. அவருடைய முஸ்தபாக்கண்ணு, மரியம் தாத்தா, இஸ்மாயில், வடக்கு வீட்டு அஹ்மதுகண்ணு, முதலாளி முஸ்தபாக்கண்ணு போன்ற கதாபாத்திரங்கள் தமிழ்ப் படைப்புலகில் மறக்க முடியாத பாத்திரங்களில் நிலைத்திருக்கும்.

கல்லூரியில் பி.ஏ. மலையாள இலக்கியம் படித்தவர் தோப்பில். அதனால், மலையாளத்தின் முக்கிய எழுத்தாளர்கள் அத்தனை பேரையும் ஆழ்ந்து வாசித்திருக்கிறார். குறிப்பாக, பஷீரின் கதைகளை வாசித்து மயங்கி தானும் அதுபோல் எழுத வேண்டும் என்ற ஆசை அவருக்குள் உருவானது.

தோப்பிலின் 'அஞ்சுவண்ணம் தெரு' எனக்கு மிகவும் பிடித்தமான நாவல். ஒருகாலத்தில் கேரள மன்னர் ஐந்து முஸ்லீம் நெசவாளர்களை அந்தத் தெருவில் குடிவைக்கிறார்கள். அவர்களால் உருவானதுதான் அஞ்சுவண்ணம் தெரு. ஒரு தெருவில் வாழும் மாறுபட்ட மனிதர்களின் வாழ்க்கையை

அதன் வரலாற்றுடன், தொன்மத்துடன், அழியா நினைவுகளுடன் மிகச் சிறப்பாகப் பதிவு செய்திருக்கிறார்.

கரிசல் இலக்கியத்தின் பிதாமகராகக் கொண்டாடப்படும் கி.ராஜநாராயணன் கரிசல் நிலத்தை எப்படித் தன் படைப்புகளுக்கு ஆதாரமாகக் கொண்டாரோ? அதுபோலவே தோப்பில் கடற்கரை வாழ்க்கையைத் தனது படைப்புகளின் ஆதாரமாகக் கொண்டிருக்கிறார்.

மீரானின் கதைகள் நேரடியாக வாழ்க்கையை விவரிப்பவை. கதையின் வடிவம் பற்றியோ, கவித்துவ உரையாடல்கள் பற்றியோ அவர் கவலைப்படுகிறவர் இல்லை. அவரது நாவலில் வரும் பெரும்பான்மையான நிகழ்வுகள் உண்மையானவை. மறைக்கப்பட்ட, விலக்கப்பட்ட சரித்திரத்தை அவர் மீள்உருவாக்கம் செய்கிறார். அதன் வழியே உண்மையைக் கண்டறியவும் வெளிப்படுத்தவும் முயல்கிறார். தோப்பில் தன்னைக் காலத்தின் பிரதிநிதியாகக் கருதிக்கொண்டு எழுதுகிறவர். ஆகவே, அவரிடம் பக்கச் சார்புகள் எதுவும் கிடையாது.

நம் காலத்தின் கண்ணாடி

வாழ்ந்து கெட்டவர்களையும், வறுமையோடு போராடுகிறவர்களையும், மூடநம்பிக்கைகள் பீடித்தவர்களையும், வீட்டிற்குள்ளாக ஒடுக்கி வைக்கப்பட்ட பெண்களின் துயரையும், வேதனையையும் மிக அழுத்தமாகப் பதிவு செய்திருக்கிறார் தோப்பில்.

மதம் அரசியலாக்கப்படுவதையும், தூய்மைவாதம் பேசிக்கொண்டு மதவெறியை உருவாக்குகிறவர்களையும், மரபான எளிய வாழ்க்கையை, ஞானத்தைத் தொடர விரும்பும் இஸ்லாமியர்களையும் ஒருசேர நம் முன்னே அறிமுகப்படுத்துகிறார். அத்தோடு வாழ்க்கை என்று ஒதுங்கிக்கொள்கிறார் தோப்பில். அவ்வகையில், அவர் நம் காலத்தின் கண்ணாடி. வாழ்க்கையை அதன் இயல்போடு, அழகோடு ஆவணப்படுத்தியவர், தன் ஊரின் அழியா நினைவுகளைக் கலையாக்கியவர் என்ற முறையில் தோப்பில் முஹம்மது மீரானின் எழுத்துகள் என்றும் அதற்கான தனியிடத்தைக் கொண்டிருக்கும்.

நன்றி: ‘இந்து தமிழ்’, 12.05.2019 (ஞாயிறு), ப.6

மறதியில் மறையாத நட்பு!

கண்ணன்

தோப்பில் மீரானுக்கு அஞ்சலி செலுத்தச் சென்றபோது அவரது இளம் பதிப்பாக இருந்த அவரது மகன் அமீமைப் பார்த்து உரையாடினேன். களந்தை பீர்முகம்மதுவும், கொடிக்கால் ஷேக் அப்துல்லாவும் என்னுடன் இருந்தார்கள். துக்கம் விசாரிக்க வந்தப் பலரையும் – கவனித்தபடியே இடையில் வந்து ஓரிரு நிமிடங்கள் பேசிக்கொண்டிருந்தார் அமீம். சில மாதங்களாக சிலமுறை திருவனந்தபுரத்துக்குக் காரில் சென்று ஹீமோதெரபி வைத்தியம் பார்த்து வந்துள்ளார் தோப்பில். அது நினைவுகளில் தடுமாற்றங்களை ஏற்படுத்தியுள்ளது. கடைசியாகச் சென்றுவந்தபோது காரோட்டியிடம் "நாகர்கோவிலில் சுந்தர ராமசாமியைப் பார்க்க வேண்டும், அவர் வீட்டுக்குப் போ" என்று பணித்துள்ளார். காரோட்டி என்ன விசயம் என்று புரியாமல் நெல்லைக்குப் போகவும் கைத்தடியைக் காட்டி மிரட்டினாராம்.

தோப்பில் அவரது முதல் நாவலான 'ஒரு கடலோர கிராமத்தின் கதை'யுடன் சுராவைப் பார்க்க வந்து முப்பது ஆண்டுகளுக்கு மேல் இருக்கும். அவருடைய ஏதோ ஓர் அம்சம் சுராவைக் கவர்ந்திருக்க வேண்டும்; உடனே படித்தார். பல நண்பர்களுக்கும் அந்நாவலை அவசியம் படிக்கும்படிக் கடிதம் எழுதினார். அவருடையப் பரிந்துரையில் 'நெய்தல்' அமைப்பு அந்நாவலைப் பற்றி ஒரு கூட்டம் நடத்தியது. வ.அய். சுப்பிரமணியம் தலைமையில் நடந்தக் கூட்டத்தில் சுராவும் நாவலைப் பாராட்டிப் பேசினார். 1990இல் இந்தியா வந்திருந்த எம். ஏ. நுஃமான் சுராவின் ஏற்பாட்டில் தோப்பிலை

நெல்லை பேட்டையில் சென்று சந்தித்து எழுதிய கட்டுரை 'காலச்சுவடு' ஆண்டு மலரில் (1991) வெளிவந்தது.

இந்த நினைவுகளைத் தோப்பில் எப்போதும் மனத்தில் வைத்திருந்தார். 1990–களில் மிளகாய் வத்தல் வியாபாரத்துக்காக ஒவ்வொரு வாரமும் அவர் திருவனந்தபுரம் செல்வார். போகும் அல்லது வரும் வழியில் சுராவைச் சந்திக்க வருவார். அக்காலகட்டத்தில், 'இந்தியா டுடே' தமிழ் இதழில் (1990) சுராவின் 'விகாசம்' சிறுகதை வெளிவந்தது. சற்றே முற்காலத்தில் நடக்கும் கதை. ராவுத்தர் வீட்டுக்குக் கதைசொல்லி போகும் கட்டத்தில் ஒரு வரி இது. 'சாணி மெழுகிய தரையில் வஸ்தாது மாதிரி ராவுத்தர் சப்பணம் கூட்டி அமர்ந்திருந்தார்.'

சாணி மெழுகிய தரை என்று குறிப்பிட்டிருந்ததால், 'இந்தியா டுடே'வுக்கு மத்திய கிழக்கு நாடுகளிலிருந்து பல கண்டனக் கடிதங்கள் வந்தன. அவற்றை ஆசிரியர் வாஸந்தி ஒரே கட்டாக சுராவுக்கு அனுப்பினார். சுரா படித்துவிட்டு என்னிடம் சொன்னார், "என் சிறுவயதில் ஒரு முஸ்லிம் வீட்டில் சாணி மொழுகப்பட்டிருப்பதை நான் பார்க்கவில்லையென்றால் என் கதையில் அது வராது. தோப்பிலிடம் கேட்போம்." ஓரிரு வாரங்களில் தோப்பில் வந்தார். விசயத்தைக் கேட்டதும் தன் சிறுவயதில் முஸ்லிம் வீடுகளில் அவ்வாறு சாணி மொழுகப்பட்டிருந்தது சகஜம் என்றும், பின்னர்தான் அது ஹராம் ஆனது என்றும், முற்காலக்கதையில் அப்படி இருப்பதில் பிழையில்லை என்றும் தெளிவுபடுத்தினார். சுராவுக்கு நிம்மதி.

சுராவின் மறைவை அடுத்தக் காலங்களில் தோப்பில் உடல்நலம் குன்றியது. பயணங்கள் குறைந்தன. அதிகமும் மனைவியுடன் பயணித்தார். சில மாதங்கள் முன்னர் அவரது வீட்டுக்குச் சென்றிருந்தேன். மரணம் நெருங்குவதாக நினைக்க எந்தக் காரணமும் இருக்கவில்லை. பின்னர், உடல்நிலையில் ஏற்பட்ட சரிவை அவர் நண்பர்களிடம் அதிகம் பகிர்ந்து கொள்ளவில்லை. ஒரு எழுத்தாளராகவும், குடும்பத் தலைவராகவும் நிறைவான வாழ்வுதான் தோப்பிலுடையது. அடையாளம் தெரியாமல் அவர் தோற்றம் மாறியிருந்ததுதான் அதிர்ச்சியாக இருந்தது.

கண்ணன், 'காலச்சுவடு' பதிப்பாளர்
இந்து தமிழ், 12.05.2019 (ஞாயிறு), ப. 6

தோற்காத எழுத்து!

களந்தை பீர்முகம்மது

ஓய்வாக இருந்த ஒரு நாளில் எங்காவது போய்வரலாம் என்ற எண்ணம் எழுந்தபோது, மறுசிந்தனைக்கு இடம் கொடுக்காமல் தேங்காய்ப்பட்டிணம் புறப்பட்டேன். ஒரே காரணம், அது தோப்பிலாரின் ஊர் என்பதுதான். கடற்கரையில் நின்றபோது அபாய எச்சரிக்கை இருப்பதைக் கண்டேன். என் வாழ்நாளில் பல ஊர்கள் சென்று கடலோடு அளைந்து மகிழ்ந்தாலும் தேங்காய்ப்பட்டிணம் கடல்தான் எனக்குப் பெரும் அச்சத்தைத் தந்தது. கரைக்கு அப்பால் இருபதடி தூரமேனும் விலகி நின்றேன். ஓங்கியுயர்ந்த அந்த அலைகளின் கூச்சலும் ஆர்ப்பரித்தெழும் அதன் பிரம்மாண்டமும் என்னை மருள வைத்தன. அலைகள் நீளவடிவாக மடிந்து மடிந்து கரையைத் தாவ எண்ணிப் பனைமர உயரத்துக்கு எழுந்தன. இந்தச் சமயத்தில் ஏனோ நான் தோப்பிலாரையே நினைத்துக் கொண்டிருந்தேன்.

தன் படைப்புலகில் அவர் தன்னை ஒரு மனிதனாகவே நிலைநிறுத்திக் கொண்டிருந்தார்; மனிதனாக மட்டுமே! ஒரு கலைஞனாகத் தனக்கும் தன் படைப்புக்கும் இடையே எவ்விதமான இரும்புத் திரைகளும் எழுந்துவிடாமல் கவனம்கொண்ட நிலையில் ‘ஒரு கடலோர கிராமத்தின் கதை’, ‘கூனன்தோப்பு’, ‘அஞ்சுவண்ணம் தெரு’ என விரிந்தார்.

அசலான மனிதர்களை உலவவிட்டவர்

அதுவரை எழுதப்பட்டுவந்த முஸ்லிம்களின் கதைகள் வாழ்வியலில் பொருந்தி நின்றிருக்கவில்லை. ஒய்யாரமான

கற்பனைகளுக்குள் அவ்வகை எழுத்துகள் தஞ்சம் கொண்டிருந்தன. அவற்றில் ஏழ்மையில்லை; போட்டியில்லை; பொறாமையில்லை; ஏற்றத்தாழ்வுகள் இல்லை! சொல்லப்போனால் இவ்வாறெல்லாம் இருக்க வேண்டும் என்றே ஒவ்வொரு மானுடனும் விரும்புகிறான். ஆனால், இடையிலுள்ள நிலத்தில் கால் பரவாமல் எப்போதும் வானில் சிறகசைத்து அத்தனை இடர்களையும் தாண்டிச் செல்லக்கூடிய வாய்ப்பை நம் காலம் தந்திருக்கவில்லை. அப்படைப்புகளில் வந்த கதாபாத்திரங்களின் மொழி வாழ்வைப் பேசியதைவிட மதத்தை மட்டுமே பேசிக்கொண்டிருந்தது.

நல்ல மாற்றத்தை வெற்றுப் பேச்சினால் உருவாக்கிவிட முடியாது, சமூகத்தை ஆழமாகத் தோண்டிப் பரிசீலிக்கும் இலக்கியங்களால் மாத்திரமே அந்த எழுச்சியை உருவாக்க முடியும். ஓர் அசலான மனிதன் அசலான பேச்சுவழக்கோடு முதன்முதலாக உள்ளே நுழைய முடிந்தது தோப்பிலாரின் நாவல்களுக்குள்தான். அவன் தன் வாழ்வையே வாழ முயன்றான். அவனுக்கு நவீனக் கல்வி அச்சத்தை ஊட்டுகிறது. ஒரு கடலோர கிராமத்தின் கதையில் வரும் இந்தக் காட்சி அக்காலத்திய மனநிலையைத் தெளிவாகப் பிரதிபலிக்கிறது.

தன் கடைக்கு வந்த மஹ்முதைக் கண்டதும் உஸன்பிள்ளை கேட்கிறார், “தெரியுமா?”

“தெரியாது.”

“கியாம நாள் (உலக முடிவு நாள்) அடுத்தாச்சு”

“தெரியல்லியே.”

“சூரியன் எங்கே உதிக்குது?”

“கிழக்கே”

“இல்ல, மேக்க, இப்பம் மேக்கத்தான் சூரியன் உதிக்குது.”

“உஸன்பிள்ளைக்கு என்ன சொல்லியோ?”

“உஸன்பிள்ளைக்குப் பைத்தியமில்ல. உண்மைதான் சொல்றேன். இந்த இங்கிலீசுப் பள்ளிக்கூடம் வரப்போவுது தெரியுமா?”

“தெரியாது.”

“அப்படின்னா தெரிஞ்சுக்கோ.”

“இங்கிலீசு பள்ளிக்கூடம் வந்தா என்ன, வரட்டுமே.”

“உனக்குத் தலைக்கு வட்டா? வந்தா என்னன்னா, வந்தா புள்ளைகளெல்லாம் காபிரா மரிக்கும்.”

“உனக்கு நல்லா பைத்தியம் புடிச்சிருக்கு, தப்பளம் வைக்கணும்.”

இந்த உரையாடலின் ஜீவன் அதற்கு முன்னரான ஏனைய இஸ்லாமியப் படைப்புகளில் இல்லை. இந்த மண்ணின் மக்கள் எப்படி ஆங்கிலக்கல்விக்கு மருண்டு கொண்டிருந்தார்களோ அதே மருளல்தான் இந்த முஸ்லிம்களுக்கும். ஒன்றிலிருந்து ஒன்று வேறுபடுத்திப் பார்க்கத் தெரியாத மனிதர்கள். இஸ்லாமிய இனவரைவியலை அதன் ஒழுங்குகளோடுப் புனைந்ததில் தோப்பிலாருக்கு எந்தச் சாய்மானமும் இல்லை. அவர் விலகி நின்று தன் சமூகத்தைச் சுயவிமர்சனம் செய்யும் பாங்கு அது.

தமிழ் அலையில் மலையாள வாடை

காலம் மாறும்போது சமூகமும் மாறியாக வேண்டும். இதனிடையே எழும் எல்லா அச்சங்களும் போக்கடிக்கப்பட வேண்டும். அப்படியானால், முழு வாழ்க்கையை அசலாகப் படைக்கும்போது அந்த அசலிலிருந்து அடுத்தக் கட்டப் பாய்ச்சலுக்கு வழிவகுக்கிறார். அப்படி வழிவகுத்தால் தன் மார்க்க உணர்வு கலைந்துபோகும் என்கிற பதற்றம் தோப்பிலாருக்கு இல்லை. ஆனால், அதை வாசிப்பவர்களுக்கு இருந்தது.

அவரின் படைப்புக்கானச் சுதந்திர வெளியை மலையாள இலக்கியத்தின் மூலம் அவர் பெற்றிருக்க வேண்டும். அவரது நிலம் தமிழைப் பேசியபடியே மலையாளத்தைத் தழுவிக்கொண்டிருந்தது. நீலக்கடலலை தமிழை முழங்கினால், வீசிய காற்றில் மலையாள வாடை வந்தது. இத்துடன் அவருடையக் கதை, சம்பவக் கோவைகளாக மட்டும் ஆகாமல் அதனூடான விசாரணையாகவும் இணைந்தே நிகழ்ந்தன. இந்த இசைவு இல்லாதிருப்பின் அவருடையக் கதைகள் நம்பகத்தன்மையை இழந்திருக்கும்; இவற்றையெல்லாம்தான் வெகு தைரியமாகச் செய்துவருகிறோம் என்ற உணர்வுநிலையில் அவர் இருந்ததில்லை.

காலத்தை வெல்லும் படைப்புகள்

சாத்தியமற்ற அம்சங்களைச் சாத்தியமாக்குவதில் ஒரு கலைஞன் தோற்கக் கூடாது. அவருடையக் கதைகளில் சமூகம் ஆரம்பக் காலத்தில் ரொம்பவும் ஒவ்வாமை கொண்டிருந்தது. இலக்கியத்தை ஒரு வரமாகப் பார்க்கத் தெரியாதிருந்த சூழல் அது. அதை இறுகப் பற்றிப் பிடித்திருந்தால் சமூகம் மேலும் சில படிகள் முன்னேறியிருக்கும்தான்.

தன் படைப்புக்குள் மதம் எந்த அளவில் ஊடாடி நிற்பதாக அவர் கருதினாரோ, அந்த அளவுக்கு அது இல்லாதிருந்தால் என்னவாக இருந்திருக்கும் எனவும் அவர் பரிசீலனை செய்திருக்கிறார். ஆகவே, காலத்தை வெல்லும் படைப்புகள் தோன்றின அவரிடமிருந்து.

ஒரு புரட்சிக்காரனைப் போலவே தமிழ்ப் படைப்புலகுக்குள் நுழைந்தார்; கூடவே, கற்பனையின் விரிவையும் தாண்டிய தொன்மங்களின் வழியே ஒரு நாட்டுப்புறக் கலைஞனாகவும் அவர் ஜொலித்தார். அப்படிப்பட்டக் கலைஞனின், படைப்பாளியின் முகத்தைச் சலனமற்ற நிலையில் பார்க்க நேர்ந்ததே பெரும் துரதிர்ஷ்டம்.

இந்து தமிழ், 12.05.2019 (ஞாயிறு), ப. 6

'தோப்பில்' என்னும் அபூர்வ ராகம்

நீதிபதி பிரபா ஸ்ரீதேவன்

'ஒரு மாணவன் பொய் சொல்லித் தன்னைக் கவிஞனாகக் காட்டிக்கொள்ள முயல்கிறான். ஆசிரியர் என்ன செய்திருப்பார்? பிளந்திருப்பார். மாணவனின் ஆசிரியர் செய்யவில்லை. மீராசா பிள்ளை, ஒரு பொய் சொல்லியாவது கவிஞனாகக் காட்டிக்கொள்ள நினைத்தாயே'. இந்த மனிதத் தன்மைதான் தோப்பில் முஹம்மது மீரானின் சிறப்பு"

தோப்பில் முஹம்மது மீரான் என்னும் அபூர்வராகம் இனி இங்கே ஒலிக்காது; ஆனால், என்றும் எங்கேயும் கேட்கும். அவர் ஆண்டவனிடம் சேர்ந்தார் என்ற செய்தி கேட்டதும் ஒரு வலி.

மூன்று ஆண்டுகளுக்கு முன் என்று நினைக்கிறேன். நண்பர் அன்வர், என்னிடம் 'குட்டித் தீவின் வரைபடம்' புத்தகத்தைக் கொடுத்தார். அந்தப் புத்தகத்தை நான் சென்ற ஆண்டின் இறுதி மாதங்களில்தான் கையில் எடுத்தேன். இந்தப் புத்தகத்தை மொழிபெயர்க்க வேண்டும் என்று முடிவு செய்தேன். பிறகு திருநெல்வேலிக்குத் தொலைபேசி செய்தேன். 'அவர் எந்தப் புத்தகம் பண்ணப் போறீங்க' என்றார்.

'ஆனால் இதில் 9 கதைகள்தான் இருக்கு. எனக்கு இன்னும் சில கதைகள் தேவைப்படும்' என்றேன்.

'அனுப்பறேன் மா' என்றார் தோப்பில் முஹம்மது மீரான். பிறகு 'மரணத்தின் மீது உருளும் சக்கரம்', 'ஒரு மாமரமும் கொஞ்சம் பறவைகளும்' இரண்டையும் அனுப்பி வைத்தார். 'இந்தக் கதைகளிலிருந்தும் செய்யுங்கள்' என்றார் அவர்.

'எது நன்றாக வருதோ அதைப் பண்றேன்' என்றேன். 'எல்லாமே நல்லாதானே இருக்கு' என்றார் அவர். 'அய்யோ நீங்க எழுதினது எல்லாம் நல்லாதான் இருக்கு. எனக்கு எது மொழிபெயர்க்க நல்லா வருமோ அதைச் சொன்னேன்' என்றேன் நான். சம்மதம் கிடைத்துவிட்டது.

'எல்லாமே நல்லாதானே இருக்கு' பேசியது ஒரு குழந்தையா அல்லது ஒரு மாபெரும் எழுத்தாளரின் துல்லியமான சுய விமர்சனமா? இரண்டும்தான். இரண்டு கதைகளையும் மொழிபெயர்த்து முடித்ததும் அவருக்குத் தபாலில் அனுப்பினேன். பிறகு, அவர் குடும்பத்தினரிடம் நேரே வந்து பார்க்கிறேன் என்றேன். அந்த வாய்ப்புக் கிட்டாமல் போய்விட்டது.

அவர் எழுத்து எனக்குத் தந்த அனுபவம் மட்டும் போதும் என்று ஆண்டவன் சொல்லிவிட்டார். மொழிபெயர்க்கும்போது நாம் அந்த எழுத்தாளரை ஒரு அரிய நெருக்கத்துடன் பார்க்கிறோம். அவர் உணர்வு, பார்வை, நெஞ்சின் ஒலி எல்லாவற்றையும் நாமும் அணிந்து பார்க்கவேண்டும். அப்படி நான் பார்த்துத் தெரிந்து, தோப்பில் அவர்களின் உலகம், எத்தனை உயர்வான அன்பான அனைத்தையும் பார்த்து அப்படியே அணைத்த உலகம்!

நாம் அனைவரும் எப்படியும் ஒரு வட்டத்துக்குள்தான் இருக்கிறோம். அந்த வட்டம்தான் உலகம் என்று நினைப்பவர்கள் சிலருக்குத் தான் இருக்கும் வட்டத்துக்கு வெளியே பல வட்டங்கள் இருப்பது தெரியாது. வட்டம் என்று நினைப்பது உண்மையில் புகைவட்டம்தான்; எல்லோரும் ஒரே மாபெரும் வட்டத்துக்குள்தான் இருக்கிறோம் என்று திரும்பத் திரும்பச் சொல்கிறார் தோப்பில் முஹம்மது மீரான். அந்தச் செய்தி சம்மட்டியால் தலையில் அடித்துச் சொல்லும் செய்தியல்ல. மென்மையாக வரும் காதினுள், பிறகு உள்ளே ஸ்திரமாக அமர்ந்துவிடும் தன்மையுடையது.

அவருக்குப் பத்தி பத்தியாக எழுத வேண்டாம். நாலு வரி போதும். 'அப்பா துணியை அடக்கிக் கும்பிட்டுக்கொண்டு ஒரு மைல் தொலைவில் வண்டியை நிறுத்திவிட்டு, 'எசமானே' என்று சொல்கிறார். மகன் சைக்கிளைப் படாரென்று நேரே நிப்பாட்டிக் கும்பிடாமல் 'எங்கே' என்கிறார். பேரன் குடுகுடு சத்தத்துடன் ஹாரன் அடித்து பல்ஸரில் வந்து 'செட்டியாரே'

என்று கூப்பிட்டுச் செல்லிடப்பேசி எண்ணைக் காகிதத்தில் நீட்டுகிறார்'.

படிக்கும் நமக்குச் சிரிப்பு வரும். ஆனால், இருந்த நிலை இறந்துவிட்டது என்று புரியாதவருக்கும் புரிந்துகொள்ள விருப்பம் இல்லாதவருக்கும் அதிர்ச்சி. தோப்பில் எழுதுவது இவ்வளவுதான். ஆனால், எத்தனை ஆழம். பாசி படர்ந்த சமூகக் குளம் தெளிவடைகிறது.

நாம் ஒருவிதத் தீர்மானத்துடன் இயற்கையை அழித்து வருகிறோம் இல்லையா? அதைத் தோப்பில் எழுதுவார். டேய் இங்கே மூதாட்டி மரமும் இல்லை. ஆம்பல் குளமும் இல்லை. நீ உன் ஊருக்கு இங்கிருந்து பஸ் ஏறிப்போய்விடு. நம் பரம்பரைப் பாட்டெல்லாம் புலம் சார்ந்தது. இப்போது நாம் எந்தப் பாட்டைப் பாடுவோம். ஆம்பல் இல்லை. வரப்பு இல்லை. தோப்பு இல்லை. குளம் இல்லை. ஒப்பாரி வைத்து அழுவதற்கும்கூட வழி இல்லை. பூமியின் நெஞ்சாம் பலகையைப் பிளந்து நொறுக்கும் ஜே.சி.பி... வரப்பு என்ற நரம்புகள் மட்டுப்படுத்தப்பட்டது. மரங்கள் என்ற எலும்புகள் நொறுக்கப்பட்டன.

பெண்ணுக்குக் கடன் வாங்கி மெத்தைப் படுக்கை அனுப்புகிறார் தகப்பன். எந்த வண்டியில்? அவருக்குச் சல்லிசாக ஒப்புக்கொள்பவர் மைதீன். மைதீன் யார்? சவப்பெட்டி வண்டிக்காரர். மெத்தையை உள்ளே விடுவாளா மாமியா? எவ்வளவோ விசயங்கள் ஒரு சிறுகதையில். சில வரிகளில்... தோப்பில் சொல்கிறார். 'மைதீன் வாழவேண்டுமானால் ஊரில் ஒரு இறப்பு நடக்க வேண்டும் என்ற நிலை', 'அவன் செய்வது ஒரு சமூகச் சேவையாகத்தான் எனக்குப்படுகிறது'. இந்த ஈரம் அவர் எழுத்து முழுவதிலும் வியாபித்திருக்கும்.

நலிந்து போகும் மனித உறவுகள். இதனால், உடைந்து போகும் ஒரு தலைமுறை மக்கள். இதையெல்லாம் அற்புதமாகச் சித்திரிப்பார். ஓர் அலமாரி, அபூர்வ மருந்து மரத்தில் செய்யப்பட்டது. ரகசிய உள்ளறை கொண்டது. வாப்பா மட்டும்தான் அதைத் திறப்பார், உளி இறக்காத மரம். அதில் 'ம. உ. மு' என்று பொறிக்கப்பட்டது. பின்கிளைகள் அறிவதற்கு... அது கைமாறுகிறது. இந்தப் பெயரின்மீது ஒரு மாம்பலகை அடிக்கப்பட்டு அதில் அரசியல் கட்சியின் கொடி

பொறிக்கப்பட்டு, மொத்தத்தில் அருவருப்பான ஒரு முகர்வு, உணர்வு வந்தது என்கிறார். ஒரு வாழ்க்கை முறையில் சிறப்பும் பின் சீரழிவும். ஒரு பத்துப் பக்கக் கதையில்.

ஒரு சிறுவனுக்குப் பெரிய ஸ்கூல் போகணும். பெரிய கல்வி ஆசை இல்லை. பஸ்ஸில் போகலாம். சுல்தான் கண்ணு காக்கான் சாயாக்கடையில் புட்டுப் பயறு சாப்பிடலாம் – இவ்வளவுதான். ஆனால், பள்ளியில் பிறந்த தேதி கேட்கிறார்கள். யாருக்கும் தெரியவில்லை. அப்பா சொல்கிறார், இஞ்ச எவனுக்குத் தெரியும்... படிச்சதுமதி... இளம் உள்ளத்தை அப்படி உண்மையாகத் தோப்பிலின் பேனா வரைகிறது. அதன் குரூரம் உள்பட 'டேய் உனக்கு உம்மா குழந்தை பெறலடா'. குழந்தைகளுக்கு நிஜமாகவே பிறை கண்டால்தான் சொல்ல வேண்டும் என்று கிடையாது. இன்று கண்டாச்சோ என்று சொன்னால் இன்றே கிடைக்கும் ஒட்டப்பம், பாலாடை, கோழி, பெருநாள் படி எல்லாம். ஆகையால், 'நாங்களெல்லாம் பார்த்தோம்' என்று உறுதியாகச் சொல்கிறார்கள். அதனால், காலண்டர்போல் கழட்டிப் போடப்பட்டார். பயக்கோ பெருநாள் கொண்டாடினர்.

ஒரு வயதானவரை மகளும், மகனும் ஒதுக்கிவிடுகிறார்கள். அவர் சஃபர் போகிறார். ஒரு பூட்டப்பட்ட பையுடன் வாகா எல்லைவரை போகிறார். தீவிரவாதி என்று நினைக்கிறார்கள். பிடிக்கிறார்கள். பிடித்து அடிக்கிறார்கள். அடித்துச் செத்துப் போகிறார் வயதானவர். பைக்குள் இருந்தது என்ன? அவர் எங்கேயாவது இறந்தால், அடக்கம் செய்ய அனைத்துப் பொருள்களும் பஞ்சு உள்பட.

இன்னொரு கதையில் ஒரு பெண் ஒரு பஸ் கண்டக்டருடைய நம்பர் வேண்டும் என்று எல்லோரையும் கேட்கிறாள். ஆயிரம் சந்தேகங்கள். கடைசியில் உண்மை தெரிகிறது. என் ஊரில் உள்ள குளங்களைப் போலவே நம் நெஞ்சங்களிலும் ஈரம் வற்றி விட்டது. சொல்லவேண்டிய செய்தியை உரக்கக் கத்த வேண்டாம். நாம் எப்படி, நான் நீ என்று பிரித்து விட்டோம்? திறந்து பார்த்தால் நீ வேறு நான் வேறு அல்ல, நாம் தான் இருக்கோம். இதைத்தான் திரும்பத் திரும்பத் தோப்பில் முஹம்மது மீரான் இசைக்கிறார்.

பெண் மனதின் நுட்பமும், நுண்ணுணர்வும் புரிய அப்துல்லா இப்னு அபுபக்கர் கதை ஒன்று போதும். நூருன்னிஸா

என்ற பெண்ணும் அவளுக்கே சொந்தமான மாமியும். அவர் கதைகளுக்குத் தேவை என்றால் வரலாற்றை ஆழ்ந்து படிப்பாராம். இந்தக் கதையில் வரலாற்றைக் கரைத்துக் குடித்த அப்துல் ரகுமான் வருவார். அரபிகள் மேற்குக் கரை வந்த கதை சொல்ல. அந்தக் கதைக் கேட்டு நூருன்னிஸா ஒரு மயக்கத்தில் ஆழ்கிறாள். நிஜத்திற்கும் நிழலுக்கும் இடையே இருக்கும் சுவர் அழிகிறது. உலகம் அவளைப் பார்த்துக் கெக்கலிக்கிறது. கடைசியில் பறக்கிறாள். நூருன்னிஸாவின் வேட்கை, காதல் அவரிடம் செய்யும் ரசவாதம். இதைத் தோப்பிலின் வார்த்தையில் நாம் படிக்கும்போது தொண்டை அடைக்கிறது. கண்கள் பனிக்கின்றன.

இதுபோல பல கதைகள், என்ன செய்ய, நான் அவரை நேரே பார்த்துப் பேசவில்லை, எழுத்து மூலம்தான். அதனால், அதைப் பற்றிச் சொல்லித்தான் நான் மரியாதை செலுத்தமுடியும். பிரமிக்கத்தக்க சிருஷ்டிகர்த்தா. எனக்கு அந்த யானைப் பாறை, அரபிக்கடல், செந்நாரை வந்து அமரும் மரங்கள், இதுபோல அந்தப் புலம் மட்டுமல்ல, அங்கு வாழும் மக்கள் அவர்களின் வாழ்க்கை, நம்பிக்கை, பழக்கவழக்கம் எல்லாமே பரிச்சயம்போல இப்போது தோன்றுகிறது. ஆனால், அவர் சொல்வது அந்தப் புலமும் அந்த மக்களைப் பற்றி மட்டும் அல்ல, நம் எல்லோரையும் பற்றியும்தான்.

அவர் நமக்கு நம்முன் இருக்கும் இருட்டை, அழுக்கை, அவலத்தை, கசப்பைக் காட்டுவார். ஆனால், அவர் எல்லாம் தொலைந்துவிட்டது என்று எப்போதுமே சொல்வதில்லை.

எப்போதும் தோப்பிலின் சொற்களில் கற்பனையில் ஒரு சின்ன ஒளி தெரிந்து கொண்டே இருக்கும். அது நமக்கு நம்பிக்கைத் தரும். அந்த ஒளியில் ஓர் எல்லையில்லா அன்பு இருக்கும். அவர் எழுத்தை நாம் படிக்கும்வரை அந்த ஒளி அணையாது.

கட்டுரையாளர் நீதிபதி (ஓய்வு)
தினமணி, 11.05.2019, ப.8

நட்பாளர்
தோப்பில் முகமது மீரான்

சுப்ரபாரதிமணியன்

தற்போதைய தலைமுறையில் தனக்கு எழுத்தாள நண்பர்களாக என்று மூவரைக் குறிப்பிட்டதில் என் பெயரையும் குறிப்பிட்டுச் சென்றாண்டு அமரர் தோப்பில் முகமது மீரான் அவர்கள் தமிழ் இந்து தினசரியில் ஒரு நேர்காணலில் சொல்லியிருப்பதைப் புதுவைப் பாரதி வசந்தன் ஒருநாள் காலை நேரத்தில் கைபேசியில் அழைத்துத் தகவல் சொல்லி, பெருமையாக இருக்கிறது என்றார். தோப்பில் அவர்களின் கைபேசி எண்ணைக் கேட்டு வாங்கினார். அந்த நேர்காணலின் சில விடயங்கள் பற்றி அவரிடம் பேச வேண்டும் என்றார். அதன் பின்பே அந்தத் தினசரியை நான் தேடினேன்.

எங்களுக்கிடையிலான நட்பு வெகு இயல்பானதும், உளமார அன்பு பாராட்டக்கூடியதாகவும் 30 ஆண்டுகளுக்கு மேலாக நீடித்தது. செகந்திராபாத்திலிருந்து 'கனவு' ஆரம்பிக்கப்பட்டு உள்ளூர் தமிழர்களுக்கான இதழாக இரு இதழ்கள் வந்து உள்ளூர் தமிழர்களின் வரவேற்புக் கிடைக்காததால் பின்பு தமிழகப்படைப்பாளிகளுக்குமாக அதை மாற்றியபின் தோப்பில் அவர்களின் 'கடலோரத்துக் கிராமத்துக்கதை' நாவலின் பிரதியை அனுப்பியிருந்தார். அதைப்படித்து விட்டுத் தொலைபேசியில் அவரை அழைத்துப் பேசினேன். "உங்கள் ஊர் தேங்காய்ப்பட்டிணத்தின் சரித்திரமா இந்நாவல்?" என்றுதான் என் கேள்வியை ஆரம்பித்தேன். அவர் "இல்லை" என்று சொல்லிவிட்டுத் திருப்பி ஒரு கேள்வியைக் கேட்டார். அதைப்பற்றி நான் யோசித்துப் பார்த்ததில்லை.

"ஆந்திர மாநிலத்தில் இருக்கிறீர்கள். தமிழனுக்கு எப்போதும் தான் ஒரு தமிழன் என்பதில் கொஞ்சம் கர்வமும் பெருமிதமும் இருக்கும். பாரம்பரியமாக இருப்பதுதான். அது ஆந்திரத் தமிழனுக்கும் உண்டா?" என்றார். "அது பற்றி நாவல் எழுதுங்கள்" என்றார் தோப்பில். என் சிறுகதைகளின் தொடர்ந்த பயணத்தில் இருந்தபோது நாவல் எழுத வேண்டும் என்ற விதையை அவர் அக்கேள்வி மூலம் விதைத்தார் என்றே சொல்லவேண்டும். அதுவே, என் முதல் நாவல் 'மற்றும் சிலர்' ஹைதராபாத் பின்னணியில் தமிழர்களின் வாழ்வியலை அந்நாவல் பேசியது.

க.வை.பழனிச்சாமி சேலம் தமிழ்ச்சங்கத்தின் முக்கியப் பொறுப்பாளராக இருந்தபோது, புத்தக அறிமுகங்கள் என்று தோப்பில் உட்பட 5 எழுத்தாளர்களைக் கூப்பிட்டபோது, நான் தோப்பில் அவர்களின் சிறுகதைத் தொகுப்பொன்றைப் பற்றிப்பேசினேன். "இறுக்கமான, தீவிரமான விமர்சன மொழி புரிந்து கொள்ள இயலாததாக இருக்கிறது. எதிலும் எளிமைதான் எனக்குப் பிடிக்கும். மலையாளத்தில் எழுத ஆரம்பித்து, தமிழுக்குத் தாவியவன் நான். தமிழ்மொழியின் பாரம்பரியம் மலையாள மொழியோடு ஒப்பிடும்போது மிகவும் வித்தியாசமாகவே இருக்கிறது. தேசியத்தைச் சார்ந்த எழுத்திற்குப் பெரிய வரவேற்பு இருக்கிறது" என்றார்.

பல்வேறு சந்திப்புகள். அதிலெல்லாம் அவர் பல மலையாள அம்சங்களைப் பற்றிப் பேசியிருக்கிறார். அதிலொன்று, தமிழ்ப்பெண்களுக்கு இருக்கும் தைரியம், போராடும் குணம் மலையாளப் பெண்களிடம் அவ்வளவாக இல்லை என்பதைச் சொல்லியிருக்கிறார். தன் மனைவி வெகுளித்தனமானவள் என்பதைச் சொல்லி இதைச் சொல்வார்.

திருப்பூர் தமிழ்ச்சங்கத்தின் புத்தகத் தேர்வுக்கு ஓர் ஆண்டு நடுவராக இருந்தபோது திருப்பூரில் ஒரு விடுதியில் தங்கியிருந்து புத்தகங்களைப் படித்துக் கொண்டிருந்தபோது புத்தகங்களுடன் காணப்பட்ட உருவத்தை அவரின் வீட்டில் எப்போதுப் பார்த்தாலும் அடையாளம் கண்டிருக்கிறேன். வெகு எளிமையான, எதார்த்தமான படைப்புகளில் அக்கறை கொண்டு அவற்றைப் பற்றிப் பேசுவார். வெகுசன ரசனைப் படைப்புகளைப் புறம் தள்ளுவார். வெகுசன இதழ்களில் படைப்புகளை எழுதாமல் இருப்பதே ஒரு படைப்பாளி தீவிரத்தன்மை கொண்டிருப்பதன் அடையாளம் என்பதை வலியுறுத்துவார்.

கடந்த இரண்டு ஆண்டுகளில் அவரைக் கண்டபோதெல்லாம் அவரின் கால்களின் வீக்கம் அவர் நோய் காரணமாகப் பலவீனப்பட்டிருப்பதைச் சொல்லிக்காட்டியது. வருத்தமே மேலிட்டது. கடைசிச் சந்திப்பில் என் 'கோமணம்' நாவலின் மலையாளப் பதிப்பில் ஷாபியின் மொழிபெயர்ப்பு எளிமை சிறப்பாக இருப்பதாகச் சொன்னார். மலையாளத்தில் என் சுடுமணல் மொழிபெயர்க்கப்பட்டு வெளிவந்தபோது அதற்கு முன்னுரை எழுதியிருந்தார். "கார்ப்பரேட்டுகளுக்கு எதிரான குரல் சுப்ரபாரதிமணியனுடையது" என்று பொதுவான அபிப்ராயத்தையும் வெளியிட்டிருந்தார். இவ்வாண்டு பிப்ரவரியில் திருநெல்வேலி பல்கலைக்கழகத்தில் என் படைப்புகள் பற்றி ஒரு பன்னாட்டுக் கருத்தரங்கம் ஏற்பாடு செய்யப்பட்டிருந்தது. அக்கருத்தரங்கைத் துவக்கி வைக்க தோப்பில் மீரான் அவர்கள் ஒப்புக்கொண்டதாக அந்த நிகழ்ச்சியின் ஒருங்கிணைப்பாளர் பேரா. ராமபாண்டி தெரிவித்தார். ஆனால், நிகழ்ச்சிக்கு இரண்டு தினங்கள் முன்பிருந்தே அவரின் மகன் இயலாமையைத் தெரிவித்ததாகச் சொன்னார். நிகழ்ச்சியின் நாளன்றும், அந்நிகழ்ச்சியின் போது நானும் சென்று அவரைச் சந்திக்க இயலவில்லை.

அவரின் வீடு இருந்த பேட்டைக்கும் பல்கலைக்கழகத்திற்குமான இடைவெளி நிரந்தரமாய் நீண்டு விட்டதைப் பின்னர் உணர்ந்தேன்.

"நெட்டு இரிக்கா?"

குளச்சல் யூசுப்

தோப்பில் மீரான் அவர்கள் பல முறைகளில் எனது நெருங்கிய உறவினர். அண்ணன் என்று கூப்பிடுவேன். ஒருநாள், நண்பர் ஒருவரின் வீட்டுக்குச் சென்றபோது டிவியில் சாய்வு நாற்காலி தொடர் ஓட ஆரம்பித்தது. சாய்வு நாற்காலி தொடராக வருகிறது என்ற தகவல் அப்போதுதான் எனக்குத் தெரிய வந்தது. இலக்கியப் பரிச்சயமில்லாத நண்பன் "இது ஒரு ஃபன்னி சீரியல்" என்றபடி சானலை மாற்ற ஆரம்பித்தான். அதைப்போடு என்று சொல்லி எபிசோடை முழுவதுமாகப் பார்த்தேன். சாய்வு நாற்காலியைக் குழந்தைகள் சாய்ந்தாடுகிற நாற்காலி என்ற அளவில் மட்டுமே அதன் இயக்குனர் புரிந்துகொண்டிருந்ததாக நினைவு. சவுதி அரேபியாவிலுள்ள உஹுத் மலையை ஓஹேத்து மலை என்றும், குமரி மாவட்ட மீனவப் பகுதியினரையும் அவர்கள் உடுத்தும் ஆடைகளையும், வட இந்திய முஸ்லிம்களை மனதில்கொண்டு, கண் புருவங்களை இணைத்தும், பைஜாமா குர்தாவுடனும் காட்டியதைப் பார்க்கக் கோபம் கோபமாக வந்தது. மனம் பொறுக்காமல் நேராக வீட்டுக்கு வந்து, தோப்பிலாரைத் தொலைபேசியில் தொடர்புகொண்டேன். "ஊட்டுக்கு வாருங்கோ, பேசுவோம்" என்றார். அதிகம் காலம் கடத்தாமல் வீட்டுக்குச் சென்று "சாய்வு நாற்காலி தொடர் பாக்குறீங்களா?" என்று கேட்டேன். "இல்லை, நான் அதையெல்லாம் பாக்குறது இல்லை" என்றார். "இவ்வளவு குளறுபடியாக எடுக்குறதுக்கு எப்படி அனுமதிப்பீர்கள்?" என்று கேட்டேன். கிடைத்தப் பணத்தைக் குறிப்பிட்டுச் சொல்லி விட்டு, "எப்பிடி வேணாலும் எடுத்துக்கிடட்டுன்னு

உட்டுட்டேன்"என்றார். "பணம் கெடைச்சது சரி. நாவலை முழுசா மனசிலாக்குன யாராவது ஒருத்தனை (என்னை மனதில் வைத்துதான்) அவங்கிட்ட சொல்லியிருக்கக் கூடாதா? திருவாங்கூர் சமஸ்தான வரலாறும் தெரியாம, பகுதி மக்களோட கலாச்சாரமும் தெரியாம நாவலைக் கொதறி வெச்சிருக்காங்களே" என்று கோபத்துடன் கேட்டேன். "ஈசுபு சாப்பிட்டீளா?" என்று கேட்டுவிட்டு மனைவியை அழைத்து, "பிளேய் (புள்ளை) சோறு போடு" என்றார். தோப்பில் அண்ணனுடன் பேசும்போது மட்டும் ஏன் இவ்வளவு உரிமை எடுத்துக்கொள்கிறேன் என்பது இன்றுவரை எனக்குப் பிடிபடவில்லை. இதற்காக ஒருமுறை என் மனைவியும் என்னைக் கடிந்து கொண்டார்.

பலமுறை எங்களுக்குள் உரசல் ஏற்பட்டதுண்டு. தோப்பிலாரின் மிகச்சிறந்த வாசகன் நான். ஒரே பகுதி, ஒரே கலாச்சாரம், உறவினர்களும்கூட என்பதால் தோப்பிலாரின் கதைக்கூறுகள் ஒவ்வொன்றுக்குள்ளும் என்னால் ஊடுருவிச் செல்லமுடிந்தது. தோப்பிலாரின் படைப்புகள் விஷயத்தில் எனக்குப் பிறகுதான் மற்றவர்கள் என்ற எண்ணம் எனக்குள் வலுவாக இருந்தது. எனவே, அவரது தலைமை வாசகன் என்ற அங்கீகாரத்தை நிறுவும் நோக்கமும் இதனுள் செயல்பட்டிருக்கலாம். அண்மையில் காயல்பட்டணத்தில் ஒரு திருமண விழாவில் வைத்துப் பேசிக்கொண்டிருக்கும்போது திடீரென்று "ஈசுபு, என் புஸ்தவம் ஏதாவது படிச்சிரிக்கீளா?" என்று கேட்டார். இப்படியெல்லாம் கேட்பவரில்லை என்பது வேறு விஷயம். எனக்குக் கோபம் வராமலிருக்குமா? ஜன்னல் கதவை விற்றுச் சக்கோலி தின்பவன்; 'டேய் தம்பி, நல்ல பெண்ணு கெடைச்சா நமக்கொண்ணு பாத்துக்கடா' என்று தள்ளாத வயதிலும் பெண்ணுக்கெட்டுவதில் குறியாக இருப்பவன்; பெண்களை அதபு படிப்பித்து விட்டுப் பிரம்பை வாரியில் சொருகுபவன் போன்ற மறக்க இயலாத கதாபாத்திரங்களை அணுவணுவாக ரசித்தவனிடம், தோப்பிலாரின் நூல்கள் காலச்சுவடில் வெளிவர விரும்பி அதற்கான ஏற்பாடுகளில் ஈடுபட்டவனிடம், இப்படிக் கேட்டால் கோபப்படாமல் இருக்க முடியுமா? "வெளாடுறீங்களா?" என்று கேட்டுவிட்டு, பழசை எல்லாம் நினைவூட்டினேன். "ஓ… அப்டியா? எனக்கு ஓர்மையில்லை" என்றார்.

நாகர்கோவில் ராமன் புதூர் ரோட்டில் தோப்பிலாருடன் நடந்து கொண்டிருந்தேன். ஒரு முறுக்கான் (வெற்றிலை) கடையைப் பார்த்ததும், "கொஞ்சம் நெல்லுங்கோ ஒரு வெத்திலை போட்டுட்டு..." என்றார். கடைக்காரரிடம் "ஒரு வெத்திலைப் போடூதுக்கு. ஒரு வெத்திலையை மடக்குங்கோ" என்று சொல்லிவிட்டு, "நெட்டு இரிக்கா?" என்று கேட்டார். கடைக்காரருக்குப் புரியவில்லை. "நெட்டுன்னா?" என்று திருப்பிக் கேட்டார்.

வெற்றிலைப் பழக்கமுள்ளவர்களில் சிலர் அங்கு விலாஸ், யாப்பாணம் போன்ற புகையிலைகளுக்குப் பதிலாக நெட்டு எனப்படும் புகையிலையின் மூட்டுப் பகுதியைப் பயன்படுத்துவார்கள். குமரி மாவட்டத்தில் பலருக்கு வெற்றிலையுடன் இந்த நெட்டுப் போடும் பழக்கம் முன்பு இருந்தது. மரத்துண்டை ஈறுகளிடையே ஒதுக்கிக்கொண்டது போன்ற உணர்வு மட்டும்தான் இதிலிருக்கும். நெட்டின் கடினத்தன்மை ஈறுகளை அழுத்தும்போது சுண்ணாம்பின் காரத்தை அதிகம் உணரலாமே தவிர, புகையிலைபோல் இதில் சிறு போதை ஏற்படுவதற்குக் காரணங்களில்லை. இதில் கொஞ்சம் மிருதுவான இளம் நெட்டுகள் என்ற ஒரு வகையுண்டு. இதில் கடினத்தன்மை குறைவாக இருப்பதுடன் புகையிலைக்கான வீரியமும் ஓரளவு இருக்கும்.

"நெட்டுன்னா?" என்று திருப்பிக்கேட்ட கடைக்காரரிடம் விவரிக்க விரும்பாமலோ என்னமோ தோப்பிலார் பதில் சொல்லவில்லை. நான் இடையே நுழைந்து "நெட்டுக்கு விளக்கம் சொல்லி, இருக்கா" என்று கேட்டேன். "நான் இங்க கடை போட்டு வருஷம் எட்டாகுது. இப்படியொரு சாதனம் இருக்குற விஷயமே மொதமொதல்ல எனக்கு இப்ப தான் தெரியும்"என்றார் கடைக்காரர். தோப்பிலார் பதில் சொல்லாத காரணத்தைப் புரிந்துகொண்டேன். நான் முறுக்கான் கடை வியாபாரத்தை நிறுத்தி அப்போது இருபது வருடங்கள் கடந்துவிட்டன. இதனிடையே நெட்டு மறைந்துபோன தகவல் எனக்கும் தெரியாது.

◈◈◈

இனி ஒரு பய கிட்ட வர மாட்டான்

குமாரசெல்வா

கடலோர கிராமத்தின் கதை நூல் வெளியீட்டின் போதுதான் தோப்பிலை நான் முதன் முதலாகப் பார்த்தேன். தேங்காய்ப் பட்டிணத்தில் வைத்து 1980களின் இறுதியில். எனது ஆசிரியர் ஐசக் அருமை ராசன், சாமுவேல் தாசன் ஆகியோருடன் சென்றிருந்தேன். அந்த நிகழ்ச்சிக்கு நீலபத்மநாபனும் வந்திருந்ததாக ஞாபகம்.

பிறகு கோட்டாறு சமரசம் வீதியில் நெய்தல் சார்பாக கிருஷ்ணன் அதற்கொரு விமர்சனக் கூட்டம் நடத்தினார். சுந்தர ராமசாமி பேசும்போது தோப்பிலைக் கலகக்காரன் என்றார். மீரான் அதற்குரிய எந்த அடையாளமும் இல்லாமல் அப்பாவியாக உட்கார்ந்திருந்தார். கடைசியில் திக்கித்திக்கி சில வார்த்தைகள் பதிலுரைத்தார்.

ஜெயமோகனின் ரப்பர் நாவலுக்கான விமர்சனக்கூட்டம் பிறிதொரு நாள் அதே இடத்தில் நடந்தது.

தோப்பிலும் கலந்து கொண்டார். நாவலில் தங்கம் என்றொரு பாத்திரம் தற்கொலை செய்வது குறித்து ஐசக் அருமை ராசன் கேள்வி எழுப்பினார். வேற்றுச் சாதிக்கலப்பில் அவள் குழந்தை பெற்று எல்லோரும் ஏற்பதாக அமைத்திருக்கலாமே என்றார். விவாதம் வேறுரூபம் எடுக்கும் தருணத்தில் தலைமை வகித்த ஆங்கிலப் பேராசிரியர் ஜனார்த்தனன் தோப்பிலைப் பார்த்து "நீங்களும் உங்கள் நாவலில் பெண்ணொருத்தி கிணற்றில் விழுந்து

தற்கொலை செய்வதை எழுதி இருக்கிறீர்களே?" என்று கேட்டார். "அது வந்து பாருங்கோ அடக்க முடியாத காமம்!" என்று தயங்கியபடியே சில வார்த்தைகள் உதிர்த்தார்.

இப்படிப்பட்ட தோப்பிலைப் பிற்காலத்தில் வீரவேகமாக சந்திக்கும் தருணமும் எனக்கு வாய்த்தது. குமரி மாவட்ட மலையாளிகள் அமைப்பில் போய் நின்று, மலையாளிகளுக்கு அதற்கெதிராகக் குரல் கொடுப்பேன். குமரி மாவட்டம் தமிழகத்தில் அல்ல, இந்தியாவில் இருக்கிறது என்று முழங்கினார். அவரைக் கண்டித்து 'கேப்பியார்' எழுதியது. காலஞ்சென்ற அசுரனும் கட்டுரைத் தீட்டினார்.

தக்கலையில் நடைபெற்ற ஒரு கூட்டத்தில் இதற்கு எதிர் வினையாகப் பொது மேடையில் வைத்துத் தோப்பிலை உண்டு இல்லை என்றாக்கினேன். கடைசி வரிசையில் உட்கார்ந்திருந்த எனது மனைவி என்னைக் கையைப் பிடித்திழுத்து அழைத்துச் செல்லும் அளவுக்குப் பொங்கினேன்.

சிலகாலம் நின்று போன அவரோடுள்ள தொடர்பை மீண்டும் புதுப்பித்தது 'அனக்கம்' இலக்கிய அமைப்பு. அதன் துவக்கக் கூட்டம் நாகர்கோயிலில் நடைபெற்ற போது, 'அங்கே பம்மி இருக்கிறானே ஒரு மீசைக்காரன்' என்று என்னைக் குறிப்பிட்டுப் பேசினார். மட்டுமல்ல, 1954-ஆம் ஆண்டு நடைபெற்ற புதுக்கடை துப்பாக்கிச்சூட்டை விரிவாகப் பேசி தமிழ்மொழிக்காக முதன்முதலில் உயிர்த் தியாகம் செய்தது குமரிமண் என்று குறிப்பிட்டார்.

அதன் பிறகு எங்களுக்கிடையிலான நெருக்கம் அதிகரித்த போதிலும் உரசலும் தொடர்ந்தது. ஒருநாள் தொலைபேசி வாயிலாக என்னுடன், தான் இலங்கை செல்வதாகத் தெரிவித்தார். "எதற்கு? கருணாவின் படம் பொறித்த காலண்டர்களைத் தமிழகத்தில் வினியோகம் செய்யவா?" என்று கேட்டேன். இறுதிப் போருக்குப் பிறகு தமிழ் எழுத்தாளன் இதைத்தானே செய்து கொண்டிருக்கிறான் என்று கோபப்பட்டேன்.

டில்லியில் ஆசிய நாடுகளைச் சேர்ந்த எழுத்தாளர்களின் கூட்டத்தில் தோப்பிலோடு கலந்து கொண்டேன். மதிய உணவு நடந்த அரங்கில் பல நிறுவனங்கள் தனித்தனியாக உணவுகளைப் பரிமாறினர். தோப்பில் தெரியாமல் இன்னொரு அரங்கில் போய்

தட்டை எடுத்துச் சாப்பிட்டார். நாலைந்து கம்பெனிகள் தள்ளி எங்கள் பகுதியில் நின்று சாப்பிட்டுக் கொண்டிருந்த என்னைக் கண்டதும், 'எப்போ வந்தியோ?' என்று கேட்டவாறு எங்கள் பகுதிக்கு வரமுயல, காவலாளி ஒருவன் அவரைத் தடுத்து நிறுத்தினான். "பிறகுப் பார்க்கலாம்" என்று கூறிவிட்டு எங்கோ சென்றார்.

சாயங்காலம் நான் தங்கி இருந்த அறையில் என்னைத் தேடிக்கண்டுபிடித்து வந்த தோப்பில் மீரானைப் பார்த்ததும் ஆச்சரியத்தில் ஆழ்ந்தேன். பேண்ட் சட்டை போட்டு இன்பண்ணி அசத்தலாக வந்தார். தன்னை வேட்டி சட்டைப் போட்டுக் கொண்டு வந்ததால் விரட்டியதாகக் கூறிவிட்டு "இனி ஒரு பய கிட்ட வர மாட்டான்" என்றார். அதற்குள் கடைக்குச் சென்று வாங்கி இருக்கிறார். நான் அவருக்கு நடந்ததைத் தெளிவாகச் சொல்லிப் புரிய வைத்தேன். அவரோடு சேர்ந்து ஒரு புகைப்படமும் எடுத்துக்கொண்டேன்.

மீரான் பேண்ட் சட்டைக் கோலத்தில் தோன்றும் புகைப்படம், இது ஒன்று மட்டும்தான் என நினைக்கிறேன்.

தோப்பில் மாமாவுக்கு அஞ்சலி

அ. இராமசாமி

சென்னை நோக்கிப் போகும் இந்தப் பயணம் வருத்தம் கூடியதாகிவிட்டது. நெல்லையில் இருந்திருக்க வேண்டும்.

1991-92 ஆக இருக்கும். கி.ரா.வைப் பார்க்கப் புதுவை வந்திருந்தார். சந்தித்த அன்று முதல் எனக்கு மாமா தான். கி.ரா. பெரிய மாமா ஆனதால், நான் சின்னமாமா ஆகிவிட்டேன். அப்படித்தான் அழைப்பார். அவர் மேடையில் பேசுவதைக் கேட்பதைவிட தொலைபேசியில் பேசுவதை விரும்பிக் கேட்பேன். நீண்ட நேரம் பேசுவோம். இந்த ஆண்டு சாகித்ய அகாதமியின் கடைசிக் கட்ட முடிவு எடுக்கப்பட்ட விதத்தை விரிவாகச் சொன்னார். எஸ்.ரா. வுக்குக் கிடைக்கக் காரணமான குழுவில் இருந்த மகிழ்ச்சி வெளிப்பட்டது. சிரிப்பு, பேச்சு என நீண்ட உரையாடல் அது.

கடலோரக் கிராமத்தின் கதை, சாய்வு நாற்காலி தவிர எல்லாமே வந்தவுடன் அழைத்துத் தந்து படித்துக் கருத்துக் கேட்பார். அவ்விரண்டையும் போலவே கூனன் தோப்பு, துறைமுகம், அஞ்சு வண்ணம் தெரு, குடியேற்றம் என எல்லா நாவல்களுமே தமிழக இசுலாமிய சமூகத்தின் உள்கட்டுமான நெருக்கடிகள் பற்றிய அலசல்களே. வியாபாரம் சார்ந்து திருநெல்வேலியில் வாழ நேர்ந்தாலும் எழுத்தில் கன்னியாகுமரி மாவட்டத்திலேயே தான் இருந்தார். சிறுகதைகளில் குறிப்பான வெளிகளைப் பார்க்க இயலாது.

சாய்வு நாற்காலிக்காக சாகித்ய அகாதமி விருது (1997) பெற்றவுடன் ஒருநாள் கருத்தரங்கம் ஒன்றை 1998 மார்ச்சில் நடத்தியபோது மகிழ்ச்சி அடைந்தார். அதற்கென உள்ளூர்ப் பெருந்தனக்காரர் ஒருவரை அணுகியபோது அவருக்குத் தோப்பில் எழுத்துகள் பற்றித் தெரிந்திருக்கவில்லை. இசுலாமிய எழுத்தாளராக அவரை நினைக்கவில்லை என்பதும் தெரிந்தது. படிப்பு உதவிக்கட்டணம் வழங்குவதற்கு விண்ணப்பம் தருவதுபோல விண்ணப்பம் ஒன்றை எழுதித்தரச் சொன்னார். எழுதித்தந்துவிட்டுக் கருத்தரங்கத்தை முடித்தபின் வருடக் கணக்கு முடிக்கும்போது இரண்டாயிரம் ரூபாய் அனுப்பி வைத்தார் அந்தப் பெருந்தனக்காரர். அக்கருத்தரங்கைப் பல்கலைக்கழகத் துணைவேந்தர் வசந்திதேவி தொடங்கிவைத்தார்.

பேராசிரியத் திறனாய்வாளர்கள் தி. சு. நடராசன், துரை.சீனிச்சாமி, பா. ஆனந்தகுமார் ஆகியோர் பேசினார்கள். துறைக்கு அழைக்கும்போது மறுக்காமல் வருவார். வாகனம் ஏற்பாடு செய்தால் போதும். சில தடவை நானே போய் விடுவேன். பல்கலைக் கழகத்தில் ஆட்சிப்பேரவை, பாடத் திட்டக்குழு, விருதுத் தேர்வுக்குழு எனப் பலவற்றில் இருந்தார். கடைசியாக –பிப்ரவரியில் ஆங்கிலத்துறை மேடையில் ஒன்றாக அமர்ந்து பேசினோம்.

அதன்பிறகு இலங்கையிலிருந்து சிராஜ் என்ற நண்பர் வந்தபோது தொலைபேசியில் பேசினேன். தோப்பில் எடுக்கவில்லை. 'பார்க்க வரலாம்; நீண்ட நேரம் இருந்து பேச முடியாது' என்று எடுத்த பெண் சொன்னார். அவரோடு போய் ஒரு எட்டுப்பார்த்துவிட்டு வந்திருக்கலாம். பார்க்க முடியாமலேயே போய்விட்டது.

பஷீரை சந்திக்க முடியாமல்போன மீரானின் கவலை

மலையாளத்தில்: M.N. காரச்சேரி
தமிழில்: B. தினேஷ்

வைக்கம் முஹம்மது பஷீரை நேரில் சந்திக்க முடியவில்லையே என்ற கவலை குறித்து 25 வருடத்திற்கு முன் தோப்பில் முஹம்மது மீரானைக் கேரளா, திரூர் துஞ்சன்பரம்பில் வைத்து அவரை முதன்முதலில் சந்தித்தபோது என்னோடு ஆதங்கப்பட்டார்.

அடுத்தநாளே நான் அவரைப் பேப்புரிலுள்ள பஷீரின் வீடான வைலாலுக்கு அழைத்துச் சென்றேன். அப்போது பஷீர் இறந்து இரண்டு மாதங்களே ஆகியிருந்தன.

மீரான், பஷீரைச் சந்திக்க பேப்பூருக்குச் செல்ல பலமுறை திட்டமிட்டிருந்தாராம். ஆனால், கடைசிவரை அது நடக்காமலேயே போய்விட்டது. அது மீரானுக்குப் பெரிய ஏமாற்றத்தையும், கவலையையும் ஏற்படுத்தியது.

அவர் தமிழில் மிகவும் பிரபலமான எழுத்தாளர் என்றாலும் கூட பாதி மலையாளி. அது மட்டுமல்லாமல் அவர் ஆரம்பத்தில் எழுதிக்கொண்டிருந்தது மலையாளத்தில்தான்.

பஷீரின் கதைகள்தான் தன்னை ஒரு வாசகனாகவும், எழுத்தாளனாகவும் செழுமைப்படுத்தியது என்று குறிப்பிட்டிருக்கிறார்.

ஆரம்ப காலங்களில் பஷீரின் கதைகளைத் தமிழில் மொழிபெயர்த்து வந்தார்.

ஆனால், அது சரியாக அமையாததால் அதுமாதிரியான கதைகளைத் தழுவி எழுத முயற்சித்திருக்கிறார். ஆனால் அதுவும் சரிபட்டுவராமல் போகவே தன் உறவினர்கள், ஊர்க்காரர்கள் போன்றவர்களுடைய வாழ்க்கையை மையப்படுத்திக் கதைகளாகவும், நாவல்களாகவும் தன்னுடைய பாணியில் எழுத ஆரம்பித்தார்.

காலப்போக்கில் அவருடைய மொழிநடை, உரைநடை எல்லாம் மிகவும் தனித்தன்மை பெற்றதாகவும், யதார்த்தமான தாகவும் அமைந்துபோனது.

முஸ்லீம் சமூகத்தின் வாழ்க்கையைக் குறித்தும், அவர்களின் மத ரீதியான அடையாளங்களைக் குறித்தும் தமிழ் மொழியில் மிகச் சிறப்பாகப் பதிவு செய்த எழுத்தாளர் 'தோப்பில் முஹம்மது மீரான்' மட்டுமே.

மதவாதத்தை எதிர்த்தும், தேவையற்ற சம்பிரதாயங்களை எதிர்த்தும் பதிவு செய்தவைகள்தான் 'ஒரு கடலோர கிராமத்தின் கதை', 'துறைமுகம்', 'சாய்வு நாற்காலி', 'கூனன் தோப்பு', 'அஞ்சுவண்ணம் தெரு' போன்ற நாவல்கள் எல்லாம். அவருடைய சிறுகதைகளும்கூட கிட்டத்தட்ட அதே சாயலில் தான் இருந்து வந்தது.

அவருடைய படைப்புகள் அனைத்தும் வட்டார வழக்குத் தமிழில் அமைந்துபோனதாலேயே அவரை முழுமையாக ஏற்றுக் கொள்ளவில்லை. காரணம் நம் தேசத்தில் இப்போதுகூட தமிழ்மொழி வட்டார வழக்கு மொழியல்லாமலா இருக்கிறது? என்று மீரான் கேள்வி எழுப்புகிறார்.

அவர் பல அலங்காரங்களையும், விருதுகளையும் பெற்றிருக்கிறார். அதில் முக்கியமான விருது 'சாய்வு நாற்காலி' என்ற நூலுக்கு 1997ஆம் வருடத்தில் அவருக்குக் கிடைத்த 'சாகித்ய அகாதெமி விருது'.

அதன்பிறகு அந்த நூல் ஆங்கிலம், ஹிந்தி, மலையாளம் போன்ற மொழிகளில் மொழிபெயர்க்கப்பட்டு வெளிவந்தது ஒரு தனி சிறப்பாகும்.

பிரபல மொழி ஆய்வாளரான T.B.வேணுகோபால பணிக்கர் என்பவர் மீரான் எழுதிய 'கூனன் தோப்பு' என்ற நாவலை

மலையாளத்தில் மொழிபெயர்த்திருந்தார். 2005ஆம் ஆண்டு சிறந்த மொழிபெயர்ப்புக்கான 'சாகித்ய அகாதெமி விருதை' அந்த நூல் பெற்றது என்பதும் ஒரு சிறப்பம்சமாகும்.

கேரளா மாநிலத்தினுடனான தன் தொடர்பைத் தன் வாழ்நாள் முழுவதும் நிலைநாட்டி வந்தார் மீரான். அதுமட்டுமல்லாமல் மலபாரில் நடத்திவந்த இலக்கியக் கூட்டங்களில் கலந்துகொண்டும், அப்போதைய மலையாள இலக்கிய இதழ்களில் தொடர்ந்து கட்டுரைகள் எழுதியும் வந்தார்.

N. P. முஹம்மது, U. A. காதர் புனத்தில் குஞ்சப்துள்ளா, P. K. பாறக்கடவு போன்ற எழுத்தாளர்களுடைய படைப்புகளை மீரான் தமிழில் மொழிபெயர்த்து வந்தார். அதன்மூலமாக மலையாள மொழியோடும், மலையாள எழுத்தாளர்களோடும், தனக்கிருந்த நெருக்கத்தைத் தொடர்ந்து வளர்த்து வந்தார்.

நான் 2008இல் 'வைக்கம் முஹம்மது பஷீரின் வாழ்க்கை வரலாறு' என்ற நூலை எழுதியிருந்தேன். மீரான் அவர்கள்தான் அதைத் தமிழில் மொழிபெயர்த்தார்.

அந்த நூல் எங்கள் இருவருக்கும் பெரிய மரியாதையையும் அடையாளத்தையும் ஏற்படுத்தித்தந்தது.

தோப்பில் முஹம்மது மீரான் என்ற ஒரு களங்கமற்ற நண்பனை, சோம்பலற்ற ஒரு சகப்படைப்பாளியை இன்று நான் இழந்து நிற்கிறேன். எங்கள் இருவருடைய விருப்பங்களும் எண்ணங்களும் கிட்டதட்ட ஒரே அலைவரிசையில்தான் இருந்தது. காரணம் அந்தளவிற்கு மானசீகமான ஒரு நெருக்கம் எங்களுக்குள் இருந்து வந்தது.

கடைசியாக வியப்பூட்டும் மற்றொரு செய்தியை இங்கு சொல்ல விரும்புகிறேன். வைக்கம் முஹம்மது பஷீரின் 'பால்ய கால சகி' என்ற நாவல் வெளிவந்த காலத்தில்தான் தோப்பில் முஹம்மது மீரான் பிறந்தாராம். பஷீர் இறந்து 25ஆவது வருடம் கொண்டாடப்படும் இவ்வேளையில் மீரானின் இறப்பு எனக்கு ஆச்சரியத்தைத் தருகிறது.

◈◈◈

கட்டுரைகள்

நான் எனது 'தேங்காய்ப்பட்டணம்' என்கிற சிறிய துவாரத்தின் வழியே இந்த உலகத்தைப் பார்க்கிறேன். உலகெங்கிலுமுள்ள மனிதர்களும் தேங்காய்ப்பட்டணத்து மனிதர்களும் ஒன்றுதான். உணர்வுகளும் ஒன்றுதான். ஆனால், வெவ்வேறு வடிவங்களில் இருக்கின்றனர். நான், என் ஊரைப் பற்றி எழுதிய அரசியலுடன் தமிழ்நாட்டு அரசியல் ஒத்துப்போகவில்லையா? ஒரு தன்னந்தனி மனிதனல்லவா ஒரு கிராமத்தையே ஆட்டி வைக்கிறான். ஒரு அரசியல்வாதி அல்லவா மதுரையைப் போன்ற பெரிய நகரத்தைக் கட்டிப் போட்டு வைக்கிறான்? நான் கிராமத்திலுள்ள ஒரு முதலாளியைச் சொன்னேன். இன்றைக்கு அரசியல்வாதி... — **நேர்காணலில்**

தன் சமூகத்தின் மூடுதிரையை இலக்கியத்தால் விலக்கியவர்!

பொன்னீலன்

கிட்டத்தட்ட கடந்த 50 ஆண்டுகளாக நாவல்கள், சிறுகதைகள் என்று ஏராளமாக எழுதித் தமிழ் இலக்கியத்தை வளப்படுத்தியவர் தோப்பில் முகம்மது மீரான். அவருடைய முதல் நாவல் 'ஒரு கடலோர கிராமத்தின் கதை'யே! தன் இலக்கிய அழகாலும், அது காட்டும் அபூர்வமான வாழ்க்கை வளத்தாலும், தமிழ் இலக்கிய உலகில் அவருக்கு ஒரு நிலையான இடம் பிடித்துத் தந்தது.

மிக நீண்ட காலமாக ஒரு மூடிய சமூகமாகக் கருதப்பட்ட சிறுபான்மைத் தமிழ் இஸ்லாமின் உள்முரண்பாடுகளையும், அதன் வளர்ச்சிக்கு இடையூறாக இருந்த சிக்கல்களையும் நெகிழ்த்தி அவிழ்த்து சமூக வளர்ச்சியைத் தூண்டிய அருமையான படைப்பாளி அவர்.

தமிழ்ச் சிறுபான்மை இலக்கிய வளர்ச்சிப் போக்கின் ஓர் அழுத்தமான கணுவாக அமைந்தவர் தோப்பில் முஹம்மது மீரான். தேங்காய்ப்பட்டிணம் என்னும் கடலோர கிராமத்தைச் சார்ந்தவர் அவர். அந்த ஊரின் சிறுபான்மை சமூகமான இஸ்லாமியரின் வாழ்வியலைப் புனைகதைகளாக எழுதி, மைய நீரோட்டத்தில் கொண்டு சேர்த்தவர் அவர்.

1990–களுக்குப் பிறகு தமிழின் நவீன இலக்கியம் புதிய புதிய திசைகளில் பயணிக்க ஆரம்பித்தது. அதுவரை நவீனம் பேசிய படைப்பாளிகள் தங்கள் படைப்புகளுக்குள் கவனப்படுத்தாத

மற்றவை – தலித்துகள், சிறுபான்மையினர், பழங்குடிகள், பெண்கள் முதலிய சமூகத் திரட்சிகளில் இருந்து புதிய புதிய படைப்பாளிகள் உருவாகத் தொடங்கினார்கள். இவர்கள் சொல் புதிதாக, பொருள் புதிதாக, சுவையும் புதிதாக இருந்தது. அழகியல் பார்வையை விடப் புதிதாக இருந்தது.

இந்த வரிசையில் வந்தவர்தான் தோப்பில் முஹம்மது மீரான். தேங்காய்ப்பட்டிணம் என்னும் தன் கடலோரச் சிறுபான்மை சமூகத்தின் வாழ்வியலை அதன் முழு அழகோடும், ஆழத்தோடும் மைய நீரோட்டத்தில் கொண்டு வந்த சாதனையாளர் இவர்.

இந்தக் கடலோர கிராமம்தான் தோப்பில் முஹம்மது மீரானின் மிகப் பெரும்பான்மையான படைப்புகளின் களம். ஒரு கடலோரக் கிராமத்தின் கதை, துறைமுகம், கூனன் தோப்பு,சாய்வு நாற்காலி எல்லாமே அந்தச் சிறிய வட்டாரத்தில் இருந்து அவர் உயிரும் உடம்பும், உணர்வுமாக உருவாக்கி எழுப்பியவையே.

ஒரு கடலோர கிராமத்தின் கதையை முதன்முதலில் வாசித்தபோது பிரமித்துப் போனேன். இஸ்லாம் மனிதர்களின் முரண்பட்ட தன்மைகள், இறுக்கங்கள், இஸ்லாம் பெண்களின் ஒடுங்கிப்போன நிலை, எல்லாமே என்னை அதிர வைத்தன. முழு நிலவு தரையில் வீழ்த்தியிருக்கும் வெள்ளிக்காசுகளை அவர் வரைந்து காட்டும் அற்புதம் தமிழ்ப் படைப்புலகில் வேறு எவரிடமும் நான் அதுவரை பார்த்ததில்லை.

ஒரு கடலோர கிராமத்தின் கதையில் வள்ளியாற நீர் நிறைந்து மதமதத்துக் கடலைத் தழுவிக் கொள்ளும் அற்புதம், ஆற்றின் திமில்கள் போன்ற அலைகள் கடலை ஏறித் தழுவும் மாட்டி... இந்த அழகுக்காகவே தோப்பில் மீரானின் படைப்புகளைப் பல முறை வாசித்திருக்கிறேன். சி. எம். முத்துவின் கதைகளைப்போல இவர் படைத்துத் தரும் காட்சிகளும் மனதைவிட்டு விலகாதவை.

இந்தப் படைப்புகளை மிகுந்த உட்கட்டமைப்பு நுட்பங்களோடும், பண்பாட்டு அழகோடும், ஆழத்தோடும் அழகிய சிற்பங்களாக வரைந்திருக்கிறார் தோப்பில். சாதாரண வரைவுகள் அல்ல அவை. தன் மொழியின்மீது அவர் செலுத்திய ஆளுமை அபாரம் குமரி மாவட்டத்தில் அவர் அளவுக்கு மொழியைக் கலை நேர்த்தியோடு பயன்படுத்தியவராக வேறு யாரையும் சொல்ல முடியவில்லை.

முஸ்லிம் ஆகட்டும், நாடார் ஆகட்டும், பிற சாதிகள் ஆகட்டும் எல்லாரும் பேசும் மொழியை எதார்த்தமாக அப்படி அப்படியே கையாண்டிருக்கிறார் தோப்பில். இதற்கு அவர் எல்லாச் சமூகங்களையும் கூர்ந்து கவனித்திருக்க வேண்டும். வட்டார மொழிகளின் தனித்தன்மைகளையும் தனித்தனியான அவற்றின் அழகையும் பிசிறின்றி உள்வாங்கிச் சேகரித்திருக்க வேண்டும்.

இலக்கியக் கூட்டங்களுக்காக தோப்பில் முஹம்மது மீரானும் நானும் பல ஊர்களுக்குச் சேர்ந்து பயணித்திருக்கிறோம். ஒரு தடவை குழித்துறை என்னும் ஊரில் பேருந்துக்காக நாங்கள் நின்று கொண்டிருந்தபோது, கடை ஓர நிழலில் பெண்கள், சிலர் முந்திரிப் பருப்பு விற்றுக்கொண்டிருந்தார்கள். அவர்கள் தங்களுக்குள் பேசிக்கொண்டு இருந்ததைக் கூர்ந்து கவனித்துப் 'பார்த்திங்களா... பார்த்திங்களா... ஒரு தெய்வத்தைக் கோயிலில் பிரதிஷ்டை செய்ததாக நாம் சொல்வோம். நிறுவுதல் என்றும் சொல்லுவோம். எவ்வளவு எளிமையாக இருத்துதல் என்று சொல்கிறார்கள். பாருங்கள்' என்றார். இப்படிப்பட்ட சொற்களை இவர்களின் வாய்களிலிருந்துதான் பொறுக்கிச் சேகரிக்க வேண்டும் என்றார். இந்த மொழியை நாம் கற்பனை செய்ய இயலுமா?

குமரிமாவட்டத்தில் தோப்பில் மீரான் அளவிற்கு மொழியை நுட்பமாகக் கையாண்டவர்கள் மிக அபூர்வமே. முஸ்லிம் ஆகட்டும், நாடார் ஆகட்டும் பிறர் ஆகட்டும் எல்லோரின் மொழியும் அவர் படைப்புகளில் அப்படி அப்படியே வந்திருக்கும். இது சாதாரணமாக வாய்த்த திறமை அல்ல. சமூகங்களை அவ்வளவு நுட்பமாக அவர் கவனித்திருக்கிறார். இலக்கியக் கூட்டங்களுக்குப் போனால், மொழியைத் தான் கையாளும் விதத்தைப் பற்றியே அவர் அதிகம் பேசுவார். இன்ன மொழியை இப்படி இப்படிச் சொல்லலாம். நாம் இப்படியும் சொல்லுகிறோம் என்பார்.

கடைசி வரை தோப்பில் முஹம்மது மீரான் எழுதிக்கொண்டே இருந்தார். தன் சமூகத்தைச் சுயபரிசீலனை செய்தார். விமர்சிக்கவும் செய்தார். எல்லாம் கலந்ததைக் கவனித்து அழகிய புனைவுகளை உருவாக்கிய சிறுபான்மைப் படைப்பாளி அவர். இதில் அவருக்கு நிகராகச் சொல்லத்தக்க பெண் சல்மா.

மூடிக்கிடந்த தன் சிறுபான்மைச் சமூகத்தைப் பொதுவெளிக்குச் சுய விமர்சனத்தோடு திறந்துகாட்ட அவர் பட்ட சிரமங்கள் கொஞ்சம் அல்ல. தலித் இலக்கியத்தில் இருந்தும், பெண்ணிய இலக்கியத்தில் இருந்தும் சிறுபான்மை இலக்கியம் வேறுபடுகிறது. மற்ற இலக்கியங்கள் தன் சமூகத்துக்கு எதிர்எதிர் நிலையாக வேறு சமூகங்களை முன் நிறுத்துகிறது. தோப்பிலோ, தன் சமூகத்தின் இறுகிப்போன சட்டங்கள் அதிகார மையங்கள், பெண் ஒடுக்கு முறைகள், மத குருமார்களின் அதிகாரங்கள் இவற்றிற்கு எதிராகத் தன் மனசாட்சியையே நிறுத்துகிறார்.

இத்தனைக்கும் அவரின் கதைக்களம் கடலோரத்தில் உள்ள ஒரு சின்னஞ் சிறிய கிராமமே. அந்தச் சின்னஞ்சிறிய கிராமத்தில் இருந்தே தன் பெரும்பான்மைப் படைப்புகளைக் கொண்டு வந்துள்ளார் தோப்பில். கடலோரக் கிராமத்தின் கதை, துறைமுகம், கூனன் தோப்பு, சாய்வு நாற்காலி, எல்லாவற்றின் களமுமே அந்தச் சின்னஞ்சிறிய கிராமமே.

எல்லா மக்களிடமும் இணக்கத்துடன் பழகுபவர் தோப்பில் மீரான். வேறுபாடு காட்டாதவர் அவர். மலையாளம் கற்றுத் தேறியவர். சொந்தமாக முயன்று தமிழ் கற்றுத் தமிழ் எழுதப்பழகியவர்.

தமிழிலும் மலையாளத்திலும் எழுதும், பேசும் ஆற்றல் பெற்றவர். தமிழ்நாட்டிலும் கேரளத்திலும் அவர் பல இலக்கியக் கூட்டங்களில் கலந்து கொண்டவர். வெள்ளை வேட்டி, அரைக்கைச் சட்டை, திடகாத்திரமான கழுத்தின் மீது பொலிந்து நிற்கும் வட்டமான முகம், அழகிய அகன்ற நெற்றி, பின்னோக்கி வாரிச் சீவப்பட்ட பாதி நரைத்த அடர்த்தியான தலை, தேன்வண்டு பாடுவதுபோல் காதில் இனிமை சேர்க்கும் குரல், எல்லாம் கனவாகிவிட்டதே...

அவருடைய இலக்கியப் படைப்புகள் தங்களுடைய தனித்தன்மையான அழகால், ஆழத்தால், கலை நேர்த்தியால் தோப்பில் முஹம்மது மீரானை என்றென்றும் நிலை நிறுத்தும்.

தினமணி, 'தமிழ்மணி', 12.05.2019 (ஞாயிறு) ப.8

அஞ்சுவண்ணம் தெரு:
தோப்பில் முகமது மீரானின் புதிய நாவல்

ஜெயமோகன்

மரபான நாவல்களுக்குரிய வடிவமும் கருப்பொருளும் கொண்டது தோப்பில் முகமது மீரானின் அஞ்சுவண்ணம் தெரு. ஒரு தெருதான் கதைக்களம். அந்தத்தெருவில் வாழும் பலவகையான மனிதர்களின் வாழ்க்கைப்பற்றிய ஒன்றோடொன்று பொருந்தும் உதிரிச்சித்தரிப்புகள்தான் கதை. காலமாற்றத்தில் அந்தத்தெருவுக்கு என்ன ஆகிறது என்பதுதான் கரு.

ஆனால், உயிரோட்டமுள்ள ஓர் இலக்கிய ஆக்கமாக இருக்கிறது இப்படைப்பு. உயிரோட்டம் என்னும்போதே நுட்பம், வளர்ந்துகொண்டே இருக்கும் இயல்பு இரண்டும் சுட்டப்பட்டுவிடுகின்றன. நல்ல கலைப்படைப்பின் இயல்பு அது. அஞ்சுவண்ணம் தெரு அதன் கதாபாத்திரங்களின் உறவுகளுக்குள் விடப்படும் மௌனங்களையும் காலமாற்றம் மூலம் ஒவ்வொரு கதாபாத்திரங்களும் கொள்ளும் வளர்சிதை மாற்றங்களையும் கணக்கில் கொள்ளும் வாசகர்களின் ரசனையில் சுருளவிழ்ந்துகொண்டே இருக்கும்.

மீரானின் இலக்கியத்தனித்தன்மையை நேர்மை, நகைச்சுவை உணர்வு என்ற இரு சொற்களில் வகுத்துரைத்துவிடலாம். அந்த இயல்புகள்தான் அவரது நாவல்களை சுவாரசியமான இலக்கிய ஆக்கங்களாக ஆக்குகின்றன. சென்ற காலங்களில் தேர்ந்த இலக்கியவாதிகளாலும் எளிய வாசகர்களாலும் அவை ஒருங்கே பாராட்டப்பட்டன. பிறிதொரு மொழியில் அவர் எழுதியிருந்தால் பெரும்புகழ்பெற்ற மக்கள் எழுத்தாளராக இருந்திருப்பார்.

20 வருடம் முன்பு சுந்தர ராமசாமி தோப்பில் முகமது மீரானின் 'ஒரு கடலோர கிராமத்தின் கதை'யைப் படித்துவிட்டுச் சொன்னார், 'இவரு மனிதாபிமானி. எளிய மக்களோட சுகதுக்கங்களிலே இயல்பா மனசு போய் படிஞ்சுடுது. அவங்க கஷ்டப்பட்டு மேலே வாறதுக்குமேலே இவருக்கு அலாதியான ஒரு கரிசனம் இருக்கு. இதுதான் இவரோட பலம்' ஆம், பெரும்பாலான சிறந்த யதார்த்தவாத இலக்கியவாதிகளைப்போலவே மீரானும் மனிதாபிமானி. மனிதவாழ்க்கையின் அவலங்களையும் அவற்றின் பாறைக்கனத்தினூடாக வேர் ஊன்றித் தளிர்விட்டு எழும் அன்பின் அழியாத உயிரையும்தான் எப்போதும் அவர் சொல்கிறார். மீண்டும் மீண்டும் எளிய மனிதர்களின் துயரங்களையே அவர் புனைவு நாடுகிறது.

ஆனால், எப்போதும் பக்கம்சாராத நடுநிலை நோக்குடன் வாழ்க்கைக்குள் செல்வது அவரது வழக்கம். எளிய சமன்பாடுகளை அவரது நாவல்கள் கொண்டிருக்கவில்லை. அந்த இயல்பு 'அஞ்சுவண்ணம் தெரு'விலும் சிறப்பாக வெளிப்பட்டிருக்கிறது. இந்நாவலின் கருத்துக்கட்டமைப்பை இவ்வாறு வகுத்துக்கொள்ளலாம். ஒரு மண்ணில் முளைத்து அம்மண்ணின் இயல்பாகவே திகழும் மரபான வாழ்க்கைநோக்கு ஒருபக்கம். மறுபக்கம் புதிய காலத்தில் உலகளாவிய தன்மையுடன் வரும் வாழ்க்கை நோக்கு. இவ்விரண்டுக்கும் இடையேயான மோதலே அஞ்சுவண்ணம் தெரு.

மரபான வாழ்க்கை யதார்த்தத்தின் ஊடுக்குப் பாவாகக் கனவாலும் நெய்யப்பட்டது. நீண்ட இறந்தகாலம் அவர்களின் ஆழ்மனத்தில் மொழியின் ஆழத்தில் கனவுகளாக மாறிவிட்டிருக்கிறது. வரலாறுதான் ஐதீகங்களாகவும் தொன்மங்களாகவும் நம்பிக்கைகளாகவும் ஆசாரங்களாகவும் கட்டமைக்கப்பட்டிருக்கிறது. அவர்கள் நினைவில் நிறுத்திக் கொள்ள விரும்பிய விஷயங்கள், அவர்கள் தங்கள் வாழ்க்கையின் சாரமாக முன்வைக்க விரும்பும் விஷயங்கள் அவையே அவர்களின் வழிபடுபொருளாக மெல்லமெல்ல மாறுகின்றன. வழிபாடென்பது ஒருவகையில் ஓர் உண்மையைத் தெய்வீகமானதாக ஆக்கி அதை எப்போதைக்குமாக நிலைநாட்டும் உத்தி.

இறைநேசர்கள், மாவீரர்கள், கவிஞர்கள், அறிஞர்கள், தியாகிகள் ஆகியோரை மரபான மனம் தன் மனத்தில்

இறைவனின் பிரதிநிதிகளாகவே நிலைநாட்டிக்கொள்கிறது. அவர்கள் தங்கள் வாழ்வில் முன்வைத்த மதிப்பீடுகளைத் தெய்வீக ஆணைகளாக ஏற்றுக்கொள்கிறது. இதன் விளைவாகவே எல்லா மதங்களிலும் புனிதர் வழிபாடு உருவாகியிருக்கிறது. சமணம், பௌத்தம், கிறித்தவம், இந்து, இஸ்லாம் எதுவுமே விதிவிலக்கல்ல. இஸ்லாமிய மதத்துக்குள் உள்ள தர்ஹா வழிபாடு மாமனிதர்களும் ஞானிகளுமான சூஃபிகளின் நினைவை நிலைநாட்டுகிறது.

'வழிபடப்பட வேண்டியது இறைவன் மட்டுமே' என்ற ஒற்றைத்தரிசனத்துடன் வஹாபியக் கோட்பாடுகள் இச்சூழலில் அறிமுகம் ஆகின்றன. குர் ஆன் என்னும் மூலப்பிரதி அல்லாமல் பிற அனைத்தையுமே நிராகரிக்கக் கூடிய அடிப்படைவாதமே சீர்திருத்தமாக முன்வைக்கப்படுகிறது. இஸ்லாமுக்குள் இது ஒரு முக்கியமான முரண்பாடு. பிறமதங்களில் மதச்சீர்திருத்தங்கள் மத இறுக்கத்தை மனிதாபிமான நோக்கில் நெகிழச்செய்யவும், காலத்துக்கு ஏற்ப மாற்றங்களைக் கொண்டுவரவும்தான் உருவாயின. இஸ்லாமில் மேலும் இறுக்கத்தையும் காலத்தில் பின்னோக்கிச்செல்லும் நோக்கத்தையும் கொண்டு வரக்கூடிய அணுகுமுறையே சீர்திருத்தமாக முன்வைக்கப்படுகிறது.

இன்று இந்தியாவெங்கும், உலகெங்கும், நிகழ்ந்துவரும் முரண்பாட்டையும் மாறுதலையும்தான் இந்நாவலும் முன்வைக்கிறது. இஸ்லாம் வேகமாக வஹாபி மயமாக்கப்பட்டு வருகிறது. சமீபத்தில் பல ஊர்களில் வீடுவீடாகச்சென்று குணங்குடி மஸ்தான் சாயபு பாடல்கள், சீறாப்புராணம் போன்ற இஸ்லாமிய இலக்கியங்களைத் தேடிச் சேகரித்துக் கொண்டு வந்து முச்சந்திகளில் போட்டு எரித்தார்கள் என்று சொல்லப்படுகிறது.

அஞ்சுவண்ணம் தெரு நாவலில் தௌகீதுவாதிகள் அத்தரப்பை வேகத்துடன் முன்னெடுத்துச் செல்கிறார்கள். அஞ்சுவண்ணம் தெருவின் ஆன்மீகப் பொக்கிஷமாக இருக்கும் தக்கலை பீரப்பா பாடல்களும் ஆலீம்புலவரின் மொஹறாஜ்மாலை என்ற காவியமும் அவர்களால் இறைவனுக்கு இணைவைப்பாகக் கருதப்படுகின்றன. அவற்றைப் பாடுபவர்கள் நெறிதவறியவர்களாக வசைபாடப்படுகிறார்கள். மெல்லமெல்ல ஒரு காலகட்டமே மூழ்கி மறைகிறது.

மரபான முறையில் உள்ள வழிபாடுகளும் நம்பிக்கைகளும் எளிய மக்களால் மேலும் மேலும் எளிமைப்படுத்தப்பட்டு ஒரு

கட்டத்தில் மூடநம்பிக்கைகளின் எல்லைநோக்கிச் செல்கின்றன. அவை மக்களை இருளில் கட்டிப்போடுவனவாக, புதியகாலத்தை எதிர்கொள்ள முடியாமல் ஆக்குவனவாக ஆகின்றன. அதேசமயம் புதிய அடிப்படைவாதச் சீர்திருத்தப் போக்கு மூர்க்கமான ஒற்றைப்படைவாதத்தை முன்வைத்து மரபில் உள்ள மண்சார்ந்த அம்சங்களை முழுமையாக நிராகரிக்கிறது. மக்களின் பிரக்ஞையில் வேரூன்றியிருக்கும் விழுமியங்களை அழிக்கிறது. வரலாறற்ற வேரற்ற மக்களாக அது மக்களை மாற்றுகிறது.

நடைமுறையில் நோக்கினால்கூட மரபான நோக்கு இஸ்லாமியர்களை மனிதாபிமானம் கொண்டவர்களாக, பிற சமூகத்துடன் இணைந்து கலந்து வாழ்பவர்களாக, பிறரால் விரும்பப்படுபவர்களாக நிலைநாட்டியிருந்தது. புதிய அடிப்படைவாதச் சீர்திருத்த நோக்கு இஸ்லாமியர்களை உள்ளிருந்து வாசலைத் தாழிட்டுக் கொண்டவர்களாக, பிறரை மதம்சார்ந்து வெறுப்பவர்களாக, ஆகவே பிறரால் வெறுக்கப்படுபவர்களாக ஆக்கியிருக்கிறது.

மிகச்சிக்கலான இந்தக் கத்திமுனையில் தன் நேர்மைமூலமே தெளிவான பயணத்தை மேற்கொண்டிருக்கிறார் தோப்பில் முகமது மீரான். எந்த ஒரு தரப்பையும் அவர் ஆதரிக்கவில்லை. எதன் பொருட்டும் அவர் வாதாடவில்லை. இரு தரப்பின் சித்திரத்தையும் நுட்பமாக அளித்துக்கொண்டு முன்னே செல்கிறார். இருதரப்பிலும் மிகச்சிறந்த கதைமாந்தர்களைக் கண்டடைகிறார். ஆனால், நாவலின் ஒட்டுமொத்தமாக மரபான நோக்கு மேலதிக அழுத்தத்தைப் பெறுகிறது. அதற்குக் காரணம் மீரானின் இயல்பான மனிதாபிமானமே. எளிய மக்களின் ஆன்மீகத்தைச் சார்ந்து அவரது ஆழ்மனம் கொண்ட நெகிழ்ச்சியே.

இந்தக் கருத்துச் சட்டகத்துக்குள் உயிருடன் ததும்பும் ஒரு வாழ்க்கையைத் தோப்பில் முகமது மீரான் சித்தரிக்கிறார். அஞ்சுவண்ணம் தெருவில் ஷேக் மதார் சாகிபிடமிருந்து விலைக்கு வாங்கிய பழைய வீட்டில் தாருல் ஸாஹினா என்று பெயர் சூட்டப்பட்ட வீட்டில் புதிதாகத் தன் மகளைக் குடிவைத்த வாப்பா அந்தத்தெருவின் கதையை எதிர்வீட்டு பக்கீர் பாவாவிடமிருந்து கேட்டுத்தெரிந்துகொள்ளும் விதமாக நாவல் ஆரம்பிக்கிறது.

அஞ்சுவண்ணம் தெருவின் ஓரத்தில் தாயாரின் சமாதி இருக்கிறது. பலநூற்றாண்டுகளுக்கு முன்னர் மலையாளத்து மன்னர் சோழபாண்டிய நாடுகளில் இருந்து கைதேர்ந்த நெசவாளிகளான ஐந்து முஸ்லீம் நெசவாளர்களை அந்தத் தெருவில் குடிவைத்தார். அவ்வாறு உருவானதுதான் அஞ்சுவண்ணம் தெரு என்ற பெயர். அந்த நெசவாளர்களின் பரம்பரைதான் அங்குள்ளவர்கள். அவர்களின் பெண்கள் பேரழகிகள். அவர்களில் பெரிய அழகி ஹாஜறா. அவளைத் தற்செயலாகக் கண்ட மன்னன் அவளை அடைய ஆள் சொல்லி அனுப்புகிறான். மானத்தை இழக்க விரும்பாத ஹாஜறா தானே தன் குழியில் படுத்துக்கொண்டு உயிருடன் சமாதிசெய்யப்படுகிறாள். அவள் அந்தத்தெருவின் காவல்தெய்வமாக ஆகிறாள்.

அஞ்சுவண்ணம் தெருவின் ஆழ்மனத்தில் தாயாரின் சமாதி ஒரு பெரிய இடம் வகிக்கிறது. அந்த சமாதியைச் சுற்றி ஏராளமான தொன்மங்கள் உருவானபடியே இருக்கின்றன. அவை அம்மக்கள் இறந்தகாலத்தை நிகழ்காலத்துடன் பொருத்திக்கொள்ளும் ஒரு முறை என்று சொல்லலாம். தாயாரம்மாவின் குடும்பம் ஊரைவிட்டுப் போய் பலநூற்றாண்டுகளுக்குப் பின் அவர்கள் மரபில் வந்த மகமூதப்பா மக்காவிலிருந்து வந்து தன்னுடைய ஜின்னுகளைக்கொண்டு கட்டியதுதான் அந்தத் தைக்கா பள்ளி. அவர்தான் தொழுவதெப்படி என்று அம்மக்களுக்குச் சொல்லிக்கொடுத்தார் என்பது ஐதீகம்.

அவரிடமிருந்து தீன் கற்றுக்கொண்டு முதலில் பாங்கு சொன்ன மம்மேலி மோதீனின் பரம்பரையில் வந்த மைதீன் பிச்சை மோதினார் அந்தத் தைக்கா பள்ளியில் பாங்கு சொல்கிறார். ஆனால் தைக்கா பள்ளியில் எவரும் தொழுவதற்கு வருவதில்லை. இடிந்து சரிந்து கிடக்கிறது அது. மோதினார் அங்கே தவறாமல் விளக்குப் பொருத்தி பாங்கு சொல்கிறார். அதற்கு மேலுலகில் கிடைக்கும் கூலியேபோதும் அவருக்கு. ஊரில் அவருக்கு ஒருவேளை சோறு கூப்பிட்டுக்கொடுப்பதற்குக்கூட ஆளில்லை.

இந்நாவலின் மையக்கதாபாத்திரமே மோதினார்தான் என்று சொல்லலாம். சென்றகாலத்தின் மையமான சில விழுமியங்களின் பிரதிநிதி அவர். அழுத்தமான மதநம்பிக்கை. பலனே எதிர்பாராத அர்ப்பணிப்புள்ள வாழ்க்கை. தனக்குள் கண்டுகொண்ட நிறைவு.

சென்ற காலம், முழுக்கத் தொன்மங்களாக அவரது மனதில் படிந்திருக்கிறது. அவருக்குத் தாயாரம்மாவும் ஆலிம்புலவரும் மஹ்மூதப்பாவும் எல்லாம் வாழும் உண்மைகள்.

சென்றகாலத்தின் இன்னொரு பிரதிநிதி குவாஜா அப்துல் லத்தீப் ஹஜ்ரத். மொகராஜ் மாலை எழுதிய ஆலிம்புலவரின் வாரிசு அவர். அஞ்சுவண்னம் தெருவின் இலக்கியச் சொத்துக்குப் பாதுகாவலர். பீரப்பா பாடல்களும் ஆலிம்புலவரின் பாடல்களும் அவருக்குப் பாடம். அவருடைய குரலாலேயே தெரு அந்த இலக்கியமரபை அறிந்திருக்கிறது.

தெருவின் பிரதிநிதியாக இருப்பவள் மம்முதும்மா. பரிபூரணமான அனாதை. தெருவிலேயே வளர்ந்து தெருவிலேயே மணம் முடித்து வீட்டுத்திண்ணைகளில் அந்தியுறங்கி வாழ விதிக்கப்பட்டவள். மீரானின் உள்ளே உள்ள கலைஞனின் வல்லமை முழுக்கப் படிந்த முக்கியமான கதாபாத்திரம் இதுதான். நல்ல கலைப்படைப்பில் ஆசிரியரை மீறியே சில கதாபாத்திரங்கள் இவ்வாறு முழுமையாக வெளிப்பாடுகொண்டுவிடும். சற்றும் தளராத வீரியம் கொண்டவள். எதற்கும் அஞ்சாதவள். அவளுடைய நாக்குதான் அவளுடைய ஆயுதம். தெருவின் சூழாயை வல்லடியாகச் சொந்தமாக்கிக்கொண்டு அதையே தன் வாழ்வுக்கு ஆதாரமாக்கிக் கொள்கிறாள்.

அஞ்சுவண்ணம் தெரு நாவல் முழுக்க வளர்ந்து முதிர்ந்து வரும் மம்முதும்மா பல முகங்கள் கொண்டவள். அனல் போன்ற நெறிகொண்டவளாயினும், ஊரிலுள்ள அனைவருடைய மீறல்களையும் தெரிந்து கொண்டு வசைபாடி அவர்களை அடக்கும் வல்லடிக்காரியாயினும், அவளுக்குள் குவாஜா அப்துல் லத்தீப் ஹஜ்ரத் அவர்களுடனான உறவின் ஒரு ரகசியம் இருக்கிறது. அது அவளுக்கு ஒரு தெய்வீக அனுபவம். மெல்ல மெல்ல தெருவின் கடந்தகாலமாக மாறி மறையும் மம்முதும்மாவின் சித்திரம் ஒரு காலகட்டத்தையே கண்ணில் கண்டுவிட்ட அனுபவத்தை அளிக்கிறது.

வெள்ளிக்கிழமை மதச்சொற்பொழிவு ஒலிக்கத் தொடங்கும்போது புள்ளிச்சேலையை முகத்தின்மீது போட்டு அசையாமல் சிலை போல் இருந்து அதை முழுக்கக் கேட்கும் மம்முதும்மாவின் காட்சி தமிழிலக்கியத்தில் மிக முக்கியமான

ஒரு தருணம். எளிய மக்களின் குணச்சித்திரத்தை அளிப்பதில் மீரானுக்கு எப்போதுமே ஒரு தேர்ச்சி உண்டு. கிட்டத்தட்ட வைக்கம் முகமது பஷீரைத் தொட்டுவிடும் எளிமையான நகைச்சுவையுடன் அவர்களின் மன ஓட்டங்களை அவரால் சொல்ல முடியும். விசித்திரமான ஐதீகக் கனவுகளும் நடைமுறை அச்சங்களும் கலந்து மம்முதும்மா உருவாக்கும் அஞ்சுவண்ணம் தெருவின் மாந்த்ரீகப்பிம்பங்களில் அந்தத் திறன் உச்சம் கொள்கிறது.

நாவலில் நவீன வஹாபியத்தின் சிறந்த முகமாக வருகிறார் வாப்பா. மூடநம்பிக்கைகள் சடங்குகள் கண்டு சலித்து வெறுத்து குர் ஆனின் தூய ஞானம் நோக்கித் திரும்பியவர். அல்லாஹ் அன்றி அஞ்சவேண்டியதொன்றுமில்லை என்பதை குர் ஆனிலிருந்து கற்றுக்கொண்டவர். தன் நம்பிக்கைகளைச் சார்ந்தே தன் வாழ்க்கையை அமைத்துக்கொண்டவர். குவாஜா அப்துல் லத்தீப் ஹஜ்ரத் அவர்கள் மரியாதையுடன் 'பாவா' என்று அழைத்து ஆலிம்புலவரின் பாடலை ஓத அழைத்த போது 'அதை நீரே வைத்துக்கொள்ளும்' என்று தூக்கிவீசிச் சொல்லி அவரை திக்பிரமை கொள்ளச்செய்தவர் அவர். ஆனால், கைவிடப்பட்ட தைக்கா பள்ளிக்குள் சென்று தன்னந்தனியரான மோதினாருடன் சேர்ந்து அவரால் தொழமுடிகிறது.

நவீனகாலத்தின் அரசியல் நோக்கங்கள் முதன்மைப்பட்ட தௌஹீத் கட்சியினரின் அடையாளமாக வருகிறான் அபு ஜலீல். வெளிநாட்டுக்குச் சென்று வேலைசெய்து அங்கிருந்து வஹாபியக் கருத்துக்களைச் சுமந்துகொண்டு வந்து சேரும் அபு ஜலீல் இந்நாவலின் குறிப்பிடத்தக்க கதாபாத்திரம். அவனுக்கு மதம் என்பது திட்டவட்டமான சில கட்டளைகள் மட்டுமே. அம்மக்களின் வரலாற்று மரபும் மனமும் ஒன்றும் அவனுக்குப் பொருட்டல்ல. சாகுல் ஹமீது [சாவல்] என்ற பெயருடன் பாத்திஹா ஓதியபின் விமானமேறியவன் சூஃபி பெயரே பாவம் என்று பெயரை மாற்றிக்கொண்டு திரும்பி வருகிறான். தொப்பி போட்டுத் தொழவேண்டுமென எந்த நூலில் சொல்லியிருக்கிறது என்று சொல்லி மசூதியில் விவாதம்செய்கிறான். தன் சுற்றத்தவர் அனைவருமே பாவிகள் என்கிறான்.

அரேபியப்பணத்தில் தௌஹீத்வாதிகளின் தரப்பு செயற்கையாக உப்பவைக்கப்படுவதை தோப்பில் முகமது

மீரான் சித்தரிக்கிறார். 'கண்ணாடித் திரையில் எழுதி அனுப்ப அதை அங்கே கண்ணாடித் திரையில் வாசித்து அனுப்பப்பட்ட பணத்தை இவர்கள் பெற்றுக் கொள்கிறார்கள். வேம்படி பள்ளியின் நிர்வாகத்தைப் பணபலத்தால் கைப்பற்றியபின் அங்கே தௌஹீத் கொடியை ஏற்றி அந்த வெற்றியைக் கொண்டாடிவிட்டு அதைக் கைவிட்டு அடுத்த பள்ளிநோக்கிச் செல்கிறார்கள். அஞ்சுவண்ணம் தெருவில் அடிதடிகள் சாதாரணமாக நடக்கின்றன. போலீஸ் அதைப்பயன்படுத்தி உள்ளே நுழைந்து இளைஞர்களை வேட்டையாடுகிறது. தெரு அதன் அனைத்துத் தனித்தன்மைகளையும் இழந்து மெல்லமெல்ல அழிகிறது.

அஞ்சுவண்ணம் தெருவின் ஆதர்ச கதாபாத்திரங்கள் மெல்ல காலத்திரைக்குள் மறையும் காட்சியை விரிவாக விளக்கி முடிகிறது நாவல். மோதினார், ஹஜ்ரத் ஆகியோரின் இறப்பை அழுத்தமாகச் சித்தரித்திருக்கிறார் மீரான். மம்மதும்மாவில் கூடும் மௌனம் மரணத்தை விட அழுத்தமானது.

விசித்திரமான ஒரு கனவுக்காட்சியுடன் அல்லது உருவெளிக் காட்சியுடன், நிறைவுபெறுகிறது இந்நாவல். உறுதியான வஹாபிய நோக்கு கொண்டவரான வாப்பா தன் ஆத்மாவுக்குள் மோதினாரைக் காண்கிறார். அவருடன் இணைந்துகொள்கிறார். மரபின் சாரமும் புதுமையின் சாரமும் முரண்பாடில்லாமல் இணையும் ஆன்மீகமான புள்ளி ஒன்று உண்டு என்று கண்டுகொண்டு நிறைவுபெறுகிறது 'அஞ்சுவண்ணம் தெரு'.

'சாய்வுநாற்காலி'க்குப் பின்னர் சற்று இடைவேளை விட்டு மீண்டும் ஒரு முக்கியமான நாவலுடன் தமிழிலக்கிய உலகுக்கு வந்திருக்கிறார் மீரான்.

'எங்க ஊர் மனிதர்களின் கதைகளைச் சொல்ல இங்கு யாருமில்லை'

பிஸ்மி பரிணாமன்

மலையாள மொழியில் ஆளுமை இருந்ததினால் தொடக்கத்தில் மலையாளத்தில் நாவல்களை எழுதி, அது திருப்தி தராததினால் தமிழில் எழுத ஆரம்பித்தவர் 'தோப்பில்' முகம்மது மீரான்.

மீரானின் குடும்பத்தினர் 'தேங்காய்ப்பட்டிணம்' ஊருக்கு ஒதுக்குப்புறத்தில் சுடுகாட்டை ஒட்டி வசித்து வந்தனர். அந்தப் பகுதியில் பனை மரங்கள் அதிகமாக இருந்தன. அதனால் அந்தப் பகுதியைத் 'தோப்பு' என்று பேச்சுவழக்கில் குறிப்பிடுவார்கள். அங்கு வசித்து வந்ததால் தனது பெயருக்கு முன்னால் 'தோப்பில்' என்று அடைமொழி சேர்த்துத் 'தோப்பில்' முகம்மது மீரான் ஆனார்.

புதுச்சேரி சாரதா கங்காதரன் கல்லூரியில் தமிழ் உதவிப் பேராசிரியராகப் பணிபுரியும் பிரபா தனது முனைவர் ஆராய்ச்சிக்காகத் 'தோப்பில்' படைப்புகளை எடுத்துக் கொண்டதால் 'தோப்பிலைத்' திருநெல்வேலியில் பலமுறை சந்தித்து உரையாடியவர். அவரது படைப்புக்களை 'வாசித்தவர்' என்று சொல்வதைவிட 'சுவாசித்தவர்' என்று சொல்லலாம். தோப்பில் தன் மகளாகக் கருதிய பிரபா, தோப்பில் தன்னிடம் பகிர்ந்து கொண்டதை மீண்டும் பகிர்கிறார்:

விருப்பப்பட்ட கல்வி விரும்பிய விதத்தில் தனக்குக் கிடைக்காதது தோப்பிலுக்கு மிகப் பெரிய குறையாகவே இருந்தது. பெண்களுக்கு கல்வி மிகவும் முக்கியமானது என்று நம்பியவர். தோப்பில் பள்ளிக்குச் செல்வதை அவரது வாப்பா விரும்பவே இல்லையாம். "எப்படியோ பள்ளி, உயர்நிலைப்

பள்ளி என்று ஒதுங்கினேன்... வீட்டில் கல்வி குறித்துச் சரியான புரிதல் இல்லாததால் படிப்பில் சாதா ரகம்தான்... ஆனால் புதினங்களை வாசிப்பதில் அதிக ஈடுபாடு இருந்தது... அதுதான் என்னைப் பின்னாளில் பேனா பிடிக்க வைத்தது" என்பார்.

வாசிக்க என்னை யாரும் தூண்டவில்லை. நானாகவேதான் வாசிக்க ஆரம்பித்தேன். பள்ளிக்கூடத்தில் படிக்கும்போது 'திலோத்தமா' என்ற ஒரு கதைப் புத்தகத்தை ஆசிரியர் எனக்கு வாசிக்கத் தந்தது நன்றாக ஞாபகத்தில் இருக்கிறது. எங்க ஊரிலிருந்து சற்றுத் தொலைவில் 'பைங்குளம்' கிராமம். அங்கே நாயர் சமுதாயத்தினர் நடத்தி வரும் நூலகம். தேங்காய்ப்பட்டிணத்து முஸ்லீம்களுக்கு அவர்கள் புத்தகம் தரமாட்டார்கள். அந்த நூலகம் கிட்டத்தட்ட எப்போதுமே மூடிக் கிடக்கும். நூலகத்தின் செயலாளர், மலையாள எழுத்தாளர்களான 'முட்டத்து வர்க்கி', 'வல்லச்சிறை மாதவன்', 'மொய்து படியத்து' 'வைக்கம் முகம்மது பஷீர்', 'தகழி சிவசங்கரப் பிள்ளை', 'கேசவ தேவ்' போன்றவர்களுடைய படைப்புகளை எனக்குத் தந்து உதவினார். இந்தப் புதினங்களைப் பெறுவதற்காகப் பல கி. மீ நடந்து போயிருக்கிறேன். நூலகச் செயலாளர் மட்டும் எனக்குப் புதினங்களைத் தராமல் போயிருந்தால் என் வாசிப்புப் பழக்கம் தொடங்கியே இருக்காது. பின்னாளில் கல்லூரி நூலகத்தையும் பயன்படுத்திக் கொண்டேன். கல்லூரியில் குறிப்பிட்ட ஒருநாள் மட்டுமே புத்தகம் தருவார்கள். நான் புத்தகப்புழு என்பதால் நூலகத்தின் பொறுப்பிலிருந்தவர் எனக்கு நிறைய புத்தகங்களைத் தாராளமாக வழங்கினார்.

வைக்கம் முகம்மது பஷீரின் படைப்புகளை முழுமையாக நான் உள்வாங்கியிருந்தேன். கேரள முஸ்லீம் சமூகத்தின் வாழ்க்கையைக் குறித்து அவர். எழுதியதைக் கண்டு நாமும் ஏன் நம் சமுதாயத்தின் பல பரிமாணங்களை, குறைகளை எழுதக்கூடாது என்ற எண்ணம் என்னுள் தோன்றியது. எழுத நினைத்ததை என் கிராமத்து மொழியில் எழுத வேண்டும் என்ற சிந்தனை என்னுள் இருந்தது. எங்க ஊர் மனிதர்களின் கதைகளைச் சொல்ல இங்கு யாருமில்லை என்று எனக்குத் தோன்றியதுதான் என்னை எழுத வைத்தது.

நாவல் எழுத வேண்டும் என்று சிந்தனை வரும்பொழுது என் மனத்தில் பல விஷயங்கள் ஓடிக்கொண்டே இருக்கும். அதை

எப்படி முடிக்க வேண்டும் என்பதைப் பற்றி எந்தத் திட்டமும் இருக்காது. என்னிடம் வந்து என்ன நாவல் எழுதுகிறீர்கள்? எப்படி எழுதுகிறீர்கள் என்று கேட்டால் எனக்குச் சொல்லத் தெரியாது. எழுதத் தொடங்குமுன் சிலரிடம் ஒரு திட்டமிடல் இருக்கும். ஆனால் என்னிடம் அது இல்லை. இதுவரை நான் அப்படி ஒரு திட்டமிடலோடு எழுதியதே இல்லை. 'கடலோர கிராமம்' நாவலில் வடக்கு வீட்டில் 'அஹமத் கண்ணு' என்றொரு செல்வந்தரான முதலாளி கதாபாத்திரம் வரும். அந்தக் கதாபாத்திரத்தை எப்படி உருவாக்க வேண்டும் என்பது பற்றி ஆழமாகச் சிந்திப்பேன். பலகுணாதிசயங்கள் கொண்ட மனிதர்களை ஒரு கதாபாத்திரத்துக்குள் கொண்டுவந்து நுழைத்தேன். அப்படி நாலைந்து முதலாளிகளுடைய குணாதிசயங்களை 'அஹம்மது கண்ணு' என்ற முதலாளி கதாபாத்திரத்துக்குள் கொண்டு வந்து நுழைத்தேன். எதையும் டயரியில் குறித்து வைத்துக் கொள்வதுமில்லை. அதேபோல் எழுதுவதற்கு என்று குறிப்பிட்ட ஒரு இடத்தைத் தேர்ந்தெடுத்துக் கொள்வதுமில்லை.

'ஒரு கடலோரக் கிராமத்தின் கதை' தேங்காய்ப்பட்டிணத்தின் சரித்திரம் என்று நினைத்துத்தான் பலரும் ஒரு ஆர்வத்தில் அதை வாங்கிப் படித்தனர். இல்லாவிட்டால் யாரும் அதனை வாசித்திருக்க மாட்டார்கள். ஆரம்பக் கட்டத்தில் இஸ்லாமியர்கள் யாரும் அதை வாசிக்கவில்லை. பேராசிரியரான என்னுடைய நண்பர் பரூக் மேடைகளில் பேசப் போன இடங்களிளெல்லாம் கடலோரக் கிராமத்தினுடைய இரண்டு புத்தகங்களை எடுத்துக்கொண்டு போவார். பேசும்போது அந்தப் புத்தகத்தைப் பற்றியும் குறிப்பிடுவார். உடனே இரண்டு புத்தகங்கள் அங்கு விற்பனையாகிவிடும். அப்படிக் கொஞ்சம் விற்பனையானது. மீதியிருந்த புத்தகங்கள் எல்லாம் யாரும் வாங்காமல் என் வீட்டிலேயே முடங்கிக் கிடந்தது. என்ன செய்வதென்றே தெரியவில்லை. அதை அச்சடிக்க அன்று ஏழாயிரம் ரூபாய் செலவானது. அப்படியே வருடங்கள் ஓடிப்போனது. புத்தகங்கள் எல்லாம் தூசி படிந்துக் கிடந்தது. அப்பொழுது என்னுடைய இளைய மகனுக்கு எட்டோ ஒன்பதோ வயதிருக்கும். ஒரு நாள் அவனை அழைத்து 'டேய், இது இப்படித் தூசிப்பிடிச்சு கிடக்கு. இத எடுத்து வச்சு என்ன பிரயோஜனம், இடத்துக்கும் கேடு. யாரும் வாங்காத, கேட்காத இதை இங்க எதற்கு வச்சிருக்கணும்? எரிச்சிடலாம்' என்றேன். அப்போது

அவன் சொன்னான்: 'வாப்பா அது அங்கேயே இருக்கட்டும். எப்போதாவது ஒருகாலத்தில் ஆட்கள் இந்தப் புத்தகத்தைத் தேடி வருவார்கள்' என்றான். அவன் சொன்னது பலிக்கும் என்று எனக்கு அப்போது தோன்றவில்லை.

திருவனந்தபுரத்தில் வைத்து ஆ. மாதவன் என்ற எழுத்தாளரைச் சந்தித்தேன். என் சங்கடத்தை அவரிடம் சொன்னபோது, அவர் சில முகவரிகளைத் தந்து புத்தகங்களை அனுப்பி வைக்கும்படி கூறினார். அதன்படியே பணம் பெறாமலேயே புத்தகங்களை அனுப்பி வைத்தேன். வாசித்த வாசகர்களில் சிலர் அந்தப் புத்தகத்தைப் பற்றி இதழ்களில் விமர்சனங்கள் எழுதினார்கள். அந்த விளம்பரம் புத்தகத்திற்குக் கொஞ்சம் டிமாண்டை ஏற்படுத்தியது. 'பலரும் அறியாத ஒரு புதிய உலகத்தை நாவலில் நான் சிருஷ்டித்துள்ளதாக சிலாகித்திருந்தார்கள். என்னிடம் தமிழ்நாடு மத்திய நூலகக் கவுன்சிலில் இருந்து நூல்கள் கேட்டார்கள். அவர்களுக்கு அனுப்பி வைத்தேன். அதற்குப் பணமும் தந்தார்கள். சில பல்கலைக்கழகங்களில் அந்த நூலைப் பாடப்புத்தகமாக வைத்தார்கள். அப்போதுதான் பல பதிப்பகங்கள் எனது படைப்புகளை வெளியிடத் தயாராயின'.

பிரபா தற்சமயம் ஆய்வு செய்து கொண்டிருக்கும் புதினம் தோப்பிலின் 'குடியேற்றம்'. பதினாறாம் நூற்றாண்டில் இந்திய கிழக்கு, மேற்கு கடற்கரைப் பகுதிகளில் கடலை ஆண்டு வந்த மரைக்காயர்களுக்கும், அவர்களின் கடல்வழி ஆதிக்கத்தை ஒடுக்கி கடல் வணிகத்தில் மேலாண்மையை நிறுவ முயன்ற பறங்கியர்களுக்கும் நடந்த வீரம் செறிந்த உரிமைப் போரை விவரிப்பதுதான் சென்ற ஆண்டு இறுதியில் பிரசுரிக்கப்பட்ட 'குடியேற்றம்'.

"தோப்பில் அய்யா கைப்பட எழுதிய அவர் சொந்த ஊரான 'தேங்காய்ப்பட்டிணம்' குறித்த நீண்ட கட்டுரையையும், 'மாப்பிள்ளைப் பாட்டுக்களின் வேர்கள்' என்ற ஆய்வுக் கட்டுரையையும் பதிப்பிக்க என்னிடம் கொடுத்திருந்தார். ஜூன் முதல் நாள் புதுச்சேரியில் நடக்கவிருக்கும் 'தோப்பில் நினைவேந்தல்' நிகழ்ச்சியன்று வெளியிட உள்ளேன்..." என்கிறார் பிரபா.

தினமணி கதிர், 19.05.2019 & நன்றி:முனைவர் இர.பிரபா

கடலோரக் கிராமத்தின் கதை சொல்லி உருவான கதை..!

பிஸ்மி பரிணாமன்

தமிழ் மொழிக்குப் பங்களிப்பினை அண்மைக்காலமாக செய்து வந்த இஸ்லாமியர்களில் முக்கியமானவர்கள் மணவை முஸ்தபா, 'கவிக் கோ' அப்துல் ரகுமான். இந்த இருவரும் இந்த உலகை விட்டு விடைபெற்றுக் கொண்ட போது அடுத்த ஆளுமையாக நின்றவர் தோப்பில் முகம்மது மீரான். அறிவியல் தமிழுக்கு அடையாளமாக மணவை இருந்தார். உரைநடை, வசன கவிதை, பாரம்பரிய கவிதைக்கு ஒரு மைல் கல்லாக கவிக்கோ. தன்னோடு வாழ்ந்த தனது மதத்தைச் சேர்ந்தவர்களின் நான்கு பரிமாணங்களையும் வட்டார சொல்லாடலில் அப்பட்டமாக வார்த்தவர் தோப்பில் முகம்மது மீரான். எதிர்ப்புகளில் வளர்ந்த தோப்பிலின் இழப்பு தமிழ் மற்றும் இஸ்லாமிய இலக்கியத்திற்கு ஒரு பேரிழப்பாகும்.

'ஒரு கடலோர கிராமத்தின் கதை', 'சாய்வு நாற்காலி' 'அஞ்சுவண்ணம் தெரு' போன்ற படைப்புகள் தோப்பிலின் விசுவரூபம் காட்டும் காலக் கண்ணாடிகள்.

அரைநூற்றாண்டிற்கு முன்பு தெற்குத் திருவாங்கூரின் எல்லை முடிவில் அமைந்திருந்தது தேங்காய்ப்பட்டணம். கடலோர கிராமம். முகம்மது மீரானின் குழந்தைப் பருவம் தேங்காய்ப்பட்டணம் மடியில் கடந்தது. முதலில் மலையாளத்தை கற்றவர் பிறகு தமிழையும் கற்றார்.

தோப்பிலுக்கு வார்த்தை ஜாலங்களில் நம்பிக்கையில்லை. அதீத கற்பனையும் பிடிக்காது. தன்னைச் சுற்றி நடந்தவைகளை

தமிழும் கொஞ்சம் மலையாளமும் கலந்த மொழியில் நேர்த்தியாக எழுதித் தனக்கென்று ஒரு வாசகர் வட்டத்தை உருவாக்கியவர். 'இத்தனை எளிமையாக எழுதியிருக்காரே... நாமும் எழுதலாம் போலயே...' என்று நினைக்க வைக்கும் மண்ணின் வாசனையை வெளிப்படுத்தும் மொழிநடை தோப்பிலுக்குச் சொந்தமாக இருந்தது.

அந்தக் காலத்தில் பிறந்த நாள் என்பது குத்துமதிப்பாகத்தான் இருக்கும். பள்ளியில் சேரும்போது ஆசிரியர் எழுதும் தேதிதான் பிறந்த நாளாகப் பின்னர் மாறும். தோப்பில் கதையும் அப்படித்தான். அவர் பிறந்தது 1944 செப்டம்பர் 26ஆம் நாள். "அது சரியாகணும்னு இல்லை" என்று தோப்பில் சொல்வார்.

எழுத்தாளனாகப் பரிணமித்தது குறித்து தோப்பில் அன்று சொன்னது:

"வாப்பா (தந்தை) பெயர் அப்துல் காதர். கருவாட்டை (உப்பிட்டு உலர்த்திய மீன்) இலங்கைக்கு ஏற்றுமதி செய்து வந்தார். சுறாமீனின் சிறகுகளுக்குச் சிங்கப்பூரில் நல்ல மார்க்கெட். வாப்பா அவற்றை வாங்கிச் சிங்கப்பூருக்கு அனுப்பி வந்தார். இந்த வணிகம் காரணமாக, தேங்காய்ப்பட்டணத்தில் மிகவும் செழுமையான குடும்பமாக எங்கள் குடும்பம் இருந்தது. அம்மா பெயர் ஃபாத்திமா. நாகர்கோவிலைத் தாண்டித்தான் தேங்காய்ப்பட்டணம் என்ற ஊர். அதை அடுத்து திருவனந்தபுரம் வந்துவிடும். நாங்கள் மொத்தம் 14 குழந்தைகள். வாப்பாவின் முதல் திருமணத்தில் குழந்தைகள் பிறக்கவில்லை. அதனால் இரண்டாம் திருமணம் கட்டாயமாகியது. என்னைப் பள்ளியில் யார் சேர்த்தார்கள்... எந்த வயதில் சேர்த்தார்கள்... என்று எனக்கு நினைவில்லை.

கல்விக்கு முக்கியத்துவம் இல்லாத நாட்கள் அவை. பள்ளிக்கு தினமும் போக வேண்டும் என்ற கட்டாயமும் இல்லை. எங்கள் இஷ்டம்தான். அப்பாவோ அம்மாவோ எங்களைப் பள்ளிக்கு அனுப்ப எந்த ஒரு முயற்சியும் எடுக்கவில்லை. குழந்தைகளுக்குக் குறிப்பிட்ட வயதானதும் ஆசிரியர்கள் வந்து குழந்தைகளைக் கட்டாயப்படுத்தி அழைத்துக் கொண்டு போவார்கள். பள்ளியிலிருந்து பசங்க வீட்டிற்கு ஓடி வந்தாலும் ஆசிரியர்கள் விடமாட்டார்கள். வந்து மறுபடியும் அழைத்துச் செல்வார்கள், அப்படி ஒருகாலம். இந்த சூழ்நிலையில்தான் என்

மூத்த சகோதரர் ஹசன்கான் படித்து கல்லூரியில் ஆங்கிலப் பேராசிரியராக ஆனார்.

நான் கல்வி கற்ற பள்ளியின் மேலாளர் அம்சி நாராயணப் பிள்ளை. தேங்காய்ப்பட்டணத்தில் வாழ்ந்து வந்த முஸ்லீம் குழந்தைகளைப் படிக்க வைத்து நல்ல நிலைமைக்குக் கொண்டுவர வேண்டும் என்ற ஆர்வம் அந்தப் பள்ளி ஆசிரியர்களுக்கு இருந்தது. ஆனால், மாணவர்கள் கொஞ்சம்கூட அவர்களுக்கு ஒத்துழைக்க வில்லை. பள்ளிக்கூடத்திற்குப் போக வேண்டும் என்ற அக்கறையோ விருப்பமோ அந்த மாணவர்களிடம் காணப்படவில்லை. மாணவர்களை ஒன்றாம் வகுப்பில் சேர்த்துவிட்டால் அங்கிருந்து உடனே வீட்டிற்கு ஓடிவந்துவிடுவார்கள். ஆனால், எனக்கு அம்சி பள்ளிக்கூடத்திற்குப் போக மிகவும் உற்சாகமாக இருந்தது. காரணம் அங்கு மாணவிகளும் படிக்க வந்ததும் ஒரு காரணம். பள்ளியில் கொண்டாடப்படும் விழாக்கள் இன்னொரு காரணம். பள்ளி நாட்கள்தான் நாடகம், விளையாட்டில் ஈடுபாடு ஏற்படுத்தியது. நானும் அண்ணனும் படிக்கப்போவது கொஞ்ச காலத்திற்கு வீட்டிற்குத் தெரியாமல் இருந்தது. பள்ளி நாடகத்தில் என்னுடைய மூத்த சகோதரன் பெண் வேடம் போட்டு நடித்தார். அப்போதுதான் எங்கள் குட்டு வெளிப்பட்டது. அண்ணன் நடித்தது எங்கள் ஊரில் பெரிய சர்ச்சையைக் கிளப்பிவிட்டது. வாப்பா மிகவும் கோபித்துக் கொண்டார். நாடகத்தில் நடித்ததின்பேரில் வாப்பா சகோதரனிடம் இரண்டு மூன்று வருடம் பேசிக் கொள்ளவில்லை என்றால் பார்த்துக் கொள்ளுங்கள்.

படிப்பறிவற்ற வாப்பா ஒரு குறுகிய வட்டத்தில் வாழ்ந்து வந்தார். ஆகையால் எங்கள் வீட்டில் குழந்தைகள் படிப்பதை அவர் விரும்பவில்லை. ‘படிச்சிட்டு நீ என்ன செய்யப்போற? பேசாம நீ எங்கூட வியாபாரம் செய்ய வந்துடுண்ணு’ சொல்வார். வாப்பாவுக்கு இஸ்லாமிய மதபோதனைகளையும், வியாபாரத்தையும் தவிர வேறு எதுவும் முக்கியமில்லை. அதேசமயம், கணக்கில் மிகவும் கில்லாடியாக இருந்தார்.

அந்தக் காலகட்டங்களில் எங்கள் ஊரில் நடக்கும் சமயச் சொற்பொழிகளில் “தலையில் முடி வளர்க்கும் இஸ்லாமியர்கள் பகலிலும் இரவிலும் பாவம் செய்பவர்களாக இருப்பார்கள்; ஆங்கிலம் படிக்கக் கூடாது...” என்று பேசுவார்கள். அந்தச்

சொற்பொழிவுகளைக் கேட்டுவரும் வாப்பா வீட்டுக்கு வந்ததும் அவர் கேட்டதை எங்களிடம் கண்டிஷனா சொல்வார்.

என் சொந்த முயற்சியில்தான் உயர்கல்வி பயிலப் போனேன். அதைக்கூட என் தந்தை செய்யவில்லை... 'ஃபர்ஸ்ட் ஃபார்ம்' (ஆறாம் வகுப்பு) சேர்ந்தபோது பள்ளிக் கட்டணம் ஒன்னே கால் ரூபாய். அப்பா தரலை. பெரியம்மாதான் (வாப்பாவின் முதல் மனைவி) அந்தப் பணத்தை ஏற்பாடு செய்து கொடுத்தாங்க. பெரியம்மாவும் எங்கம்மாவும், ஒரே வீட்லதான் தங்கியிருந்தாங்க. அப்பவும் 'பள்ளிக்கூடத்துக்குப் போக வேண்டாம்' என்று சொன்னார். பள்ளியில் ஆசிரியர்கள் சொல்லித் தருகிற கதைகள் மனதில் பசுமையாகப் பதிந்து கொண்டது.

கல்வி அறிவு இல்லாவிட்டாலும் வாப்பா சரளமாகக் கதை சொல்லித் தருவார். நாங்கள் தூங்கப்போவதற்கு முன் எல்லாரையும் அழைத்து வைத்துக் கதை சொல்வதுதான் அவருடைய வழக்கம். 'நபிகளின் கதைகள்'... நாட்டு நடப்புகள் குறித்து, கிராமத்தின் மற்ற குடும்பத்தைச் சார்ந்தவர்களுடைய வாழ்க்கை போன்றவைகளையெல்லாம் கதையாக அபிநயம் பிடித்து ஏற்ற இறக்கத்துடன் சொல்வார். 'ஆராட்டு' என்ற எங்கள் வட்டார உற்சவத்தை நாங்கள் பார்த்ததில்லை என்று சொன்னால் போதும், 'கவலைப்படாதீங்க..' என்று சொல்லி அந்த நிகழ்ச்சியை அப்படியே அழகாக நடித்துக் காட்டுவார். குடும்பத்தில் எல்லா உறுப்பினர்களுமே அச்சமயத்தில் அதை சுவாரஸ்யமாக வேடிக்கைப் பார்த்துக் கொண்டு இருப்பார்கள். அனைவருக்குமே அது ரசிக்கும்படியாக இருக்கும்.

என் தந்தை சொல்லித் தந்த கதைகள்தாம் என்னுடைய 'கடலோர கிராமத்தின் கதை'யாக வந்தது. அல்லாமல் நானாக அதில் எதையும் சேர்க்கவில்லை. என்னைப் படிக்க வேண்டாம் என்று வாப்பா சொல்லி வந்தாலும், ஒருவிதத்தில் என்னை எழுத்தாளனாக மாற்றியதில் அவருக்கு பெரும் பங்குண்டு. பத்தாம் வகுப்பில் (SSLC) இரண்டு முறை தோல்வியடைந்துவிட்டேன். அப்போதெல்லாம் மூன்றாவது முறை தோல்வியடைந்துவிட்டால் பிறகு தொடர்ந்து படிக்க முடியாது. கடவுள் புண்ணியத்தில் மூன்றாவது முறை ஒரு மதிப்பெண் வித்தியாசத்தில் தேர்ச்சி பெற்றேன். அதோடு எனக்குக் கல்லூரியில் சேர்ந்து படிக்க வேண்டும் என்ற ஆசை உருவானது.

நாகர்கோயிலில் அப்பாவிற்கு ஒரு கடை இருந்தது. அந்தக் கடையைப் பார்த்துக்கொள்ள என் மூத்த சகோதரியும் அவங்க கணவரும் அங்கு தங்கியிருந்தார்கள். அந்தச் சூழ்நிலை எனக்குச் சாதகமாக இருந்தது. கேரளா, திருச்சூரைச் சேர்ந்த பேராசிரியர் ஸ்ரீதரமேனன் ஐயா அப்போது அந்தக் கல்லூரியில் முதல்வராக இருந்தார். கல்லூரியில் படிக்க இடம் காலி இல்லை என்று என்னைக் கல்லூரியில் சேர்த்துக்கொள்ள அனுமதியை மறுத்துவிட்டார்கள். என்னோடு படித்த ஒரு மாணவன் கள்ளிக்கோட்டையில் ஃபரூக் கல்லூரியில் போய்ச் சேர்ந்து கொண்டான். அது எனக்கு மிகவும் சங்கடத்தை ஏற்படுத்தியது. அந்த வருத்தம் தாங்காமல் அழுதுகொண்டே என் நிலைமையை எடுத்துக் கூறினேன்.

எனக்கு மதிப்பெண் குறைவானதால் கல்லூரியில் இடம் கிடைப்பது சிரமமாக இருந்தது. 'கூடுதலாக எட்டு இடங்களைச் சேர்க்கப் பல்கலைக்கழகத்தில் இருந்து அனுமதி வர வேண்டும். அப்படி வரும் போது அதிலொரு இடத்தை உனக்குத் தருகிறேன்' என்று உறுதியளித்தார். அப்படி ஒரு இடம் கிடைத்ததால்தான் கல்லூரியில் சேர்ந்து படிக்க முடிந்தது.

எங்கள் கிராமத்தில் துவக்கப் பள்ளி இல்லாமல் போயிருந்தால் ஆரம்பக் கல்விகூட எனக்குக் கிடைக்காமல் போயிருக்கும். 'அம்சி' பள்ளி இல்லாமல் போயிருந்தால் உயர்நிலைப் பள்ளியில் கல்வி கற்க முடியாமல் போயிருக்கும். நாகர்கோயில் கடை இல்லாமல் போயிருந்தால் கல்லூரி கல்விக்குச் சேர்ந்து படிக்க முடியாமல் போயிருக்கும்.

கல்லூரியில் படிக்கின்ற காலங்களில் பல பிரச்னைகளை எதிர்கொள்ள வேண்டியிருந்தது. நான் எடுத்துக் கொண்ட பாடம் பொருளாதாரம். இரண்டாம் ஆண்டில் மொழியியல் எழுதித் தேர்ச்சி பெற்றுவிட்டேன். மூன்றாம் ஆண்டில் தான் எழுத வேண்டும். ஆனால், இரண்டாம் ஆண்டு முடிந்ததும் வாப்பா இறந்துவிட்டார். அதோடு வியாபாரமும் நின்று போனது. பிறகு சொத்தில் இருந்து கிடைத்த சொச்ச வருமானத்தில்தான் வாழ்ந்து வந்தோம். பணம் சம்பாதிக்க வேறு வழியில்லை.

வாப்பா இறக்கும்போது நாங்க எல்லாரும் சிறுபிள்ளைகள். வீட்டில் பொருளாதாரப் பிரச்னை வேற. இதற்கிடையில் என்

மூன்றாம் ஆண்டுத் தேர்வு எழுதக் கல்லூரியில் அறுபது ரூபாய் பணம் கட்டவேண்டும். அன்றைய அறுபது ரூபாய் இன்றைய ஆறாயிரம் ரூபாய்க்குச் சமம். யாரிடமும் பணமில்லை. என்ன செய்வதென்று புரியவில்லை. தெரிஞ்சவங்க கிட்ட எல்லாம் போய் கேட்டுப் பார்த்தேன். எங்கும் கிடைக்கவில்லை.

அப்படி ஒருநாள் என் சொந்தக்காரரைப் போய் சந்தித்து விபரத்தைச் சொன்னேன். அவர் எனக்குச் சித்தப்பா முறை வேண்டும். ஆனால், கல்வியின் மீது அவருக்கிருந்த அலட்சியத்தாலும், வெறுப்பின் காரணத்தாலும் பணம் தர மறுத்துவிட்டார். அதன்பிறகு அந்தத் தேர்வை எழுதவே இல்லை. அந்த ஏக்கம் கல்லூரிப் படிப்பை முடித்துவிட்ட பிறகு கூடக் கல்வி மீது எனக்கு ஒரு விரக்தியை ஏற்படுத்தியது. அதன் பிறகு சில காலம் சும்மா இருந்தேன். பின் மிளகு வியாபாரம் செய்தேன். சில பிரச்னைகள் காரணமாக எங்களோடு கொஞ்சம் விலகியிருந்த என் மூத்த சகோதரரோடு சேர்ந்து தேங்காய் எண்ணெய் வியாபாரம் செய்தேன். ஒன்றும் செய்யாமல் இருந்திருந்தால் வீணாக சீட்டாட்டக் கும்பலில் போய் மாட்டிக்கொண்டிருந்திருப்பேன். அப்போதே எனக்குச் சமூக சம்பிரதாயத்தைப் பற்றி எழுத வேண்டுமென்று எண்ணம் இருந்தது.

எதுக்காகவோ பள்ளி நிர்வாகிகள் கமிட்டியினரை அண்ணன் திட்டியிருக்கிறார். அதனால் அண்ணனை அவமானப்படுத்திப் பார்க்கப் பள்ளி நிர்வாகிகள் ஊர்க்காரர்களைக் கொண்டு, எங்களை ஊரைவிட்டுத் தள்ளி வச்சிட்டாங்க. நெருங்கிய சொந்தக்காரர்கள்கூட எங்ககூட பேசல. அப்போது நான் மெட்ராஸ்ல ஒரு எண்ணெய்க் கடையில் சம்பளக்காரனாக வேலை பார்த்து வந்தேன். ஆனால், அங்கு என்னால் மனநிறைவோடு இருக்க முடியவில்லை. காரணம் எங்க குடும்பத்தை ஊர்ல தள்ளி வச்சுட்டதாலயும், அவங்க அவமானப்பட்டதாலயும், என் மனது மிகவும் வேதனைக்குள்ளானது. எங்க வீட்டுக்குப் பக்கத்துலதான் ஜமாத்து ஊர்த் தலைவரின் வீடு. அந்த ஊரிலுள்ள இஸ்லாம் மக்கள் அனைவருமே ஜமாத்தில் மிகவும் நம்பிக்கை கொண்டவர்களாக இருந்தார்கள். அதனால் அனைவருமே எங்களைக் குறை சொல்லிக் கொண்டே இருந்தார்கள். அப்ப எங்களுக்கிருந்த ஒரே ஒரு பலம் கம்யூனிஸ்ட்காரர்களுடைய ஆதரவு மட்டுமே.

அவர்கள் எங்களுக்கு ஆதரவு கொடுத்தார்கள். அப்பொழுது நான் ஒரு கதை எழுதினேன். அது தேங்காய்ப்பட்டிணம் முழுவதும் விற்பனையாயினது; ஜமாத்து விசுவாசிகளுக்கு அது கோபத்தை ஏற்படுத்தியது.

எனக்கு யாரும் பெண் தர முன் வரவில்லை. தப்பித் தவறி யாராவது பெண் தர முன்வந்தால், கிராமத்தில் உள்ள என் சமுதாய மக்கள் எதையாவது சொல்லித் தடுத்தார்கள். எனக்கு முப்பது, வயதாகியிருந்தது. போன இடங்களிலெல்லாம் எங்கள் குற்றங்களையும், குறைகளையும் சொல்லி எதிர்த்தார்கள். கடைசியில் ஜமாத்து இஸ்லாமியருடைய எதிர்ப்பைப் பொருட்படுத்தாமல் அதனை உதறிவிட்டு ஒருவர் தைரியமாகப் பெண் தர முன் வந்தார். என் திருமணம் பக்கத்திலுள்ள 'எனயம்' என்றொரு கிராமத்தில்தான் நடந்தது. அவள் பெயர் ஜலீலா (மனைவி). கொஞ்சம் படித்திருந்தாள். அன்றைய சூழ்நிலையில் பெண்களுக்கு குறிப்பாக இஸ்லாமிய பெண்களுக்கு கல்வி என்பது பெரிய விஷயம்.

வாப்பா சொன்ன கடலோரக் கிராமத்தின் கதையைத்தான் நான் எழுதி நாவலாக்கினேன். பாராட்டுக்கள் கிடைத்ததும் வாப்பா சொன்ன ஏனைய கதைகளைத் தமிழில் வெளியிட்டேன். அந்த நாவல் மலையாளம், தமிழ், தெலுங்கு, கன்னடம் போன்ற மொழிகளிலெல்லாம், மொழிபெயர்க்கப்பட்டு வெளிவந்தது. மூன்றாவதாகக் 'கூனன் தோப்பு' என்ற நாவல். 1965–வாக்கில் எழுதியதை 1993 – ஆம் ஆண்டில் வெளியிட்டேன். அப்போது அந்த நாவலை யாரும் வெளியிட முன்வரவில்லை.

இனக்கலவரம் இல்லாத காலத்தில் மீனவர்களுக்கும் முஸ்லீம்களுக்கும் இடையில் எப்போதும் ஏற்படுகின்ற 'தொழில்' மோதல் பற்றிய கதை அது. இனக்கலவரத்துக்குப் பிள்ளையார் சுழிபோட்டு விடக்கூடாது என்று கருதி அந்தக் கதையை யாரும் பிரசுரமாக்க முன் வரவில்லை.

'கூனன் தோப்பு', 'துறைமுகம்', 'சாய்வு நாற்காலி' போன்ற கதைகளை நானே வெளியிட்டேன். கடலோரக் கிராமத்தின் கதை காரணமாக முஸ்லீம் சமுதாயத்திற்குள் பிரச்னைகள் ஏற்பட வாய்ப்பு இருக்கிறது என்று கருதி பதிப்பாளர்கள் பலர் என்னுடைய படைப்புகளை வாங்க மறுத்துவிட்டனர்.

முனைவர் இர. பிரபா | 83

கடலோரக் கிராமத்தின் கதை வெளி வந்த சமயத்தில் எனது சமுதாயத்தில் பெரிய கிளர்ச்சியை ஏற்படுத்தியது.

நான் எழுதுவது எல்லோருக்குமே எதிர்ப்பாகத்தான் இருந்தது. அவன் எழுதுவது சரியான விஷயம்தான் என்று சொல்ல யாரும் முன் வரவில்லை. அப்போதும் சமுதாயத்தில் நன்றாகப் படித்தவர்களும் இருந்தார்கள். அவர்களுக்குப் பின்தங்கிப்போன அந்தச் சமுதாயத்தைப் பற்றிப் புரிந்ததனாலோ என்னவோ அப்படியான ஒரு மாற்றம் தேவை என்ற அபிப்பிராயம் அவர்களுக்கிருந்தது. ஆனால், அவர்களை எல்லாம் எனக்கு நேரடியாகப் பழக்கம் இல்லை. அதனாலோ என்னவோ யாரும் எனக்கு உதவவில்லை.

வி.கி.அப்துல் வஹாப் சாயிப் என்பவர் ஒரு பெரிய சிந்தனைவாதியாக இருந்தார். 'திருக் குரானை' தமிழில் மொழிபெயர்ப்புச் செய்திருந்தார். அதுமட்டுமல்ல; நல்ல பேச்சாளரும் கூட. அவர் என் எழுத்தைப் பாராட்டினார். அவர் போகும் இடங்களில் எல்லாம் என்னைப் பாராட்டிப் பேசிவந்தார். அவர்தான் என்னைத் தமிழில் எழுத ஊக்கப்படுத்தினார். அதுமட்டுமல்ல: என் கதைகள் முதன் முதலில் தமிழில் அச்சடித்து வெளியிட உதவியதும் அவரே. என் வளர்ச்சிக்கு அடிப்படைக் காரணம் அப்துல் வஹாப் சாயிப். அவர் எங்க கிராமத்துக்காரர் அல்ல. கல்வி அறிவு இல்லாதவர்களும், கலை உணர்வில்லாதவர்களும் என்னை எதிர்த்தார்கள். முஸ்லீம் பேராசிரியர்கள்கூட என்னைப் பற்றி அவதூறு சொல்லிப் பரப்புவதில் விருப்பம் காட்டினார்கள்.

எழுத்து வாழ்க்கையை உருவாக்குவதில் எழுத்தாளனின் சுற்றுவட்டார சூழல்களுக்கு பங்குண்டு. ஓ.வி.விஜயன் 'கசாக்கின் இதிகாசம்' எழுதும்போது கசாக்கின் கிராமமும், அந்த வட்டார வழக்கு மொழியும், கலாச்சாரமும் அந்த நாவலில் முக்கியப் பங்கு வகிக்கிறது. எங்கள் கிராமத்தில் ஐந்து விதமான முறையில் தமிழ் பேசக்கூடிய சமுதாயங்கள் வாழ்ந்து வந்தனர். மீனவர்கள் பேசுகின்ற தமிழ் அல்ல முஸ்லீம்கள் பேசுவது. நாடார்களுடைய தமிழ் அல்ல நாயர்மாருடைய தமிழ். அதேபோல் பறையர்கள், புலையர்கள் போன்றவர்களுடைய தமிழும் வித்தியாசமாகத்தான் இருந்தது. கடலோரக் கிராமத்தின் கதையை நான் முதலில் மலையாளத்தில் தான் எழுதினேன். பிறகு அது ஏனோ சரியாக

அமையவில்லை. அந்த முயற்சியைக் கைவிட்டுத் தமிழில் எழுதினேன்.

வைக்கம் முகம்மது பஷீரின் படைப்புகளை முழுமையாக வாசித்துள்ளேன். முஸ்லீம் சமூகத்தின் வாழ்க்கையைக் குறித்து அவர் எழுதியதைக் கண்டு நாமும் ஏன் அப்படி எழுதக்கூடாது என்ற எண்ணம் என்னுள் தோன்றியது. தேங்காய்ப்பட்டணமும் அந்த ஊர் முஸ்லீம்களின் மொழியும் பஷீருக்குத் தெரிய வாய்ப்பில்லை. அப்போது தமிழில் பஷீரை அதிகம் யாரும் வாசித்திருக்க வாய்ப்புமில்லை. தமிழில் நான் அதிகம் வாசித்தது சுந்தரராமசாமியின் புத்தகங்களும், கி. ராஜநாராயணனின் புத்தகங்களும்தான். நாட்டுப்புறக் கலைகள் குறித்த அவருடைய புத்தகம் என் கவனத்தை ஈர்த்தது. நம்முடைய மொழியில் எழுத வேண்டும். அதுவும் என் கிராமத்து மொழியில் எழுத வேண்டும் என்ற சிந்தனை மட்டும்தான் என்னிடமிருந்தது. வாசிப்பு எனக்குள் ஏற்படுத்திய தாக்கம் எழுத உதவியது. எங்க ஊர் மனிதர்களுடைய வாழ்க்கையைச் சொல்ல இங்கு யாருமில்லை என்று எனக்குத் தோன்றியது அல்லாமல் இலக்கியத்தின் அகராதிகள் கற்றுக்கொண்ட ஒரு எழுத்தாளன் அல்ல நான்."

(இக்கட்டுரை முழுமையாக வெளிவர உதவிய
முனைவர் இர. பிரபா அவர்களுக்கு நன்றி)

மேற்கிலிருந்து வீசிய கடற் காற்று

கரன்கார்க்கி

எழுத்து என்பது இதுதானென்றோ, வாசிப்பு என்பது இதுதானென்றோ யாராவது எதையாவது வரையறுக்க முடியுமா? நான் வெகு காலம் இலக்கற்று வாசித்துக்கொண்டிருந்தேன். மிகத் தீவிரமாகச் சினிமாவுக்குப் போய் அங்கு திரை தூக்கும் வரை கூட என்னால் பொறுமையாக இருக்க முடியாது. ஏன் இதெல்லாம் எதற்காக இப்படி என்று எனக்கு நானே கேட்ட போது கிடைத்த விடை, என்னைச் சுற்றியுள்ளதைத் தவிர எனக்கு வேறு பலதும் தெரிய என்னுள்ளம் விரும்புகிறது. அது எனக்கு வாசிப்பின்வழியே அதிகமாக கிட்டுகிறது. அப்படி நானறியாததொரு உலகை அதன் உள்ளும், புறமும் எவ்விதப் பாசாங்கும் இல்லாமல் நான் அதுவரை கேட்டிராத மொழியில் காட்சியில் எனக்குக் காட்டியவர் தோப்பில் முஹம்மது மீரான் அவர்கள்.

நானும் கடற்கரைப் பட்டிணத்தில் தான் வாழ்கிறேன். அதுவும் இஸ்லாமிய மக்களுடன் தான் வாழ்கிறேன். ஆனால், தோப்பில் முஹம்மது காட்டுகிற உலகம் மிக வேறானதும் மிக அப்பட்டமானதுமாக இருக்கிறது. அவரது கதைகள் எப்போதும் எனக்கு மந்தாரமானப் பொழுதின் கடலோர அலைகளை, அது வீசியடிக்கும் உப்புச் சுவையை என் புலன்களில் படரவிடும். ஆண் பெண் உறவுகள் குறித்த சுயநலத் தரவுகளை அழுத்தமாக நான் தோப்பில் முஹம்மதுவிடம் தான் கண்டுக்கொண்டேன். அவரது மொழி எனக்கு ஆரம்பத்தில் பிடிபடவில்லை. சின்ன

முயற்சியில் அழுத்தம் திருத்தமாகப் புரிந்துகொண்டேன் என்பதோடு அதை விரும்பவும் செய்தேன்.

எந்த ஒரு புனைவும் வானத்திலிருந்து குதித்து வருவதில்லை. அது படைப்பாளனின் சுற்றுப்புறத்திலிருந்து அவன் வாழ்விலிருந்து தான் வருகிறது என்று எனக்கு உறுதியாக நம்ப வைத்தவர் தோப்பில் முஹம்மது தான். அத்தனை லாவகமான தொடர் சரடுகள் ஆர்வமூட்டக் கூடிய மொழியில் மின்னித்தெறிக்கும். சில படைப்புகள் வாசகனுக்குப் பிடிக்கும். சில படைப்புகள் மட்டும்தான், எழுதுகிறவனையே பிரமிக்க வைக்கும். அத்தகைய ஒரு படைப்பாகத்தான் சாய்வுநாற்காலியைப் பார்க்கிறேன்.

நான் வசிக்கும் பகுதியைச் சுற்றி ஏராளமான இஸ்லாமியர்கள் வாழ்ந்தாலும் ஏதோ ஒரு விதமான அந்நியத் தனத்தை உணர்ந்தவனாகவே இருந்தேன். அவர்கள் மொழியோ அல்லது நிறமோ, ஒருவேளை அவர்களது பளீரிடும் உடையோ கூட காரணமாயிருக்கலாம். சாய்வு நாற்காலி புதினத்தை வாசிக்கும் போது இஸ்லாமிய சமூகம் குறித்த தரவுகள், வார்த்தைகள், அதன் மொழி ஆகியவற்றை குறிப்பிடத் தகுந்த புரிதலுடன் வியப்பாகவும் அதே நேரம் மிக நெருக்கமாகவும் உணரத் தொடங்கினேன். பொருள் இருக்கிறவனின் மிதப்பு, இல்லாதவனின் பணிவு, மதங்களைக் கடந்து ஆண்களின் பெண்கள் மீதான உடல் சுரண்டல், பெண்களின் இயலாமை, அதனூடாக ஆண்கள் மீதான அவர்களது சபிப்பு, பெண்களது சுதந்திர வெளி, கனவு எனப் பாசாங்கு இல்லாமல் புனைந்ததில் தோப்பில் முஹம்மது ஒரு நேர்த்தியான எழுத்துக் கலைஞர் என்று மனமாரச் சொல்ல முடியும்.

தன் மனைவியைக் கிழடு என்று ஏசும் கணவன் தன்னை இளமை பூரிக்கும் உடல் பலமுள்ளவனாகக் கனவு காண்பதும், தனது துவண்டுபோன உடலை லேகியம் மூலம் வலுவூட்டி அடுத்த ஒருத்தியைப் படுக்கைக்கு அழைத்து வரத் திட்டமிடும் அயோக்கியத் தனங்களைத் தோப்பில் சாய்வுநாற்காலியில் மிக இயல்பாகப் பதிவு செய்துள்ளார். அவர் காட்டிய உலகம் இன்று இருக்காது என்றாலும் மனிதன் பெரும்பாலும் மாறியிருக்க மாட்டான் என்கிற நினைப்பு சோர்வூட்டுகிறது.

நிலவுடைமைச் சமூகத்தின் புழுத்துப்போன புளித்து நுரைக்கும் பெருமைகளை இலக்கியத்தின் வழியே

போட்டுடைக்கும் மிக முக்கியமான படைப்பு சாய்வுநாற்காலி. அவரது வர்ணனைகள் வழக்கமானது அல்ல. கருமேகக் காட்டிற்குள் எங்கோ மறைந்துகொண்டிருக்கிற நக்சலைட் சூரியன் என்பதுபோல பல பல. "மதராஸாக்கு மேல தெங்கு விழுந்து நெறைய புள்ளியோ மவுத்தாப் போச்சாம்" என்கிற வரிகள் எனக்கு புதியதான மொழி தானென்றாலும் எவரை விடவும் நான் அபாரமாய் விளங்கிக்கொண்டேன். "ஒரு கொத்தனெ விளிச்சி ஓடஞ்ச ஓட மாத்தப்புடாதா" என்கிற வரிகளில் எனக்கு மயக்கமே இருந்தது. தமிழில் வெகு சிலரின் எழுத்துக்களில் மட்டுமே எனக்கு மயக்கமுண்டு. அதில் தோப்பில் முக்கியமானவர். மலையாளம், தமிழ், அரபு எனக் கடற்கரை உப்புக் காற்றுப் பூசிய பெண்கள் அவர்களைச் சதா ஏய்த்துத் திரியும் ஆண்கள், அந்த ஆண்கள் மீதான பெண்களின் காதல், எரிச்சல், சாபம் பரம்பரைப் பெருமையின் சின்னமாகச் சாய்வு, நாற்காலி, அதனடியே மறைந்து கிடக்கும் அச்சுறுத்தும் அதபு பிரம்பு, சாய்வு நாற்காலியில் வருகிற கதாபாத்திரங்களைவிட அது பேசுகிற காலமும், அந்தக் கதைகள் பேசும் மொழியும் எனக்குப் பிடித்தமானது. இந்த மொழி நடையில் வேறு சில கடற்கரை வாழ்வைப் பேசும் படைப்பாளர்களுடையதை படித்து ஏமாந்திருக்கிறேன்.

ஆணாதிக்கமும், மனசாட்சியற்ற ஆண்டைகளின் கவனமற்ற பரம்பரைத் திமிரும், அடிமைத்தனமும், பெண்களின் எரிச்சலும் ஏசலும் என யதார்த்தத்தைப் புனைவதில் தோப்பில் மகா நிபுணன்தான். ஜின் என்கிற வார்த்தைக்கு நான் பலவிதமான வார்த்தைகளைக் கற்பனை செய்துபார்த்துக் கடைசியாக ஜகன் மோகினி மாதிரியில் ஒன்றை ஒரு அடி உயரத்துக்குக் கற்பனை செய்துகொள்ளக் காரணமானவர் தோப்பில் முஹம்மது தான். இந்தக் கணவன்களின் இம்சையிலிருந்து தப்பி மரணத்தை விரும்பும் மரியம் பீவி, இளம் பிராயத்திலே இறந்துபோன பாத்திமா, நபீஸா எல்லாம் பாக்கியம் செய்தவர்கள் என்று குமுறுகிற இடம், பெண்கள் எல்லா மதத்திலும், எல்லா ஊரிலும், எல்லா சாதியிலும் இப்படித்தான் போல என்கிற புரிதலின் சின்ன சன்னலைத் திறந்துகொள்ளச் செய்தது.

இலக்கியம் பொழுதுகளைப் போக்குவதற்கான கருவியல்ல. அது நம் கண்ணுக்குத் தெரியாத புற உலகை, எளிதில்

உணர்ந்துகொள்ளாத அக உலகை, இரண்டையும் விட்டு விலகி தூரத்தில் இருக்கும் வேறு பண்பாட்டு சமூகத்தை நமக்கு மழைக்காலத்து மண் வாசனையைப் போல ஊட்டித் திக்கு முக்காடச் செய்வதும் இலக்கியத்தின் பணி தான். அந்தப் பணியை மிக நேர்த்தியாக நம்மில் செய்துவிட்டுச் சென்றிருக்கும் அற்புதக் கலைஞனுக்கு என் கலை வணக்கங்கள்.

கடலோர மக்களின் கலைக்குரல்

இரா. காமராசு

“இந்தப் பாலைவனத்திலே நீரூற்று ஏது பாட்டா”. ‘அனந்தசயனம் காலனி’ சிறுகதையில் மீரான் எழுதிய உயிர் அடி இது. ஒரு வகையில் தோப்பில் முகமது மீரானின் எழுத்து வாழ்வின் குறியீடாகவும் இதனைக் கருதலாம். அவர் மாயிருளின் சிறுபொறி; பாலைவனச் சுனை; கசப்பு மருந்தில் கலந்திட்ட தேன். கோட்டான்களூடே பயணித்த ஒற்றைக்குயில்.

தமிழ் நவீன இலக்கியம் தொண்ணூறுகளில் பெரும் பாய்ச்சலைக் கண்டது. யதார்த்த வாழ்வும், எழுத்தும் புதிய அச்சில் அரங்கேறிய தருணம். வட்டார வாழ்க்கையைப் பிரதிபலித்த காலம் போய், நிலவியல் சார்ந்து திணை வாழ்வின் தொடர்ச்சியைத் தமிழ்ப்புனை கதையுலகு தழுவிய பொழுது அது. திணைக்குடிகள், சேவைக்குடிகள், புதுக்குடிகள்... என மக்கள் திரள் தம் அடையாளங்களைப் பண்பாட்டு வெளியில் தேடத் தொடங்கியிருந்தது.

இத்தருணத்தில்தான் தோப்பில் முகமது மீரானின் எழுத்துப் பிரவேசம் நிகழ்கிறது. அவர் அறுபதுகளில் எழுதத் தொடங்கி, சில படைப்புகளை எழுதி முடித்துவிட்ட போதும், எழுபதுகளில் இதழ்களில் தொடர் வந்த போதும் 1988 இல் வெளிவந்த ‘ஒரு கடலோர கிராமத்தின் கதை’ நாவல் தான் அவரின் வெகுஜன அறிமுகமாக அமைகின்றது.

“நம்முடைய மொழியில் எழுத வேண்டும். அதுவும் என் கிராமத்து மொழியில் எழுத வேண்டும் என்ற சிந்தனை மட்டும்தான் வாசிப்பு மூலம் எனக்குள் ஏற்படுத்திய ஒரு

தாக்கம். எங்க ஊர் மனிதர்களுடைய வாழ்க்கையைச் சொல்ல இங்கு யாருமில்லை என்று எனக்குத் தோன்றியது அல்லாமல் இலக்கியத்தின் அகராதிகளைக் கற்றுக் கொண்ட ஒரு எழுத்தாளன் அல்ல நான்" என்பார் மீரான். அந்தவகையில் அதுவரையில் தமிழ் இலக்கிய உலகம் அறிந்திடாத ஒரு பகுதி மக்களை, நிலத்தை, மொழியை, பண்பாட்டைத் தன் எழுத்துக்களால் உயிர்ப்பித்தவராக அவர் திகழ்கிறார்.

முகமது மீரான் 26. 09. 1944–ல் குமரி மாவட்டம் நாகர்கோவில் அருகில் தேங்காய்ப்பட்டணம் எனும் கடற்கரையோர ஊரில் பிறந்தார். அவருடன் பிறந்தவர்கள் 13 பேர். அவரின் தந்தை அப்துல்காதர். தாயார் பாத்திமா. இயல்பிலேயே வணிகக் குடும்பம் அவருடையது. தந்தையார் அப்துல்காதர் கருவாடு ஏற்றுமதியில் புகழ்பெற்றவர். இலங்கை, சிங்கப்பூர் நாடுகளுக்கு ஏற்றுமதி வியாபாரத்தில் ஈடுபட்டிருந்தார். சுறாமீன் சிறகுகளுக்கும், ஆமை ஓட்டிலிருந்து தயாரிக்கப்படும் 'அலுகு' என்ற பண்டத்திற்கும் ஏகக்கிராக்கி உண்டு. இவற்றை ஏற்றுமதி செய்ததால் ஓரளவு நல்ல வருமானம் இருந்தது.

மீரானின் தந்தை இறுக்கமான இஸ்லாமிய நடைமுறைகளை ஏற்றவராக இருந்தார். தேங்காய்ப்பட்டணம் இஸ்லாமியர்கள், ஓரளவு செல்வந்தர்களாக இருந்தனர். மதம் மாறாத, அரபு தேசத்திலிருந்து புலம்பெயர்ந்த சுத்த சுயம்புவான இஸ்லாமியர்களாகவும் தங்களைக் கருதிக் கொண்டனர். எனவே நாகரிக ஆடை அணிதல், தலைமுடி வளர்த்தல், அரபி தவிர்த்து ஏனைய மொழிகளைப் படித்தல் ஆகியவற்றை மத விரோதமாகக் கருதினர்.

'ஒரு கடலோர கிராமத்தின் கதை'யில் ஓரிடத்தில் இடம் பெறும் உரையாடல்:

"இங்க இங்கிலீசுப் பள்ளிக்கூடம் வரப்போவுது தெரியுமா?"

"தெரியாது,"

"அப்படின்னா தெரிஞ்சுக்கோ."

"இங்கிலீசு பள்ளிக்கூடம் வந்தா என்னா, வரட்டுமே."

"உனக்குத் தலைக்கு வட்டா? வந்தா என்னான்னா, வந்தா புள்ளைகளெல்லாம் காபிரா மரிக்கும்."

“அப்படி மரிச்சாலும் பரவாயில்லை. பள்ளிக்கூடம் வந்து புள்ளியோ ரெண்டு எழுத்து படிக்கட்டும். நம்மளெல்லாம் குருடன். அவங்க கண்ணாவது தொறக்கட்டும்.”

“உனக்கு நல்ல பைத்தியம் புடிச்சிருக்கு; தப்பளம் வைக்கணும்.”

இது ஆங்கிலத்துக்கு எதிரானது மட்டுமல்ல. கல்வியே தேவை இல்லை. தமிழும், மலையாளமும் கூடத் தேவை இல்லை. கரும்பலகையில் ‘அரபி’யைத் தவிர வேறொரு மொழிக்கு இடமில்லை என்கிற நிலை. இச்சூழலில்தான் மீரான் வளர்ந்தார். தந்தை தவிர்த்த போதும் இவர் படித்தார்.

தேங்காய்ப்பட்டணம் ‘அம்சி’ பள்ளியில் பயின்றார். பின்னர் இளங்கலை மலையாளம், பொருளியல் பயில்கிறார். தந்தை இறப்புக்குப்பின் கல்வி முற்றுப் பெறுகிறது. என்றாலும் மீரான் சிறுபருவம் முதலே வாசிப்பதில் தீவிர ஆர்வம் கொண்டவராக விளங்கினார். ஊருக்கு அருகில் உள்ள ‘பைங்குளம்’ என்னுமிடத்தில் நாயர்கள் நடத்திய ஒரு நூலகம் இருந்தது. அது பெரும்பாலும் பூட்டியே இருக்குமாம். அங்கு தேங்காய்ப்பட்டணம் இஸ்லாமியர்களுக்கு நூல்கள் கொடுக்க மாட்டார்களாம். ஆனால், மீரான் நூலகரோடு தொடர்பு வைத்து, நூல்களை வாங்கி வாசிப்பாராம். வைக்கம் முகமது பஷீர், தகழி சிவசங்கரன்பிள்ளை, கேசவ தேவ் ஆகியோர் நூல்களை அங்குதான் படித்திருக்கிறார்.

மீரானுக்குச் சிறுவயதில் அவருடைய அப்பா ஏராளம் கதை சொல்லியிருக்கிறார். மார்க்கத்தில் முழு ஈடுபாடுள்ள அவர், இஸ்லாமிய நடைமுறை வாழ்வில் மதத் தொடர்புள்ளவர்கள் செய்யும் கேடுகளையும், போலித்தனங்களையும் சுட்டிக்காட்டி உள்ளார். விதவிதமான கதைகள், நிகழ்வுகளை அபிநயங்களோடு நடித்துக் காட்டுவாராம். அவர் தந்தையின் கதை கேட்க வீடே குழுமி இருக்குமாம். இளம் வயதில் கேட்ட இந்தக் கதைகள் தான் பிற்காலத்தில் அவரின் எழுத்துகளுக்குப் பின்புலமாக அமைந்தது எனலாம்.

மலையாள மொழியும் அதன் இலக்கியங்களும் மீரானின் உருவாக்கத்தில் பெரும்பங்கு வகிக்கின்றன. “வைக்கம் முகம்மது பஷீரின் படைப்புகளை முழுமையாக வாசித்துள்ளேன். முஸ்லீம்

சமூகத்தின் வாழ்க்கையைக் குறித்து அவர் எழுதியதைக் கண்டு நாமும் ஏன் அப்படி எழுதக் கூடாது என்ற எண்ணம் என்னுள் தோன்றியது. தேங்காய்ப்பட்டணமும் அந்த ஊர் முஸ்லீமின் மொழியும் பஷீருக்குத் தெரிய வாய்ப்பில்லை. அப்போது தமிழில் பஷீரை அதிகம் யாரும் வாசித்திருக்க வாய்ப்பில்லை." எனத் தன் படைப்புக்கு உந்துதல் தந்ததாகப் பஷீரை நினைவூட்டுவார்.

மேலும், மீரான் குடும்பம் ஓரளவு வசதிதான் என்றாலும் அவர்களுக்கு மேல்நிலையில் இருந்து அதிகாரம் செலுத்தியவர்களுக்கும் இவர்கள் குடும்பத்துக்கும் தொடர்ந்து சிக்கல் இருந்தது. அவரின் தந்தையார் காலத்திலும், பின் தமையனார் காலத்திலும் இது தொடர்ந்தது. ஊர் விலக்கம், கொடுக்கல் வாங்கல் இல்லாத நிலை... என்றெல்லாம் உருவானது.

தன்னுடைய நேர்காணல் ஒன்றில் இதனைப் பதிவு செய்கின்றார். பள்ளி வாசலின் முன் இருக்கின்ற கருமை நிறம் கொண்ட கல்லின் மீது அமர்ந்து கொண்டு 'ஊர் விலக்கு' குறித்து விளக்கி அறிவிப்பார்களாம்.

வசதி படைத்தவர்கள், அதிகாரம் படைத்தவர்கள் உறவுகளே ஆனாலும் ஏழை எளியோரை வாட்டி, வதக்கிச் சிறுமைப்படுத்துவதை மீரானால் ஏற்க முடியவில்லை. சிறு வயது முதல் தந்தையார் சொன்ன நிகழ்வுகளும், தான் நேரில் பார்த்து, அனுபவித்த நிகழ்ச்சிகளும் மீரானுக்குள் ஒருவிதத் தாக்கத்தை ஏற்படுத்தின எனலாம். இதனை, "எங்களுக்கு எப்போதும் உயர் வர்க்கத்தினரால் துன்பம் ஏற்பட்டது. தற்காப்புக்காகப் போராட வேண்டிய சூழ்நிலையில் மூன்று தலைமுறை எங்களுக்குள்ளே இருந்து கொண்டே இருக்குது. இதற்குள் இருந்து ஒரு கலகக்காரன் உருவாகத்தான் செய்வான். நான் ரொம்ப அடிமட்டத்துல இல்லைன்னாலும் அடிமட்ட மக்களின் அனுபவம் எனக்குக் கிடைச்சுப் போச்சு. எனக்குள் ஒரு கலக மனோபாவம் இருந்தது. அநீதிக்கு எதிரா போராடணும்னு ஒரு சுயமே உருவாச்சிது. எப்பவுமே ஒரு சமூகத்தை, இன்னொரு சமூகம் ஒடுக்கணும்னு நினைக்கும்போது, ஒடுங்கின சமூகத்தில் ஒரு கலக உணர்ச்சி உண்டாகும். இந்தக் கலக உணர்ச்சி கலையா வெளிப்படலாம். சமூகப் புரட்சியாளர்கள் உருவாகலாம். சிலர் கலைஞராகவும் வரலாம். நான் இந்தத் துறைக்கு வர அதுதான் காரணம்" என மிகச் சரியாகவே பதிவு செய்கிறார்.

எனவேதான், மீரானின் படைப்புகள் யாவும் இஸ்லாம் சமூகம் குறித்த விமர்சனங்களாக அமைகின்றன. மட்டுமல்ல, இவர் படைப்புகளின் அடிநாதமாக விளங்குபவை சுய விமர்சனங்கள். இறுகியே, மூடுண்ட சமூகத்தின் ஊடாகப் பயணித்து அதற்குள் ஒரு ஜனநாயக வெளியை உருவாக்கிட மீரான் தன் படைப்புகள் வழியே இறுதி வரை போராடினார். அவர் முழு இஸ்லாமியர்; மார்க்கத்தில் முழு நம்பிக்கைக் கொண்டவர். தான் சார்ந்த மக்கள் திரளை நோக்கியே பேசினார். தன் மீதும், எழுத்தின் மீதும் ஐயங்கள் எழுப்பப்பட்ட பொழுது மீரான் உரத்துச் சொன்னார்.

"எனக்குக் கடவுள் பக்தி உண்டு. ஆனால் அதை நிறுவனமா ஏத்துக்க மாட்டேன். ஒரு நாளைக்கு ஐந்துமுறை தொழுகை பண்ணுவேன். குரான்ல சொன்னதையும் நபிகள் சொன்னதையும் நான் எதிர்க்க மாட்டேன். மாற்றும் சொல்லமாட்டேன். சமுதாயத்தை மட்டும் விமர்சனம் பண்ணுவேன். இஸ்லாம் ஒரு நிறுவனம் அல்ல. மார்க்ஸிசம்கிற கோட்பாடு எப்படி நிறுவனம் ஆச்சுதோ அப்படியே இஸ்லாமும் புரோகிதர்களால் நிறுவனமாகி சீரழிஞ்சிடுச்சி."

மீரானின் மொத்தப் படைப்புகளும் இந்தத் தளத்தில்தான் இயங்கின. அதேவேளை அவர் தனக்கெனத் தனித்ததொரு மொழிதல் முறையை, எடுத்துரைப்பை, புலப்பாட்டு முறைமையை உருவாக்கிக் கொண்டது அவரின் கலையியல் வெளிப்பாட்டு வெற்றியாகும்.

மீரானின் குடும்பத்தவர்கள் ஒரு சுடுகாட்டின் அருகே வசித்தார்கள். அது பனைத் தோப்பாக இருந்தது. அப்பகுதியின் அடையாளமே 'தோப்பு' தான். எனவே முகமது மீரான் 'தோப்பில்' ஆனார். தொடக்கத்தில் மலையாளத்தில் எழுதினார். பின் மலையாளத்தில் எழுதித் தமிழுக்கு மொழிபெயர்த்தார். இவற்றில் உயிர்ப்பு இல்லை. எனவே அவருக்கு உவப்பு இல்லை. பின்னர் தான் கேட்ட, பேசிய, புழங்கிய தமிழ்மொழியில் எழுதத் தொடங்கினார். அது மீரானின் மொழியாக, மீரானின் நடையாக அமைந்தது. மீரானின் ஊரில் ஐந்து விதமான தமிழ் இருந்ததாக அவர் கூறுவார். மீனவர்கள் பேசுவது, முஸ்லீம்கள் பேசுவது, நாடார்கள் பேசுவது, நாயர்கள் பேசுவது, பறையர் – புலையர் பேசுவது. இந்தப் பேச்சுகளைக் கூர்ந்து கவனித்தார். இவர் படைப்புகளில் இவற்றைத் துல்லியமாகப் பதிவு செய்தார்.

கி.ரா. வின் எழுத்துக்கள் மீது ஈர்ப்பும், அவரோடு தொடர்பும் கொண்டவர் மீரான். எனவே, அவரின் படைப்புகளில் வட்டார வழக்கும், நாட்டுப்புறவியல் கூறுகளும் பேரளவில் இடம் பெற்றன. இஸ்லாமிய இனவரைவியல், நாட்டார் இஸ்லாம் என்ற வகைபாடுகளுக்கு சான்று பகருவனவாக அவர் தம் படைப்புகள் அமைந்தன.

மீரானின் முதல் நாவலாக அறியப்படும் 'ஒரு கடலோர கிராமத்தின் கதை,' 'முஸ்லீம் முரசு' இதழில் தொடராக வெளிவந்தது. பின்னர் 1988-இல் புத்தகமாக வெளிவந்தது. இது தேங்காய்ப்பட்டணம் என்ற தமிழகத் தென்கோடி ஊரினை மையமிட்டு இஸ்லாமிய சமூகத்தின் இருப்பினை வரலாற்று நோக்கில் புலப்படுத்திற்று. 'கி. பி. 9 ஆம் நூற்றாண்டில் தொடங்கும் சரித்திரம்' சித்திரமாக விரிகிறது. மூன்று தலைமுறையினரின் வாழ்வை, ஏற்ற இறக்கங்களை, மசூதியை, ஊரின் தெருக்களை, விழாக்களை இந்நாவல் விவரிக்கிறது. தங்களை நேரடி 'சுயம்பு' இஸ்லாமியர்களாக நம்பும் மக்கள், மக்களை மதத்தின் பேரால், சடங்குகள், நம்பிக்கைகள் பேரால் ஆட்டிப் படைக்கும் மதகுருமார்கள், ஒரே இனத்தைச் சேர்ந்திருந்தாலும் பொருளாதார நிலையால் மேல், கீழ் ஆகி அதிகார நுகத்தடியில் அல்லல்படும் மக்கள்... இந்நாவலில் உயிர்ப்புடன் உலா வந்தார்கள். பல நிகழ்வுகள், பல வித மாந்தர்கள், கதைகளின் தொகுப்பாக இது அமைந்தது. ஏறக்குறையத் தன் தந்தையார் கூறிய கதைகளின் கூட்டு மொத்தமாக இதனை மீரான் குறிப்பிடுவார். கதைக் கருவும், மொழியும், வழங்கல் முறையும் தமிழ் இலக்கியப் பரப்பில் புதுமையாக அமைந்தது. அதுவே மீரானைத் தனித்துவமாகக் கவனிக்கவும் செய்தது. நெய்தல் நிலத்தின் வாழ்க்கையை நவீன இலக்கியத்தில் இது பதிந்தது.

மீரானின் இரண்டாவது நாவல் 'துறைமுகம்'. இது விடுதலைக்கு முந்தைய ஆண்டுகளில் நடைபெறுகின்றது. கடலோர கிராமத்துக் கதையின் தொடர்ச்சி என்பது போல அடுத்தடுத்த தலைமுறைகள் இதில் அங்கம் வகிக்கின்றன. ஏழை, எளிய மீனவர்கள், மீன் வியாபாரிகளுக்கும், தூத்துக்குடி இடைத்தரகர்களுக்கும் இடையே அல்லல்படுவது நாவலாக விரிகிறது. இலங்கையில் இருக்கும் மொத்த வியாபாரிகள். அவர்களும் இங்கிருந்து சென்ற முஸ்லீம்கள் தான். அவர்கள் ஊரில் மசூதி கட்டப் பணம் தருகிறார்கள். இந்த முதலாளிகளின்

பிடிக்குள்ளும், இடைத் தரகர்களின் கரங்களுக்குள்ளும் அடித்தள மீனவ இஸ்லாமியர் சிக்கித் தவிக்கிறார்கள். இந்நாவலிலும் இஸ்லாமிய மார்க்கம் இறுகி மூடநம்பிக்கைகள் கோலோச்சுவது சுட்டப் பெறுகின்றது. பள்ளிக்குப் படிக்கச் செல்வது தவறு எனக் கடலோரக் கிராமத்துக் கதை சுட்டும். இதிலோ ஒரு இஸ்லாமியச் சிறுவன் பள்ளிக்குப் படிக்கச் செல்வதால் அவன் குடும்பம் ஊர் விலக்கம் செய்யப்படுகிறது. மேலும் போலி மதகுரு ஊருக்கு வந்து, தன்னைக் கடவுளின் தூதன் எனக் கூறி சித்து வேலைகளில் ஈடுபடுகிறார். ஓர் நிகழ்வு. கிராமத்து மக்களின் நோய் நொடிகளையும், பில்லி சூனியங்களையும் விரட்டும் அபூர்வ சக்தி அவரிடம் இருப்பதாக நம்புகிறார்கள். தினமும் அவரைக்காணப் பெருங்கூட்டம். குவளையில் தண்ணீரோடு அவரைக் காண்கிறார்கள். அவரோ அந்தக் குவளையில் எச்சில் துப்புவார். இதுதான் ஆசி வழங்குதல். மக்கள் அந்த எச்சில் கலந்த தண்ணீரை அருந்தினால் அவர்களின் பிணி விலகும். அது மட்டுமல்ல; அவர் ஊரில் தங்கி உள்ள நாட்களில் ஒவ்வொரு நாளும் ஒவ்வொரு வீட்டிலிருந்து ஒரு பெண்ணை அவரிடம் அனுப்பி வைக்க வேண்டும். இப்படியாக மோசடிகள் மிகுந்த 'மதப்போர்வை' மீரானால் தோலுரித்துக் காட்டப்படுகின்றது. இஸ்லாமிய வணிகம், பொருளாதாரம் சார்ந்த நிறைய பதிவுகள் இந்நாவலில் உண்டு.

தமிழ்ச் சூழலில் எப்படி கடுகினும் சிறிய விசயங்கள் சாதி, மதக் கலவரங்களை உருவாக்குகின்றன என்பதை மீரானின் 'கூனன் தோப்பு' நாவல் அற்புதமாகப் பேசுகின்றது. ஒரு ஆற்றின் இருகரைகளில் வாழும் இருவேறு சமூகங்கள். ஒரு கோழி திருடப்படுவதில் தொடங்குகிறது மோதல். தனி மனிதப் பிழைகள் பெரிதாக்கப்பட்டு இரண்டு சமூகங்களின், ஊர்களின், மதங்களின் மோதலாக மாறுகின்றது. தனிமனித கௌரவம் – மத கௌரவமாக இடம் மாறி பழிவாங்கலாக, மதப் பெருமிதமாக, மதச் சிறுமைகளாக, மேல், கீழ் குணங்களாக அடையாளப்பட்டு அப்பாவி மக்கள் நாசமாகவும், வீடுகள், சொத்துக்கள் சூறையாடவும் காரணமாகின்றது. இன்றும் சிவகங்கை கச்சநத்தம் தொடங்கி அரியலூர் பொன்பரப்பி வரை நீடிக்கும் இத்தகு 'சிறிய' விசயங்களில் தொடங்கி மனித உரிமைப் பறிப்புகளாக உருக்கொள்வதை மீரான் அன்றே நுட்பமாகத் தன் படைப்பில் பதிவு செய்துவிடுகிறார்.

மீரானுக்கு அவர் எழுத்தின் வீச்சை முன்வைத்த நாவலாக 'சாய்வு நாற்காலி'யைச் சொல்லலாம். பாவுரீன் பிள்ளை எனும் ஒரு முஸ்லீம் வீரனின் ஆளுமையை அலங்காரமாகச் சொல்லும் நாவல். டச்சுக்காரர்களின் தாக்குதலின் போது திருவிதாங்கூர் மகாராஜா மார்த்தாண்ட வர்மாவைக் காப்பாற்றியவர் அவர். மகாராஜா தன் உயிர் காத்த வீரனுக்கு ஒரு ஊர், வாள், பெரிய பங்களா ஆகியவற்றை மகிழ்ச்சிப் பரிசாக வழங்குகிறார். அந்த வீரனின் வாரிசுகள் வழியே சுமார் இரு நூறாண்டுகளில் நாவல் நிகழ்கிறது. வழக்கம் போல் இந்நாவலிலும் மதப்பிடிப்பு, மூட நம்பிக்கைகள், பழமை மீதான மோகம் போன்றவை இடம் பெறுகின்றன. இந்நாவலில் இடம் பெறும் முஸ்தபாக்கண்ணு கொடூரமான முரடன். எதிரிகளுக்கு மட்டுமல்ல; சுற்றத்துக்கும் கேடு நினைப்பவன். சுய நலக்கேட்டின் உச்சம். தன்னையே உலகமாகப் பார்க்கும் சுகவீனம். இந்நாவலில் தொன்மங்கள், மாந்திரிக யதார்த்த ஜாலங்கள் பல இடம் பெறுகின்றன. நாவலே வாழ்வைப் பற்றிய ஒரு விவரணையாகவும், விசாரணையாகவும் அமைகின்றது. பழமையும் புதுமையும் முட்டி மோதி தம்முள் பொருதி நிற்கின்றன.

மீரானின் அஞ்சுவண்ணம் தெரு – ஐந்து இஸ்லாமிய நெசவாளர்கள் குடியிருக்கும் தெருவினை உள்ளும் புறமுமாக விவரிக்கும் நாவல். பல்வேறு வகைப்பட்ட மனிதர்களின் வாழ்க்கைக் கோலங்களை ஓர் ஓவியம் போல மீரான் வரைந்து காட்டிவிடுகின்றார்.

நாவல்களில் இஸ்லாமிய சமுதாயத்தின் இருட்டு உலகைத் தன் கைவிளக்கு ஒளியால் பொதுவெளிக்குக் கைபிடித்து வரும் விதமாக மீரானின் படைப்புத்தளம் இயங்குகிறது எனலாம். சுயவிமர்சனம், எள்ளல் ஆகியவை இவற்றின் பொதுக்குணங்களாக விளங்குகின்றன. ஊர்கள், தெருக்கள், புழக்கவழக்கங்கள், வழக்காறுகள், தொன்மங்கள், புழங்கு பொருட்கள், நம்பிக்கைகள் ஆகியவற்றைப் படைப்பின் ஊடே பதிவு செய்வதன் வாயிலாக மீரான் தேர்ந்த நாட்டுப்புறக் கதைசொல்லி ஆகத் திகழ்கிறார்.

மீரானின் நாவல்கள் வரலாற்றையும், பண்பாட்டையும் பற்றிய அக்கறையைத்தர, அவரின் சிறுகதைகளோ மனித உணர்வு மீட்டல்களாக அமையக் காணலாம். நெய்தல் வாழ்வின் சிறுதுளியாய் 'கடல்', தாய்மை அன்பின் உச்சமாக 'உம்மா', மனிதத் தன்மையின் அளவுகோலாக 'அனந்தசயனம் காலனி'

சவப்பெட்டி வண்டியில் உயிர் துளிர்க்கும் 'மரணத்தின் மீது உருளும் சக்கரம்'.... இப்படி ஏராளமான கதைகள். அன்புக்கு ஏங்கும் மனிதர்கள், வாஞ்சைக்குத் தவம் இருக்கும் மனிதர்கள், முதுமை சுமந்து நிற்கும் மனிதர்கள், வலிகளையே வாழ்வாய், வடுவாய் சுமக்கும் பெண்கள்... இவர்கள் தான் மீரானின் சிறுகதை மாந்தர்கள். மனித உறவுகளை, மனித நேயத்தை, உள்ள ஈரத்தை அவர் தம் எழுதுகோலுக்கு மையாக்கினார் என்றால் மிகை இல்லை.

மீரான் வெளியுலகிற்கு அதிகம் அறிமுகம் ஆகாத நிலையில் அவரின் 'ஒரு கடலோர கிராமத்தின் கதை'க்கு மாநில அளவில் சிறந்த நாவல் என விருது வழங்கிச் சிறப்பித்த தமிழ்நாடு கலை இலக்கியப் பெருமன்றத்தை அவர் நன்றியோடு நினைவு கூர்வார். இலக்கியச் சிந்தனை, அமுதன் அடிகள், லில்லி தேவசிகாமணி, த. மு. எ. க. ச, தமிழ்நாடு அரசு விருதுகளைப் பெற்றார். சாய்வு நாற்காலி நாவலுக்காக (1997) சாகித்திய அகாதெமி விருதினைப் பெற்றார். நேஷனல் புக்டிரெஸ்ட் - ஆதான் பிரதான் திட்டத்தில் அனைத்து மொழிகளிலும் மொழிபெயர்க்கும் சிறப்பினைப் பெற்றார். தன் எழுத்துக்கான போதிய அங்கீகாரத்தைப் பெற்ற மகிழ்ச்சி அவருக்கு எப்போதும் உண்டு.

மீரான் வியாபாரத்தில் கடை ஆளாகத் தொடங்கி முதலாளி வரை பல்வேறு நிலைகளைக் கண்டவர். பொருளாதார ஏற்ற இறக்கங்களில் பழக்கப்பட்டவர். உறவுகளின் சிக்கல்களை அனுபவித்தவர். ஆனால் இவை எதிலும் தன்னை இழக்கவில்லை. மனிதர்கள் மீதான அக்கறையை இழக்கவில்லை. அன்பொழுக சிநேகித்தார். படைப்பை, படைப்பாளிகளைக் கொண்டாடினார். சக கிருதயர்களை மெச்சினார். புன்னகை சிந்தும் வசீகர முகமும், இனிய சங்கீதக் குரலும் அவரோடு பழகியவர்களை எப்போதும் பற்றிப் படர்ந்து வரும் வல்லமைமிக்கவை.

தோப்பில் முகமது மீரான் நவீனத் தமிழ் இலக்கியத்தில் இஸ்லாமிய வாழ்வையும் பண்பாட்டையும் அவற்றின் வீரியம் குறையாமல் கலை அழகியல் தன்மைகளோடு பதிவு செய்தவர். தமிழ் யதார்த்த எழுத்து மரபின் தொடர் கன்னியாக விளங்கியவர். நெய்தல் திணைக்குடி இலக்கியத்திற்குப் புதிய அணிகலன்களை வழங்கியவர் என மதிப்பிடலாம்.

❖ ❖ ❖

பால்யத்தின் உறவாடி: தோப்பில்

பா.செயப்பிரகாசம்

எழுத்துலகில் மிளிர்கற்களாய்ப் பிரவேசித்தவர்களில் ஒவ்வொருவராய் உதிர்ந்து வருகிறார்கள். இலக்கிய நடமாட்டத்தில் எனக்குக் கொஞ்சம் முன்போ, பின்போ எட்டுப் போட ஆரம்பித்தவர்கள். அவர்களைப் பார்த்து, 'அடடே, இவ்வளவு உச்சத்துக்கு நாம் போகமுடியவில்லையே' என மலைத்துப்போய் நின்றவன். என் பார்வை முன்பாகவே எட்டடியோ, பதினாறடியோ பாய்ந்து, உண்மையில் பறத்தல் பயணம் நிகழ்த்திக் கொண்டிருந்தனர். ஒவ்வொருவராய் வாழ்விடமிருந்து, என்னிலிருந்து நீங்கிக் கொண்டிருக்கிறார்கள்.

முதலாவதாய் – தனது படைப்புச் சாதனைகள், சமூகச் செயற்பாடுகளின் உச்சத்தை முடித்துக்கொண்டு புறப்பட்ட இன்குலாப். அடுத்து, தமிழ்ப் பண்பாட்டுக் கதைசொல்லி மா.அரங்கநாதன். இந்தி, இந்தியாவின் ஆட்சிமொழி என அறிவிக்கும் அரசியல் சட்டப் பிரிவை எரித்து, மாணவ இந்தி எதிர்ப்புப் போராளியாய் உருவெடுத்த கவிஞர் நா.காமராசன். இலட்சிய வேகம் கொண்ட, புத்தார்வமுள்ள சோதனைக் கவிஞராக 'சூரியகாந்தி, கறுப்புமலர்களின்' சாதனையாளராக மலர்ந்த நண்பர் இன்றில்லை. கல்லூரி நாட்களில் புதிய கவித்துவச் சிந்தனைகளின் ஊற்றாக, உவமைகள், உருவகங்கள், படிமங்களின் கவிஞராய் சிகரம் கொண்ட கவிக்கோ அப்துல்ரகுமானின் இழப்பு பின்னர்.

1970– களின் தொடக்கத்தில் தி.க.சி. பொறுப்பேற்றிருந்த 'தாமரை' இதழின் வளமான காலத்தில் நானும் 'பிரபஞ்ச கவியும்'

எழுத நுழைந்தோம். "வைத்தியலிங்கம் என்பவர் தாமரைக்கு எழுதுகிறார்; புதுவை சென்றால் அவரைச் சந்தியுங்கள்" என்று கால்காசு கடுதாசி எழுதினார் தி. க. சி. கைபேசிகள் இல்லாத காலம் அது; அப்போது 'கால்காசு' கடுதாசி என்கிற அஞ்சலட்டை இருந்தது; அது 1973; இது 2019. பிரபஞ்சன் என்ற பிரம்மாண்டம் இல்லை.

மதுரை 'வக்பு வாரியக் கல்லூரி'யில் தமிழ்த்துறையில் 70களில் பயிற்றுநராக பணியாற்றிக் கொண்டிருந்தேன். அது இஸ்லாமியக் கல்லூரியாதலின் முகமது பாரூக் என்பவர் தமிழ்த்துறைத் தலைவராக இருந்தார். அவருக்கு அடுத்த நிலையில் இருந்தவர் ஹைதர் அலி. கல்லூரி முழுதும் எனது நட்புச்சோலையாய் இஸ்லாமிய மணம் கமழ்ந்தது. இந்த முகமது பாரூக் பற்றி இர. பிரபா 'தினமணி கதிரில்' வெளிவந்த தனது கட்டுரையில் குறிப்பிடுகிறார். அவர் நெல்லையிலுள்ள 'சதகத்துல்லா வாப்பா கல்லூரி'யின் தமிழ்த்துறைத் தலைவரான பிற்பாடு, தோப்பில் முகம்மது மீரானின் 'கடலோர கிராமத்தின் கதை'யை உரையாற்றும் இடங்களிலெல்லாம் எடுத்துச் சென்றதாய் குறிப்பிடுகிறார். கலகலப்பான, கம்பீரமான இலக்கியப் பேச்சாளராக அவரை அறிவேன். முகமது பாரூக் என்ற இனியநண்பர் நவீன இலக்கிய வாசிப்பாளராய், மீரானைக் கொண்டாடுகிற உரையாடியாய்த் திகழத் தொடங்கினார் என்பதின் சாட்சியாகிறது இர. பிரபாவின் குறிப்பிடல்.

கி.ரா. பள்ளிக்கூடம் எட்டிப்பார்க்காதவர்; தோப்பில் சுமாராகப் படித்தவர், பள்ளி இறுதி வகுப்பு தாண்டியவர். தமிழில் சற்றும் தடம் பதிக்காமல் முதலில் எட்டுவைத்த இடம் 'மலையாளம்'. தமிழிலக்கியவாதிகள் மத்தியில் எது, எங்கிருந்து, யாரால் வருவது இலக்கியம் என்று பலவிதக் கோணங்களில் சூடுபறக்க விவாதித்துக் கொண்டிருந்த சூழலில், அவ்வளவாக ஏடறியாமல், எழுத்தறியாமல் இருவரும் அனுபவ அறிவால் உச்சம் கண்டனர். வாசிப்பின் வழியாகக் கல்வி பயிற்றுவித்துக் கொண்டவர்கள். ஏட்டுச் சுரைக்காய் கறிக்குதவாது என்பார்கள். படிப்பு அதிகமானாலே திருகல் முருகல் வரும். 'அறப்படித்தவன் சந்தைக்குப் போன கதை'தான். இவன் சந்தைக்குள் கால்வைத்தால், வாங்கவும் மாட்டான்; விற்கவும் மாட்டான். அப்படிப்பட்ட 'கூடுதல்' எழுத்துக்காரர்கள், வாசிப்பாளர்கள்

நிறைந்த தமிழுலகில் இவர்கள் எழுதுவதைப் பார்த்து “புரியவே மாட்டேங்குதே” என்றார்கள்.

ஓர் அகத்திணை அல்லது புறத்திணைப் பாடலில் பொருள் விளங்காத சொல் தென்படுகிறது. என்ன செய்கிறோம்? கைவிரல்கள் அகராதியின் பக்கங்களைப் புரட்டுகின்றன. அதுபோலத்தான் கிராமிய வழக்குச் சொற்கள். பொருள் தெரியவில்லை என்கிறபோது, தேடும் உணர்வோ தெரிந்தவர்களிடம் இந்தச் சொல்லுக்கு, இன்ன வழக்காறுக்கு என்ன பொருள் என்று விசாரிக்கும் தாகமோ அறுகிப்போய்விட்டது. துணைசெய்ய ஒவ்வொரு பகுதியிலிருந்தும் வட்டார வழக்குச் சொல்லகராதிகளும் வெளியாகியுள்ளன. இத்தளத்தில் ‘கரிசல் வழக்குச் சொல்லகராதி’ ஒன்றை முதலில் வெளியிட்டு பேர் தட்டிக்கொண்டு போனவர்கள் கி.ரா. வும், வெளியிட்ட அன்னம் பதிப்பகத்து மீராவும்.

கி.ரா. வுக்கு அடுத்த நிலையில் வட்டார வழக்கை எழுத்து மொழியில் பயன்படுத்தியவர் தோப்பில். சிறுகதை, புதினத்தில் வரும் பாத்திரங்களின் பேச்சுமொழி மட்டுமல்ல, ஆசிரிய எழுத்தும் வழக்காற்று மொழியிலேதான் பெரும்பாலும் வரும். கி. ரா. தோப்பில் இரண்டுபேரும் தாம் எழுத நினைத்த யாதொன்றையும் அந்த மக்கள் மொழியில் எழுதியவர்கள். கிராமங்களின் கதையை, கிராமத்து வழக்குச் சொற்களில் தந்தனர். மீரான் ‘கடலோர கிராமத்தின் கதை’யைத் தன் மக்களின் மொழியில் எழுதினார்.

யதார்த்தவாதம் தோற்றம் கொண்டபோது, தமிழிலக்கியப் படைப்பிலக்கியப் பரப்பில் ‘வாழ்விலிருந்து இலக்கியம் கோட்பாடு’ நிலைநிறுத்தப்பட்டது. அவ்விருட்சத்தின் விழுதுகளை லாவகமாகக் கைப்பற்றி அதில் பொன்னூஞ்சல் கட்டி ஒய்யாரமாய் ஆடியவர்களில் தோப்பிலுக்கு முக்கியமான இடமுண்டு. அவருக்கு எது தெரிந்ததோ, சாத்தியப்பட்டதோ, தோதானதோ அந்த மொழியைத் தன்வசப்படுத்திக் கொண்டார். அவருக்குள் நிழலாடிய தேங்காய்ப்பட்டணத்தின் மொழி, தென்கோடி அரபிக்கடலும் வங்கக்கடலும் கொஞ்சிக்குலாவும் உப்புக் காற்றின் மொழி. துள்ளித்துடித்து மரித்துக் கிடக்கும் கருவாட்டு வாடையின் மானுடமொழி.

மிகச் சரியான எடுத்துக்காட்டு 'தங்கராசு' கதை. 'சட்டிக்குள் மசியும் கீரையிலும் அரசியல் உண்டு; கட்டிக்கொள்ளும் கோவணத் துணியிலும் அரசியல் உண்டு' என்பதுபோல, கல்விப் புல அரசியலை இந்தக் கதை நுட்பமாய் பிளந்து வைக்கிறது. கல்வியை வைத்து எவ்வளவோ துட்டு பார்க்கலாம் என்னும் அரசியல்; கல்விப்புலம் வணிக வளாகங்களின் நேரடிப்புலமாய் ஆகிவிட்டதை இந்தக் கதை வெளிப்படுத்துகிறது. –ஆறாம் வகுப்புக்குப் போக ஆசைப்படும் தங்கராசுக்காக அவனை அழைத்துக்கொண்டு அவனது தாயும் ஒவ்வொரு பள்ளிக்கூடமாய் முட்டிமோதி, மண்டியிடாத குறை. மனசின் முழங்கால்கள் ஒடிந்து, முட்டிச் சில்லுகள் பெயர்ந்து, தவழ்ந்து தவழ்ந்து வெளியேறுகிறார்கள்.

"பெலேய், இனி வாத்தியாராவ மாட்டயா?"

அம்மாவின் ஆசைக்கனவு. காதில் முழங்கிக் கொண்டேயிருந்தது. ஒரு பள்ளியும் கிடைக்காத தங்கராசு அவன், அவனுக்கே பதில் சொன்னான்;

"நான் அண்டி ஆப்பீசில் அண்டி (முந்திரிக்கொட்டை) உடைக்கப் போவேன்; மாலை பட்டணம் காலில் குளிப்பேன். பணிக்கருடைய சாயாக் கடையில் தினமும் ஒரு சாயா குடிப்பேன். கேஸ் கிடைக்காதபோது, போலீஸ்காரர்கள் ஊதச் சொல்வார்கள்; ஊதுவேன். குடிக்காத என்னை குடித்ததாகப் பிடித்துச் செல்வார்கள். அம்மா, இனியொருமுறை டவுனுக்குச் செல்வார்கள். அம்மா, இனியொருமுறை டவுனுக்கு வருவது, என்னுடைய பிரேதத்தைப் பெற்றுக்கொள்வதற்காக."

– இக்கதையின் விளம்பலில் வாழ்க்கையிலிருந்து இலக்கியம் கிடைத்ததுபோல, மொழியும் அங்கிருந்த ஊற்றுக் கண்ணிலிருந்து வழிந்து கொட்டுகிறது.

ஆழ்மனதின் மொழிக்கிடங்கிற்குள்ளே சேகாரமாகியிருக்கும் நினைவுப் பொதிகளைக் கட்டவிழ்த்துப் பார்க்க எல்லோருக்கும் வாய்ப்பதில்லை. எல்லோருக்குள்ளும் பால்யம் ஓர் அலாதியான பருவம்தான். சமூகத்தோடு முட்டி மோதித் தனக்கான நிலைப்பாட்டை உணர ஆயத்தமாகும் காலம் அது. ஒவ்வொருவருக்கும் பால்யம் அவர்தம் பெற்ற அனுபவங்களைப் பொறுத்து மாறுபடும். அந்தவகையில், எழுத்துக்

கலைஞர்களுக்கும் ஒரு பால்யமிருக்கும். தோப்பில் முகம்மது மீரானுக்கு ஒரு பால்யகாலம் இருந்தது. அப்போதும் பள்ளிகள் இருந்தன, கல்வியும் இருந்தது. கல்வி இலவசமாய்க் கிடைத்தது. அவர்களின் சிறுவயதின் பருவத்தையும், இன்றைக்கிருக்கும் சின்னஞ்சிறுசுகளின் பரிதவிப்பு நிலையையும் அனுபவங்களால் அவ்வப்போது ஒப்பிட்டுக் காணுகிறார்கள். இங்கு பால்யகால அனுபவங்கள் முக்கியத்துவம் பெறுகின்றன.

பசுமரத்தாணிபோல் பதிந்தவை பொடிப்பருவ நிகழ்வுகள். ரப்பர் மரங்களில் ஆணி அடித்த துளைகளில் கொஞ்சம் கொஞ்சமாய் பால் கசிவது போல், இளம்பருவ அனுபவங்கள் வயோதிகத்திலும் பெருக்கெடுத்தோடும் வற்றாத சுனைநீர். எழுத்தாளர்கள் மனதின் குவியலிலிருந்து தங்களுக்குத் தேவையானவற்றைப் பொறுக்கிக் கொள்கிறார்கள். சின்னதும் பெரியதுமாய் ரப்பர் பந்துகளைத் திரட்சியாய் உருட்டி, அடித்து மேலெழச் செய்கிறார்கள். இந்தப் பரவசத்தைப் பால்ய அனுபவங்களே ஏந்திக்கொள்கின்றன.

கி.ரா. புதுச்சேரிக்குக் குடிபெயர்வாகி நகர வாழ்க்கைக்குள் கரைந்து 30 ஆண்டுகள் ஆகின்றன. அதுபோல தேங்காய்ப்பட்டணக் கிராமத்துத் தோப்பில், திருநெல்வேலி பேட்டைக்குப் பெயர்ந்து 30 ஆண்டுகள் மேலாகவே ஆகியிருந்தது. ‘கடலோர கிராமத்தின் கதை’ முதல் ‘அஞ்சு வண்ணம் தெரு’ புதினம் வரை, இடைக்கிடை வெளியான கதைத்தொகுப்புகளின் கூட்டுடன், தேங்காய்ப்பட்டிணக் கிராமத்தின் பால்ய, பதின்ம வயது வாழ்க்கை அனுபவங்கள் பேசப்பட்டிருக்கும். நகர வாழ்க்கைக்குள் வந்த பின்னும் பலரின் தேடலுக்குள் அவரவரின் பால்ய காலத்துக் கிராமங்களின் நினைவுப் பொய்கையில் மூழ்கி எழுந்து வரத் தோதுபடுகிறது. பால்யகாலமும், அதனைத் தொட்டு கொடுக்குப் பிடித்தபடி நீளும் பதின்ம காலமும் – நாம் தொட இயலும் ஒரு முற்பிறவி. தன்னிலிருந்து கழற்றிவிடப்பட்டதாய்க் கருதப்படும் இந்த முற்பிறவியின் ஞாபக அடுக்குகளிலிருந்து ஒவ்வொன்றாய் உருவி படைப்புகளாக்கிக் கொள்கின்றனர்.

சில ஆண்டுகள் முன்பு, 2007 இல், பாளையங்கோட்டை சேவியர் கல்லூரியில் தமிழ்த்துறை சார்பில் ஒரு கருத்தரங்கம். பொன்னீலன், தோப்பில் முகம்மது மீரான், மாலன், நான் உட்பட

கலந்துகொண்டு உரை நிகழ்த்தினோம். நான் பேசுகையில், ஒவ்வொருவராய் விளித்துப் பேச முயன்றபோது, என்னைக் காட்டிலும் மூன்று வயது குறைவான தோப்பில் முகம்மது மீரானை நோக்கி, "எனக்கு இளையவர் நீங்கள்: உங்களைத் தம்பி மீரான் அவர்களே என அழைக்கவா?" எனக் கேட்டேன். "அடடே, அது எனக்குத் தெரியாதே, தாராளமாய்ச் சொல்லுங்க அண்ணே" என்றார்.

அண்ணன் இருக்கிறார்; தம்பி இல்லை.

தம்பி என்பது வயதில்; அண்ணன் என்பது சாதனைகளில் !

எழுத்துலகச் சாதனைகளில் அவர் அண்ணன் !

மீரானின் புனைவுலகம்

முகம்மது அப்துல் ரசாக்

தோப்பில் முகம்மது மீரான் அவர்கள் குமரி மாவட்டக் கடலோர கிராமமான தேங்காய்ப்பட்டணத்தின் ஒரு நான்கு தலைமுறை வாழ்க்கையை யதார்த்தமாக நாவல்கள், சிறுகதைகள் மூலமாகப் பதிவு செய்தவர்.

புனைகதைகளில் அதுவரை அந்தப் பகுதிவாழ் மக்களின் வாழ்வியலை யாரும் எழுதவில்லை. மீரானின் ஒட்டுமொத்தப் படைப்புத் தளமும் அந்தச் சிற்றூர்தான். சிறுபான்மை சமூகம் கணிசமான எண்ணிக்கையில் வாழும் அவ்விடம் மீரான் படைப்புகள் மூலம்தான் வெளியுலகுக்குத் தெரிந்தது. அதுவரை கேரள வரலாற்றில் பழையகாலத் துறைமுகமாக ஒருசில வரிகளில் குறிப்பிடப்பட்டது. ஆனால், மீரானின் புனைவுலகத்தில் அந்த ஊர் அங்குலம் அங்குலமாக ரத்தமும் சதையுமாக எழுதப்பட்டது.

நக்கலும் பகடியுமாக ஓர் ஆவணமாக அவரது எழுத்துக்கள் சமூக விமர்சனப் பார்வையில் முன் வைக்கப்பட்டது. அங்கு வாழ்ந்த சமூகத்தின் மலையாளம் கலந்த கலப்பு மொழியையும், அரபுச் சொற்கள் நிறைந்த நாட்டுப்புற நடையையும் அப்படியே எழுதினார். பண்பாட்டுத் தளத்தில் இஸ்லாமிய விழுமியங்கள்மீது தீர்க்கமான பிடிமானம் கொண்டவர் மீரான். ஆனால், பொருளாதார சமூக ஏற்றத் தாழ்வுகளைத் தயவு தாட்சண்யமின்றி எதிர்த்தவர்.

நான்கு சமூகங்களின் பேச்சுமொழியை மிகத் துல்லியமாக அவரது படைப்புகளில் பதிய வைத்துள்ளார். மலையாள

மொழியின் தாக்கம் பெரிதும் ஆட்கொண்ட மீரான் தன் ஆதர்ச எழுத்தாளராக வைக்கம் முகம்மது பஷீரை வரித்துக் கொண்டார். அவருடைய 'சாய்வு நாற்காலி' நாவலுக்குச் சாகித்திய அகாடமி விருது பெற்றது மட்டுமல்லாமல் அதன் மொழிபெயர்ப்புக்கும் இரண்டு சாகித்திய அகாடமி பெற்றது குறிப்பிடத்தக்கது.

தனது சமூகத்துக்குள்ளே நடந்த முரண்களை வெளிக்கொணர்ந்ததால் விமர்சனத்துக்கும், ஏளனத்திற்கும், புறக்கணிப்புக்கும் ஆளானார். 'ஆந்திராவில் எங்கோ குண்டுவெடிக்கப் போய் அதற்கு உள்ளூரில் டீ அடிச்ச ரபீப்பையும், கோரப்பாய் விற்ற அனீபா பையனையும் தூக்கிக்கொண்டு போய்விடுகிறது. இறுதியில் அவர்களை என்கவுண்டரிலேயே போட்டுத் தள்ளிவிடுகிறது' என்று ஒரு கதையில் நிகழ்கால அவலங்களையும் பதிவு செய்கிறார்.

தமிழ், மலையாள, அரபு வார்த்தைகள் வெள்ளமாய்ப் பெருகி பரவசப்படுத்துகிறது. தீவிர ஒடுக்கு முறைகளுக்கு ஆளான பெண்களின் பட்டியலை அவரது புனைகதைகளிலிருந்து தொகுக்க முடியும்.

மர்யம்பீவி, சைனபா, பாத்தும்மா, ருக்கியா, சஃபியா, ராவியத், முனீரா, மம்மாத்தும்மா, நஸீமா, முத்தக்கம்மா, வேலம்மக்கா, மீனாட்சி ஆகிய பாலியல் ஒடுக்குமுறைக்கு ஆளான பாத்திரங்களைப் பட்டியலிடலாம்.

'மீரானின் அனுபவ வேகம் பொதுவாகத் தமிழ் படைப்பாளிகளின் தளுக்குகளுக்கு அப்பால் கரடுமுரடானது. முள்ளும் புதரும் விசச்செடிகளும் கொண்ட காடுபோல் கிடக்கிறது' என்ற சுந்தர ராமசாமியின் கூற்று குறிப்பிடத்தக்கது.

ஆன்மிகப் பிரிவுகளின் மோதல்கள் குடும்பத்துக்குள்ளேயே விரிசல்களையும், பிரிவுகளையும் ஏற்படுத்தியதை அஞ்சு வண்ணம் தெருவில் எடுத்தாண்டுள்ளார். மனிதனில் இயல்பாகப் பொதிந்துள்ள வன்மத்தை வெளிப்படுத்தும் முஸ்தபாக்கண்ணு, அஹமத்கண்ணு முதலியார் என்று அவர் உருவாக்கிய கதாபாத்திரங்கள், தமிழ் இலக்கிய வரலாற்றில் இடம்பெற்றவை. புல்பாஸ் என்ற பாத்திரம் விளிம்புநிலை மக்களின் இருத்தலை உணர்த்துகிறது.

சமூகத்தின் சீரழிவோடு வாழ்ந்துகெட்டக் குடும்பங்களின் சிதைவுகளையும் அப்பட்டமாகப் பதிவு செய்தார். ஆன்மீக மூடநம்பிக்கைகள் மனிதனைச் சுரண்டுவதும், பணமும் பவிசும் அவற்றுக்குத் துணை நிற்பதும் இவரது படைப்பாற்றலுக்கு உதாரணமாகத் திகழ்கிறது.

மனித நேயமும், மானுட மேன்மையும், சமய நல்லிணக்க அவாவும்தான் தோப்பிலின் ஆதாரமாக இருந்ததாக அவரது படைப்புகளினூடே கண்டுகொள்ள முடியும்.

வாழும்போதும் பிரிந்தபோதும் தகுந்த முறையில் தமிழ்ச் சமூகம் அவரைக் கண்டுகொள்ளவில்லை. கேரள சமூகம் அவரைக் கொண்டாடுவதைப் பார்த்து நாம் மகிழ்வதா? வெட்கப்படுவதா?

சாய்வு நாற்காலி

ரெ. கார்த்திகேசு

மலையாளக் கடற்கரையோர முஸ்லிம் மீனவர்களின் வாழ்க்கையைப் பின்னணியாக வைத்து நாவல்களையும் பல சிறுகதைகளையும் படைத்தவர் தோப்பில் முகம்மது மீரான். தமிழ்நாட்டின் சமகால எழுத்தாளர்களில் மிகவும் கவனிக்கப்படவேண்டியவர். எளிய நடையில் செறிவான வருணனைகளுடன் அவருடைய எழுத்து அமைந்திருக்கும். 'சாய்வு நாற்காலி' அவரின் இந்த எழுத்துத்திறமையை இன்னுமொரு உச்சத்திற்குக் கொண்டு சென்றுள்ளது.

தமிழ் நாவல் வாசகனுக்கு மேலும் புதிய அனுபவங்களையும் ரசனை உச்சங்களையும் தரவல்ல நல்ல நாவல் 'சாய்வு நாற்காலி'. 1995இல் பதிப்பிக்கப்பட்ட 'சாய்வு நாற்காலி' 1997ஆம் ஆண்டில் இந்திய சாகித்திய அகாடமி விருதினைப் பெற்றதும் நாம் கவனத்தில் கொள்ள வேண்டிய முக்கிய விஷயம்.

இந்த நாவலில் காப்பிய அளவிலான நீண்ட காலக் கதை ஒன்று உள்ளது. தென்பத்தன் என்னும் கேரள மீனவ கிராமத்தில் ஒரு செல்வாக்கு மிக்க முஸ்லிம் குடும்பத்தின் இப்போதைய வாரிசான முஸ்தபாக் கண்ணுவின் வீடும் குடும்பமும், அவருக்கு முந்திய நான்கு தலைமுறைகள் பின்னோக்கு உத்தியிலேயே சொல்லப்படுகின்றன. முஸ்தபாக் கண்ணு தமக்குப் பரம்பரைச் சொத்தாக வந்த சாய்வு நாற்காலியில் சாய்ந்தவாறே அந்தப் பழைய வாழ்க்கைகளை எண்ணிப் பார்க்கிறார்.

தென்பத்தன் ஒரு கற்பனைக் கிராமம்தான். ஆனால் கேரளாவின் மீனவ கிராமங்களைப் பிரதிபலிக்கும் கிராமமாக

அமைத்திருக்கிறார். ஐந்து தலைமுறைகளுக்குமுன் இந்தக் கிராமத்தின் தலைவராக இருந்த பவுரீன் பிள்ளை ஒரு வீரம் உள்ள மனிதர். டச்சுக்காரர்கள் கேரளக்கரையைத் தாக்கியபோது கேரள அரசருக்குத் துணையாக முஸ்லிம்களைத் திரட்டிப் போர் புரிந்தவர். இதனால் அரசரிடமிருந்து வெள்ளிப்பிடி போட்ட வாளையும் பல கிராமங்களையும் தானமாகப் பெறுகிறார். பின்னர், திருவிதாங்கூர் மஹாராஜாவுக்கு அவருடைய குடும்ப அரண்மனை உட்போர்களில் துணையாக இருந்து அவரின் நெருங்கிய நட்புக்கும் ஆளாகிறார்.

தென்பத்தன் கிராமத்தில் அதே வீட்டில் அவருடைய பரம்பரையினர் தொடர்ந்து இருந்து வருகிறார்கள். ஆனால், பவுரீன் பிள்ளையின் ஆளுமையும் வீறும் இல்லாததாலும் செல்வத்தால் வந்த அகந்தை மட்டுமே மிகுந்ததாலும் குடும்பம் தேங்கி நிற்கிறது. அபுல் ஹசான், காசீம் பிள்ளை, நூர் முகம்மது என்ற அவரின் வாரிசுகள் சோம்பிச் சுகிப்பதில் காலம் கழிக்கிறார்கள்.

நூர் முகம்மது பழைய வீட்டை இடித்துவிட்டு 'சவ்தா மன்சில்' என்ற பெயரில் புதிய மாடி வீடு கட்டுகிறார். அவருடைய வாரிசான முஸ்தபாக் கண்ணு காமுகனாகவும் கயவனாகவும் இருந்து சாய்வு நாற்காலியில் சாய்ந்து கனவுகள் கண்டு செல்வத்தை அழிப்பதோடு வீட்டையும் பகுதி பகுதியாக இடித்து விற்கிறார். குடும்பத்தைக் குலைத்துத் தானும் அநாதையாகச் சாவதோடு கதை முடிகிறது.

தற்கால நிலைக்களனிலிருந்து பின்னோக்கு உத்தி மூலம் நம்மை ஒரு நூற்றாண்டுக்கு முன்வரை கொண்டு செல்வதன் மூலம் கதையின் பரப்பு விரிந்திருக்கிறது. நவீனத் தமிழ் நாவல்களில் அபூர்வமாகக் காணப்படும் கதைச்சுவை இதில் இருப்பது இன்னொரு முக்கிய அம்சம். கதை சொல்லும் உத்தியில் தோப்பில் சிறந்து விளங்குகிறார். ஒரு விறுவிறுப்பான சினிமாவுக்குள்ள அளவான கச்சிதமான காட்சி அமைப்பில் அவருடைய கதை ஓடுகிறது.

முதல் அத்தியாயத்திலேயே முஸ்தபாக்கண்ணு தன் சாய்வு நாற்காலியில் காலாட்டிக் கொண்டு கிடக்கக் காட்டப்படுகிறார். கிராமத்தில் புயல் வீசி மத்ரசாவின் மீது தென்னைமரம் விழுந்து அங்கு படித்துக் கொண்டிருந்த சில பிள்ளைகள் உயிர்

துறக்கிறார்கள். `முஸ்தபாக்கண்ணுவின் மனைவி துடிக்கிறாள். "எழும்பிப் போய்ப் பாருங்கோ! நம்ப புள்ளியோ இல்லியோ" என்கிறாள்.

முஸ்தபாக் கண்ணு தாடியைக் கையால் ஒதுக்கினார். அவருக்கு நேர் எதிர்பக்கம் ஆங்காங்கே சாந்து கழன்றுபோன சுவரில் நாற்பது ஆண்டுகளுக்கு முன் தொங்கவிட்ட கடிகாரத்தைப் பார்த்தார்.

"மணி எட்டாச்சாஞ் பசியாற உண்டோ?"

இப்படி இரக்கமில்லாதவராக அட்டச் சோம்பேறியாக நிறுவப்படும் முஸ்தபாக்கண்ணு கடைசிவரை இப்படியே இருக்கிறார். வாசகனின் வெறுப்பு, அருவருப்பு, கோபம் ஆகியவற்றுக்குப் பாத்திரமாகும் கதைத் தலைமகனாக இருக்கிறார். ஆகவே, இவரை நாவலின் தலைமகன் என்பதைவிட 'முரண் தலைமகன்' (Anti-hero) என்று வருணிப்பதே சரியாக இருக்கும்.

இதுவே நமது காப்பிய மரபிலிருந்தும் வழக்கமான நாவல் மரபிலிருந்தும் விலகி எழுத்தாளர் செய்ய நினைக்கும் புரட்சியைக் காட்டுகிறது. முதல் பார்வையில் இந்தப் புரட்சி நம்மைக் குழப்பினாலும், வாழ்க்கையின், வரலாற்றின் இருண்ட பாகங்களைக் காட்டுவதற்கு இந்த அணுகுமுறை தேவைதான் என்ற நியாயப்படுத்தலும் இந்த நாவலை முடித்தபின் நமக்குத் தோன்றுகிறது. செங்கிஸ்கானையோ ஹிட்லரையோ அல்லது தொடர் கொலைகள் செய்யும் குற்றவாளிகளையோ வைத்து எழுதப்படும் வாழ்க்கைச் சரிதங்களும் கற்பனைகளும் இப்படித்தானே அமைய முடியும்!

முஸ்தபாக்கண்ணுவின் மனம் எப்படியெல்லாம் பேராசைப்படுகிறது, காமப்படுகிறது என்பதையெல்லாம் நாம் அணுக்கமாகப் புரிந்து கொள்ளுகிறோம். அந்த உணர்வுகளைத் தன் முன்னோர்களின் பெருமையோடு அவர் எப்படி சமரசம் செய்து கொள்கிறார் என்பதையும் நாவலாசிரியர் காட்டுகிறார்.

பல சொத்துக்களை விற்ற பின் தன் முப்பாட்டன் வழிவந்த வாளையும் விலை பேசி விற்கும்போது முஸ்தபாக்கண்ணுவின் மகனே அவரை மறித்துக் கேட்கிறான். (இந்தக் கிராமமொழி புரிந்துகொள்ளக் கொஞ்சம் சிரமமாக இருந்தாலும் நாவலைப் படிக்கப் படிக்கப் பழக்கபட்டு விடுகிறது.)

“சில்லற ரூபாய்க்காக இந்தக் குடும்பத்துப் பெருமையை விலைக்கு வித்துப் போட்டிங்களே! இனி எதத்தான் விய்க்கமாட்டியோ?”

“எல்லாத்தையும் விப்பேன். விய்க்காம இருந்தா ஊடு பட்டினி தெரியுமா? பவுரீன் பிள்ளை உப்பாக்கெ குடும்பத்திலெ பட்டினி எண்ணு ஊரு தெரிஞ்சா கேவலமில்லியாடா?”

“பட்டினி கெடக்கூதா கேவலம்? ஊட்டுல உள்ள சாமங்களெப் பெறக்கி விக்கூது கேவலமில்லியா?”

“நா விப்பண்டா. எல்லாத்தியும் விப்பண்டா. என்னால பட்டினி கெடக்க முடியாது. எனக்குத் தின்னணும், வவுறு நெறய தின்னணும், ஒறங்கணும்.”

“வேல சோலி செய்யாம கச்சேரியில மல்லாந்து கிடந்தா வித்துதான் நக்கணும்.”

“டேய் தல திரிஞ்சி பேசாதே. பவுரீன் பிள்ளெ உப்பாக்கெ பேரன் வேல சோலி செய்து தின்னூக்குப் பெறந்தவன் இல்லைடா. கச்சேரியில கெடந்து காலாட்டித் தின்னூக்குப் பெறந்தவன்டா”

தன் முன்னோர்களால் சம்பாதிக்கப்பட்ட செல்வத்தை ஒரு சிரமமும் இல்லாமல் வரித்துக்கொள்ளும் பின் வாரிசுகளுக்கு அதைக் காப்பாற்றத் தெரிவதில்லை. வெற்று ஆடம்பரங்களைக் காப்பாற்றிக் கொண்டே செல்வத்தையெல்லாம் இழந்து இறுதியில் பட்டுப்போன மரமாய் ஆகின்ற முஸ்தபாக்கண்ணு இன்றையத் தமிழகம் புரிந்து கொள்ளவேண்டிய ஓர் அழுத்தமான குறியீடாக நிற்கிறார் என்றும் சொல்லலாம்.

சாய்வுநாற்காலியில் இப்படிக் குறியீடுகள் அதிகம் உள்ளன. கேரள அரசர் மார்த்தாண்ட வர்மா பவுரீன் பிள்ளையின் வீட்டை அடைவதற்காக ஒரு ராஜபாதையை ஒரே இரவில் அமைத்துக் கொடுக்கிறார். அந்த ராஜபாதையின் வழியாகத்தான் செல்வங்கள் வருகின்றன. அப்புறம் அந்த ராஜபாதையின் வழியாகத்தான் செல்வங்கள் வடிகின்றன. பின்னர் அந்த ராஜபாதையும் பாழ்பட்டுப் போகிறது.

முஸ்தபாக்கண்ணுவின் தாத்தா பவுரீன் பிள்ளை வீரர்தான். ஆனால், கள்ளம் மிகுந்த முரடரும்கூட. பிறன்

மனைவியுடன் கள்ளத்தொடர்பு வைத்திருந்த காமுகர். ஆனால், தன் ஆளுமையால் அவரால் அவற்றையெல்லாம் பின் தள்ளி மறைத்து உயர்ந்து நிற்க முடிந்தது. ஆனால், பின் சந்ததியினருக்கு அந்த ஆளுமைகள் இல்லை. ஆளுமையைக் காப்பாற்றத் தெரியாமல் பவுரீன் பிள்ளையின் முரட்டுத்தனத்தையும் காமகுரோதங்களையும் ஆடம்பரங்களையும் மட்டுமே வளர்த்து அழிகிறார்கள்.

இந்த மீனவ கிராமத்து இஸ்லாமியச் சமுதாயத்தின் பெருமைகளும் சிறுமைகளும் கதையோடு கலந்து விரிவாகச் சொல்லப்பட்டிருக்கின்றன. நற்குணங்களும் மூடநம்பிக்கைகளும் சொல்லப்படுகின்றன. தனிப்பட்டவர்களின் மனங்களின் வெளிச்சமும் இருளும் (பெரும்பாலும் இருள்தான்) சொல்லப்படுகின்றன. இந்தச் செழிப்பான வருணனைகளில், அந்தச் சமுதாயத்திற்கே உரிய பேச்சு மொழிகளில், நாம் தென்பத்தன் கிராமத்திலும் சவ்தா மன்சிலிலும் கொஞ்சகாலம் தங்கியிருந்து அனுபவங்கள் பெற முடிகின்றது.

பல இடங்கள் வாசகரின் மனதைத் தொடும் இடங்கள். முஸ்தபாக் கண்ணுவின் பிரம்பில் அவர் மனைவி மரியம் வாங்கும் அடி, அவர் சவ்தா மன்சிலின் மர வேலைப்பாடுகள் மிகுந்த ஜன்னல்களை ரகசியமாகப் பிய்த்து விற்கச் செய்யும் ஏற்பாடுகள், அவருடைய காமம் திணிந்த மனம் மாறாமலேயே அவர் கடற்கரையில் செத்துப்போவது போன்ற காட்சிகள் மிகைப்படாத ஆனால் தேவையான சொற்களால் வருணிக்கப்படுகின்றன. இறுதியில் இந்த நீண்ட கதையின் முத்தாய்ப்பாக முஸ்தபாக் கண்ணுவின் வாழ்க்கைப் பிழிவைச் சொல்லும் ஒரே வாக்கியத்தில் இப்படி முடிக்கிறார்.

“மைதீன் பிச்சை சட்டம்பிக்கு வெள்ளிப்பிடியுள்ள வாளை விற்ற முஸ்தபாக் கண்ணை மணலிலிருந்து மீனவர்கள் பெயர்த்தெடுத்துக் கைத்தாங்கலாக, பவுரீன் பிள்ளை உப்பாவிற்கு மார்த்தாண்ட வர்மா திருமனசு வெட்டிக் கொடுத்த இராஜபாதை வழியாக சவ்தா மன்சிலுக்குக் கூட்டிச் செல்லும்போதே அவருடைய குழந்தை பாதங்கள் தரையில் இழைந்து கோடுகள் கிழித்துக் கொண்டிருந்தன.”

மனதில் தைக்கிற இந்தக் காட்சி இந்த இருண்ட நாவலுக்குப் பொருத்தமான அவல முடிவு.

இந்த நாவலில் வாசகன் என்ற முறையில் என் மனதை நெருடும் ஒரு முக்கிய முரண்பாடு உண்டு. முஸ்தபாக் கண்ணு சிறுபிள்ளையாக இருந்தபோது அவர் தகப்பனார் நூர் முகம்மது மிகச் செல்வச் செழிப்போடு இருக்கிறார். சவ்தா மன்சில் கட்டுமளவுக்குப் பணக்காரராக இருக்கிறார். அவர் செல்வத்தைக் காப்பாற்றி முஸ்தபாக் கண்ணுவிடம் ஒப்படைத்துச் செல்லுகிறார். சில தலைமுறைகளுக்குத் தாங்கும் செல்வம் இருப்பதுபோல் தெரிகிறது. அவர் இறந்த ஒரு 20------25 வருட இடைவெளியில் முஸ்தபாக் கண்ணு அத்தனை செல்வத்தையும் அழித்திருக்கிறார். மீன் வாங்கக்கூடக் காசில்லாமல் கட்டிலை விற்க வேண்டியிருக்கிறது. குடும்பப் பொருளாதாரம் இப்படிச் சரிந்ததற்கான உறுதியான காரணங்கள் இந்த நாவலில் இல்லை.

அதேபோல முஸ்தபாக் கண்ணுவின் முன்பரம்பரையில் நற்குணமும் தீய குணங்களும் உள்ளவர்கள் இருந்திருப்பதை நுணுக்கமாகக் காட்டியுள்ள மீரான், முஸ்தபாக் கண்ணுவை மட்டும் நன்மையின் அறிகுறிகளே இல்லாத கயவராகப் படைத்திருக்கிறார். அதேபோலத்தான் அவரின் சகோதரி ஆயிசாவும் நற்குணங்கள் இல்லாத பாசாங்குக்காரியாகவும் கொடுமைக்காரியாகவும் சோம்பேறியாகவும் படைக்கப்பட்டிருக்கிறாள். ஒரு பரம்பரைக்குள் இவர்களின் இந்தத் தலைகீழ் குணமாற்றங்கள் எப்படி ஏற்பட்டன என்பதற்கும் வலுவான காரணங்கள் இல்லை.

நாவலின் அச்சு சுமாரானது. கவனிக்காமல் விடுபட்ட அச்சுப்பிழைகள் பல. தமிழ்நாட்டில் தமிழ் நூல்களின் பதிப்பகத்தார்கள் விலையில் காட்டும் அக்கறையைத் தரமான பொருளைத் தயாரித்து வாசகனுக்குக் கொடுப்பதில் காட்டுவதில்லை என்ற கறைக்கு இந்த நூலும் சான்று.

கதைசொல்லும் முறையில், காட்சிகளைச் சொற் செங்கற்களால் கட்டும் முறையில், உணர்வுகளை மிகைப்படுத்தாமல் ஆனால் வலுவான சொற்களால் காட்டும் முறையில், வாசகனின் உணர்வுகளைத் தன் பாத்திரங்களின் உணர்வுகளோடு ஒன்ற வைப்பதில் தோப்பில் மிகத் தேர்ந்த கலைஞர்தான்.

('சாய்வு நாற்காலி'
(இரண்டாம் பதிப்பு, மே, 1998)

தோப்பிலார்
ஒரு சுயம்பு
முனைவர் நா.இளங்கோ

தோப்பில் முகமது மீரான், இவர் கன்னியாகுமரி மாவட்டம் தேங்காய்ப் பட்டணம் கிராமத்தைச் சேர்ந்தவர். ஒரு கடலோர கிராமத்தின் கதை, துறைமுகம், கூனன் தோப்பு, சாய்வு நாற்காலி, அஞ்சு வண்ணம் தெரு, குடியேற்றம் என்ற ஆறு நாவல்களையும் அன்புக்கு முதுமை இல்லை, தங்கராசு, அனந்த சயனம் காலனி, ஒரு குட்டித் தீவின் வரைபடம், தோப்பில் முகமது மீரான் கதைகள், ஒரு மாமரமும் கொஞ்சம் பறவைகளும் ஆகிய சிறுகதைத் தொகுப்புகளையும் இவர் படைத்துள்ளார். இவை தவிர, மலையாளத்திலிருந்து ஐந்து படைப்புகளைத் தமிழில் மொழிபெயர்த்துத் தந்துள்ளார். இவரது சாய்வு நாற்காலி என்ற நாவலுக்கு 1997ஆம் ஆண்டின் சாகித்ய அகாதெமி விருது வழங்கப்பட்டது.

தமிழ் எழுத்தாளர்களில் தோப்பிலார் ஒரு சுயம்புவான படைப்பாளி. புனைகதை உருவாக்கத்தில் இவர் முன்மாதிரிகள் அற்ற புதியதோர் பாணியை உருவாக்கினார். வட்டார வழக்கு நாவல்கள் என்ற அளவுகோலில் இவருடைய நாவல்கள் அடங்குவதில்லை. மலையாளம், அரபி, நாகர்கோவில் வட்டார வழக்கு, இசுலாமியர்களின் பேச்சு வழக்கு மற்றும் இசுலாமிய சமயத்தின் தொன்மக் குறியீடுகள் சார்ந்த மொழி இவற்றின் கலவையான மொழிநடையில் முகமது மீரான் தமது புனைகதைகளை அதிலும் குறிப்பாக நாவல்களை எழுதினார். பெரும்பாலான படைப்புகள் இசுலாமியக்

கதாபாத்திரங்களோடும் அவர்களின் புழங்கு வெளியோடும் இயைந்தே உருவாக்கப்பட்டன.

தமிழக இசுலாமியர்களின் மதவழிப்பட்ட வாழ்வியல் முறைமைகளை தமிழ்ப் புனைகதைகளில் அதன் இயல்பான அம்சங்களோடு பதிவு செய்தவர் தோப்பிலார். தமிழ்ப் புனைகதை வரலாற்றில் இதுவோர் புதிய – புதுமையான முயற்சி. இசுலாமிய வாழ்வியலைப் பொதுவெளியில் பதிவுசெய்தது மட்டுமின்றி அதனை ஒடுக்கப்படுகிற மக்களின் பக்கம் நின்று பேசியவர் முகமது மீரான். இசுலாமியச் சமூகங்களுக்கிடையே உள்ள உள்முரண்களைத் தமது புனைகதைகளில் எத்தகைய மனத்தடையும் இன்றி இயல்பாகவும் விமர்சன பூர்வமாகவும் அவர் எடுத்து வைத்தார். மத அடிப்படைவாதமும் ஒடுக்குமுறைகளும் இவர் கதைகளின் பேசுபொருளாயின.

தோப்பிலார் அடிப்படையில் மனிதநேயம் மிக்கவர். அவரது நாவல் மற்றும் சிறுகதைகளின் ஊடுபாவாக நமக்குப் புலப்படுவன அன்பு, அருள், உயிர் இரக்கம் முதலான மாந்தநேயப் பண்புகளே. மனித வாழ்க்கையின் அவலங்களை மிகைப்படுத்தாத சொற்சித்திரங்களாக வாசகர்களின் மனத்திரையில் அழகாக எழுதிக்காட்ட வல்லன மீரானின் படைப்புகள். ஒரு மாமரமும் கொஞ்சம் பறவைகளும் என்ற சிறுகதை மாமரம் மற்றும் பறவைகள் மீதான மீரானின் ஈர்ப்பையும் மனிதத்தையும் கடந்த அனைத்து உயிரினங்களின் நலம்நாடும் ஜீவகாருண்யத்தையும் நமக்கு வெளிப்படுத்துகின்றது. நடுநிலை என்ற போர்வைக்குள் தோப்பிலார் எப்பொழுதும் அடைபட்டதில்லை. மரணித்துப்போன மனிதநேயத்தை மீட்டெடுக்கும் நுண் அரசியலோடுதான் முகமது மீரானின் எழுத்துக்கள் படைக்கப்பட்டன என்பதை வாசகர்கள் மிக எளிதாக அடையாளம் காணமுடியும்.

மனிதநேயத்துக்கு எதிரான வகுப்புவாதமும் சாதிய மத முரண்களும் இந்தியச் சமூகத்தை, குறிப்பாகத் தமிழ்ச் சமூகத்தை எவ்வாறு பாதிக்கின்றன என்பதைத் தம் படைப்புகளின் வழி வெளிச்சம் போட்டுக் காட்டினார் மீரான் அவர்கள். மேல்தட்டு மக்கள் தங்களது மேட்டிமை மனோபாவத்தால் தனித்தனித் தீவுகளாக முடங்கிபோகும் அவலத்தைத் தோப்பிலாரின் அனந்தசயனம் காலனி என்ற சிறுகதை மிக அழகாக

விவரிக்கின்றது. அனந்தசயனம் என்ற காலனியின் பெயரே ஓர் அழகான அங்கதக் குறியீடு.

நவீன உலகின் இயற்கைச் சிதைவு, நகர மயமாக்கம், நுகர்வுக் கலாசாரம், போலிப் பகட்டு இவைகளுக்கு எதிரான மனநிலையை இவரின் அத்துணைப் படைப்புகளிலும் நாம் பார்க்க முடியும். தோப்பிலாரின் தங்கவயல் என்ற சிறுகதை ஒன்றே இதற்கு மிகச்சிறந்த சாட்சி. சுயநலமும் பொருளாசையும் குடும்ப உறவுகளைச் சிதைத்து வதைக்கும் கொடுமைகள் பரவலாக மீரானின் கதைகளில் பேசப்படுகின்றன. ஒரு சவ ஊர்தியின் நகர்வலம் என்ற சிறுகதை மரணித்துவிட்ட ஒரு பிணத்தின் புலம்பலாக சிதைவுற்ற குடும்ப உறவுகளின் சுயநலத்தைப் படம் பிடிக்கின்றது.

ஒரு எழுத்தாளனின் வருணனையில் கதை நிகழ்வுகளின் விவரிப்பில் கதாசிரியனின் கண்களும் காட்சியும் முக்கிய இடம் பிடிப்பதென்பது இயல்பானதே. தோப்பிலாரின் புனைகதைகளில் கண்களுக்கு இணையாக மூக்கும் நாக்கும் அதாவது வாசனைகளும் நாக்கின் அறுசுவை அனுபவங்களும் முக்கிய இடம்பெறுவது தனிச்சிறப்பு. இவரின் ஓமவல்லி சிறுகதையில் ஓமவல்லி இலைச்சாறு கலந்து காய்ச்சிய கூந்தல் எண்ணெயின் வாசனையை பாத்திரங்களின் நாசிக்கு மட்டுமல்லாமல் வாசகனின் நாசிக்கும் கடத்தும் அற்புதமான கதைசொல்லியாக தோப்பிலார் திகழ்கிறார்.

தோப்பில் முகமது மீரானின் நாவல், சிறுகதை என்ற இரண்டு புனைகதை வடிவங்களும் தனித்தனியான பருண்மை மற்றும் நுண்மை அம்சங்களோடு படைக்கப்பட்டிருப்பதை மிக எளிதாக நாம் அடையாளம் கண்டுகொள்ள முடியும். இரண்டு வடிவங்களும் இசுலாமிய வெளியில் இசுலாமியப் பாத்திரங்களோடு இயங்கினாலும் நாவல்கள் முன்னெடுக்கும் கதைப் பின்னலுக்கும் சிறுகதைகளின் உள்ளடக்கங்களுக்கும் பாரிய வேறுபாடு உண்டு. நாவல்களின் இறுக்கமான மொழிநடையைக் கட்டறுத்த இயல்பான தமிழ் மொழிநடையை இவரின் சிறுகதைகளில் பார்க்க முடியும். இந்த மொழிநடை வேறுபாட்டிற்கு நிறைய காரணங்கள் உண்டு. (விரிவஞ்சி இங்கே விவரிக்கவில்லை). நாவல்களைப் போலவே சிறுகதைகள் இசுலாமியப் பின்னணியில் எழுதப்பட்டிருந்தாலும் அவற்றின்

பேசுபொருள்கள் மனித சமூகம் முழுமைக்குமானது. பழமை, பாரம்பரியம், மரபு இவற்றைச் சிதைத்து மாறிவரும் நவீன உலகத்தின் அகப்புற முரண்கள் எல்லாவற்றையும் தோப்பிலாரின் சிறுகதைகள் பேசுகின்றன. நிறைவாக ஒன்று சொல்வேன், தோப்பிலார் தமது நாவல்களை அதன் மையத்தில் இருந்து உள்முகமாகப் படைத்தார். ஆனால், சிறுகதைகளை அதன் புறத்தே நின்று வெளிமுகமாகப் படைத்தார். இரண்டின் சாதக பாதக அம்சங்களும் விரிவாகப் பேசத்தக்கன.

தேடும் பறவைகள்: மீரானின் இரைகள்

அ.இராமசாமி

இந்த வசதிகள் எல்லாம் இருபது ஆண்டுகளுக்கு முன் இந்திய மக்களுக்குக் கிடைக்காதவை. வளைவுகளற்ற நான்குவழி, ஆறுவழிச் சாலைகளில் வழுக்கிக் கொண்டு போகும் ஆம்னி பஸ்கள், விரைவுப் பேருந்துகள் உட்பட்ட போக்கு வரத்து வசதிகள், விதவிதமாய்க் கல்வியைக் கற்றுத் தரும் கல்விச் சாலைகள், தனித்தனி உறுப்புகளுக்கும் சிறப்பு மருத்துவம் தரும் பாலி கிளினிக்குகள், டிக்கெட் கிடைக்கவில்லையென்று தியேட்டருக்குப் போன பின்பு திரும்பி வரத் தேவையில்லாத அளவுக்கு ஒரே இடத்தில் பல தரப்பட்ட சினிமாக்களைச் சேர்த்து வைத்திருக்கும் மல்டிபிளக்ஸ் திரை அரங்குகள், சாப்பிடும்போதே பிள்ளைகள் விளையாடத் தனி அறைகள், குடும்பமாகச் சாப்பிடும்போது மற்றவர்களுக்குக் கேட்காதவாறு தடுக்கும் இசைக் கோலங்களை உமிழும் ரம்மியமான சூழல் கொண்ட உணவு விடுதிகள், அந்நிய நாடுகளில் மட்டுமே கிடைத்த வண்ண ஆடைகளைக் கட்டித் தொங்க விட்டு அசத்தும் துணிக்கடைகள், காலணிக் காட்சிக் கூடங்கள், வீட்டுபயோகப் பொருட்காட்சி அரங்குகள் என வசதிகளைக் கொண்டு வந்து சேர்த்து விட்டது உலகமயப் பொருளாதாரம்.

ஒருவர் அலுவலகப் பொறுப்பாளர் என்றால், விடுப்பு எடுத்து வீட்டில் இருந்தாலும் வேலை நடப்பதைக் கண்காணிக்க கைபேசி போதும். ஆம் எல்லா வசதிகளையும் கொண்டு வந்து சேர்த்து விட்டது தாராளமயப் பொருளாதாரமும் அதன் பின் விளைவுகளும். உலகமயமாக்கலின் வெளிப்பாடுகள் சாதாரணமக்களுக்கும் கிடைக்க வேண்டும் என்ற அக்கறை

கூட புது வசதிகளின் வழியாகச் சாத்தியமாவதாக நாம் நம்பிக் கொண்டிருக்கிறோம். மனித நேய முகத்துடன் கூடிய உலகமயப் பொருளாதாரம் பற்றி மதிப்பிற்குரிய பிரதமர் சொல்லிக் கொண்டிருக்கிறார்.

இன்னின்ன துறைகளில் தான் என்றில்லை. ஒரு ஆட்டோக்காரரை அழைக்க அவை நிற்கும் இடங்களுக்கு போக வேண்டியதில்லை. தையல்காரரிடமும், சலவைக்காரரிடமும் துணிகள் தயாராகி விட்டதா எனத் தெரிந்து கொள்ள அக்கடைகளுக்கும் அலைய வேண்டியதில்லை. கையிலிருக்கும் அலைபேசி மூலம் எல்லாவற்றையும் தெரிந்து கொண்டு கிளம்பிப் போகலாம். அதன் உபயோகம் ஆச்சரிய மூட்டக் கூடியதாக மாறி விட்டது. நகரவாசிகள் இன்று அலைபேசியிலேயே அன்றாடத் தேவைகளை நிறைவேற்றிக் கொள்கிறார்கள். வீட்டுக்குப் பத்துப் பேர் விருந்தினர்களாக அழைக்கப்படும்போதே உணவு விடுதிக்கும் என்ன கொண்டு வர வேண்டும் எனச் சொல்லி அனுப்பி விடுகிறார்கள். சரியான நேரத்துக்கு அவை வந்து நிற்கும் விதத்தில் பணியாற்றிட நிறுவனங்கள் தயாராக இருக்கின்றன.

நான்கு மாதக் கர்ப்பத்தின் போதே பிறக்கப் போகும் குழந்தை ஆணா? பெண்ணா? என்று பார்த்துச் சொல்வதோடு எந்தத் தேதியில் குழந்தை பிறக்கும் என்று சொல்லும் வசதி வந்து விட்டது. குழந்தை பெற்றுக்கொள்ளும் பெற்றோர் விரும்பினால் நல்ல நாளில், நல்ல நேரத்தில் குழந்தையை வெளியே எடுத்துத் தரும் அறுவை சிகிச்சைகள் இன்று சாத்தியம். பேறுகால வலி என்பது நவீனப் பெண்ணுக்கு வேண்டாம் என்றாலும் நமது நவீன மருத்துவம் உதவத் தயார். கட்ட வேண்டிய பணம் சில பத்தாயிரங்கள் கூடும்; அவ்வளவு தான்.

விபத்து நடந்தால் ஒரு தொலைபேசி அழைப்பு செய்தால் போதும் ஒரு வசதி மிக்க மருத்துவமனையின் ஆம்புலன்ஸ் அந்த இடத்தில் வந்து விபத்தில் காயம்பட்டவரை அள்ளிப் போட்டுக் கொண்டு போகிறது. அழைக்காமலேயே ரோந்து சுற்றும் ஆம்புலன்ஸ்கள் நெடுஞ்சாலைகளில் வந்து கொண்டும் போய்க் கொண்டும் இருக்கின்றன. நீங்கள் சொல்லாமலேயே நவீன வசதி கொண்ட எலும்புச் சிகிச்சை மருத்துவமனையில் கொண்டு போய்ச் சேர்த்துவிடும் நிலையும் இல்லாமல் இல்லை. இப்படி இந்திய வாழ்க்கையில் ஏற்பட்டுள்ள மாற்றங்களை சாதகங்களை

அப்படியே ஏற்றுக்கொண்டு அதனை வரவேற்று அதற்குத் தகுந்தவர்களாக ஆவதில் பெரும்பான்மை மக்கள் வேகமாகப் போய்க் கொண்டிருக்கிறார்கள். அவர்களுக்கு அதன் மறுபக்கம் தெரிவதில்லை. இந்த வசதி இங்கு எல்லோருக்கும் கிடைக்கிறதா? என்ற கேள்வியை அவர்கள் கேட்டுக் கொள்வதில்லை.

தங்களின் சுகமான வாழ்க்கைக்கு உத்தரவாதம் தந்துள்ள அதன் சாதகங்களை மட்டுமே பார்த்துப் பழக்கப்படுத்திக் கொள்ளும் பொதுப்புத்தி கொண்டவன் அல்ல படைப்பாளி. அவன் எதையும் திருப்பிப் போட்டுப் பார்த்துக் கருத்துச் சொல்பவன். திருப்பிப்போட்டு மறுபக்கத்தை மட்டும் என்றில்லை, ஒரு நிகழ்வின் பல பரிமாணங்களையும் பார்ப்பவனே சிறந்த படைப்பாளியாக மதிக்கப்படுகிறான். அப்படிப்பட்ட படைப்பாளிகளில் ஒருவர் தோப்பில் முஹம்மது மீரான் என்பதைச் சொல்ல வேண்டியதில்லை.

தனது கடலோரக் கிராமத்தின் கதை என்னும் முதல் நாவல் மூலம் இலக்கியவாசகனைத் தன்பால் ஈர்த்த தோப்பில் முஹம்மது மீரான் கூனன் தோப்பு, சாய்வு நாற்காலி, துறைமுகம் என அடுத்தடுத்த நாவல்களின் வழி இலக்கிய இருப்பை உறுதிப்படுத்தியவர். இறுக்கமான இசுலாமியச் சட்டங்கள், நம்பிக்கைகள், நடைமுறைகள் மீது காத்திரமான விமரிசன இழைகளைப் படர விடுவதைக் கொண்டு இசுலாமிய விரோதத்தைக் கொண்ட எழுத்துக்காரர் என யாரும் முத்திரை குத்திவிட முடியாது. எந்தவொரு சமயமும் அதனைப் பின்பற்றுபவர்களும் காலதேச வர்த்தமானங்களுக்கேற்பத் தனது நடைமுறைகளையும் இயல்பையும் மாற்றிக் கொள்ள வேண்டிய கட்டாயத்தில் இருப்பதைப் புரிந்து கொள்ள வேண்டும் என்பதை இசுலாமியச் சமுதாய வாழ்நெறிக்குள்ளிருந்தே வலியுறுத்தும் எழுத்துகள் அவருடையவை. அவரது நாவல்கள் அளவுக்கு சிறுகதைகள் வாசகனை ஈர்க்கவில்லை என்ற போதிலும் அவரது விமரிசனபாணி எழுத்து என்பது சிறுகதைகளிலும் வெளிப்படவே செய்கிறது. அனந்தசயனம் காலனி என்ற முதல் தொகுப்பை அடுத்து ஒரு மாமரமும் கொஞ்சம் பறவைகளும் என்ற இரண்டாவது தொகுப்பு வந்துள்ளது. அதில் உள்ள ஒரு கதை இரைகள் என்பது. அது உண்டாக்கும் விமரிசனம் இப்போதுள்ள நவீன மருத்துவமனைகள் இரக்கமற்ற கொலைக்களங்கள் என்பதாகக் குற்றம் சாட்டுகிறது.

இரைகள் கதை மட்டும் அல்ல. இத்தொகுப்பில் உள்ள பெரும்பாலான கதைகள் தன்மைக் கூற்றுக் கதைகளாகவே இருக்கின்றன. ஆசிரியரே கதையின் ஒரு பாத்திரமாக நின்று தான் பார்த்த – பங்கெடுத்த நிகழ்வுகளைக் கதையாக்கித் தந்துள்ளார். இத்தகைய கதைகளில் ஒரு பத்திரிகையாளனின் விவரிப்புத்தன்மை இருக்கும். அதனால் அது கதையாக இல்லாமல் நேரடி வருணனையாக மாறிவிடும் ஆபத்தைச் சந்தித்து விடும். இதனைக் கதையின் பலவீனம் என்று நினைத்தால் அது உண்டாக்கும் நம்பகத் தன்மையைப் பலம் என்று சொல்ல வேண்டும். கதை சொல்லியாகப் பங்கெடுக்கும் படைப்பாளியின் மொழி ஆளுமை மற்றும் நுட்பமான கவனப் பதிவு ஆகியவற்றால் அந்த நம்பகத் தன்மை உருவாக்கப்படும். மீரான் உண்டாக்கும் நம்பகத்தன்மைதான் இரைகள் கதையைச் சமகால விமரிசனக் கதையாக மாற்றிக் காட்டுகிறது.

இலவச ஆம்புலன்ஸ் உதவிக்குக் கூப்பிட வேண்டிய தொலைபேசி எண்கள் குறிக்கப்பட்ட விளம்பரப் பலகைகள் ஓரங்களில் நாட்டப்பட்ட நெடுஞ்சாலை, சாலை ஓரங்களில் தயார் நிலையில் நிற்கும் பளபளப்பான ஆம்புலன்ஸ்கள் பார்ப்பதற்குக் கவர்ச்சியாகத்தானிருக்கும். அனைத்து வசதிகளும் அமையப்பெற்ற விலை உயர்ந்த வெண்ணிற வாகனங்களை மக்கள் சேவைக்காகச் சாலை ஓரங்களில் நிப்பாட்டியிருக்கும் கருணை உள்ளங்களை, அது வழியாகப் பயணிக்கும் போதெல்லாம் முன்பு வாழ்த்தாமல் இருந்ததில்லை.

இப்படித் தொடங்கி கதையை விரிக்கும் கதைசொல்லி அதை முடிக்கும்போது வேறு மாதிரி சொல்கிறார். கதை சொல்லி: "இப்போது பஸ் பயணம் செய்யும்போது, கண்களை இறுக்க மூடிக்கொண்டும் உறங்குவதுபோல் இருக்கையில் சாய்ந்தும் கொள்வேன். ஏனென்றால், சாலையோர ஆம்புலன்ஸ்கள் கண்ணில் பட்டாலே உடல் நடுங்குகிறது". இது கதையின் முடிவு. இடையில் நடந்தது என்ன என்பதுதான் கதை.

நூக்கண்ணு, தனது ஒன்றுவிட்ட தம்பியின் மகன் சாவுக்குக் காரணமாக இருந்தது அப்படிப்பட்ட ஆம்புலன்சும், அது கொண்டுபோய்ச் சேர்த்த மருத்துவமனையும்தான். தனது வாப்பா வாங்கித் தந்த புதுச் சைக்கிளில் வாப்பாவிற்கு உணவு கொண்டு போன நூக்கண்ணுவை ஒரு சிவப்பு டொயட்டோ கார்

தட்டிவிட்டு நிற்காமல் போய்விட்டது. லேசான காயத்துடன் கீழே விழுந்தவனை விரைந்துவந்த அந்த ஆம்புலன்ஸ் யாரையும் கேட்காமல் அந்த ஆஸ்பத்திரியில் கொண்டு வந்து சேர்த்து விட்டுப் போய்விட்டது. பின் தொடர்ந்து வந்த அவனது வாப்பாவை ஆஸ்பத்திரிக்குக் கட்ட வேண்டிய அட்வான்ஸும் அதன் நடைமுறைகளும் பணம் தேடிக்கொண்டு வரும்படி விரட்டி விடுகிறது. இச்செய்தியை கேட்டு நூக்கண்ணுவைப் பார்க்க வரும் ஆசிரியரின் கூற்றாகவே கதை அமைகிறது. வந்தவர், "லேசான காயம்தானா" வரவேற்பாளரான பெண்ணிடம் விசாரித்தேன். நெத்திலிக் கருவாடு போன்ற உடல் அமைப்புள்ள அந்தப் பெண், ஒரு எரிஞ்சு விழுகிற ஜன்மம். ' எனக்கு அதுபற்றித் தெரியாது, டூட்டி நர்சிடம் கேளுங்கள். எல்லோருக்கு வழிகாட்டுவதுதான் என் வேலை. '

"தீவிர சிகிச்சைப் பிரிவு எந்தப் பக்கம்?" அருகில் இருக்குமானால் எட்டிப் பார்க்கலாமென்றுதான். 'நாலாவது மாடியில்'. "லிப்ட் வழியாக நாலாவது மாடிக்குப் போகலாமா". 'இதுபார்வை நேரமல்ல; அனுமதிச்சீட்டு இல்லாமல் நாலாவது மாடியில் நுழைய முடியாது. "அனுமதிச் சீட்டு எங்கே வாங்கணும்" 'சிகிச்சைக்கு முன்பணம் கட்டி வச்ச பிறகு தான் அனுமதிச் சீட்டு கொடுப்பாங்க. நீங்க பார்க்க வந்த நோயாளிக்குச் சிகிச்சை செய்ய முன் பணம் இன்னும் கட்டல'

பணம் தேடிப்போன தம்பி இன்னும் வரவில்லை. வரும் வரை காத்திருக்கும் ஆசிரியர் அங்கு நடக்கும் நிகழ்வுகளைக் கவனமாக பார்த்துக் கொண்டிருக்கிறார். அடுத்தடுத்து வந்த ஆம்புலன்ஸ் காயம்பட்ட சிலபேரைக் கொண்டு வந்து இறக்கி விட்டுவிட்டுப் போய்க்கொண்டிருக்கிறது. ஆஸ்பத்திரி வேகமாக உயிர்காக்கும் பணிக்காக இயங்கிக் கொண்டிருக்கிறது. இறந்து போன ஒருவரைப் பிணமாகக் கொண்டு போய்ச் சேர்க்க ரூ. 4500/- கட்டினால்தான் தூக்கிப் போக முடியும். அதே ஆம்புலன்ஸ் டிரைவர் பேரம் பேசுகிறார்.

போதிய பணமின்றி வந்த நூக்கண்ணுவின் வாப்பா, 'டாக்டர், டாக்டருடைய இரக்கம் நாடித் தாழ்மையுடன் கூப்பிட்டவாறு, தான் ஒரு கடையில் குமாஸ்தா வேலை செய்யக் கூடியவன், நான் நெனச்சா இவ்வளவு பணம் உடனே ஒரு நாளில் திரட்ட முடியாது, டாக்டர். பல முயற்சிகளும் செய்து

பார்த்தேன். கெடக்கல்ல. எப்படியும் பணம் கட்டிடுவேன்... தயவு செய்து...'. "தயவு தாட்சண்யம் பாத்தா, ஆஸ்பத்திரி நடத்த முடியாது பாய்.. பணம் கட்டி வைங்க. அவசரமாக ஆபரேசன் செய்யணும். பிறகு எங்க மேல பழி போடக் கூடாது. சொல்லிப் போட்டேன்.." நூக்கண்ணுவின் வாப்பா கட்ட வேண்டிய பணம் ரூ. 35000/-. இது முடியாது என்ற நிலையில் தர்மாஸ்பத்திரிக்குக் கொண்டு போகலாம் என்று முடிவு செய்கின்றனர். டாக்டர் சம்மதிக்கிறார். ஆனால், இதுவரை வைத்திருந்த செலவுக்கான பில்லை முடித்துக் கொண்டு அரசாங்கத்தின் தர்மாஸ்பத்திரிக்குப் போகலாம் என்பது நிலை.

அடுத்த நாள் ஆசிரியருக்கு வந்த தொலைபேசி சொல்கிறது. இப்போதும் கட்ட வேண்டிய பணம் ரூபாய் 35000- என்றபோது அதிர்ந்து போகிறார். வைத்தியமே செய்யாமல் அதே தொகை கட்ட வேண்டும் என்றால் அதிராமல் என்ன செய்வார். வேறு வழியின்றி பணத்தைக் கட்டிய பிறகு மருத்துவமனை நர்சு சொல்கிறாள். நேற்று இரவு நூக்கண்ணுவுக் உடம்பு சீரியஸ் ஆனதாகவும், ஆபரேசன் செய்ய எடுத்துப் போகும் போது அவன் இறந்து விட்டான் என்று.

மருத்துவம் செய்யாமல் வைத்திருந்தது மட்டுமல்லாமல், அவனது சாவுக்குக்காரணமான அந்த மருத்துவமனை நிர்வாகம் எந்தவிதக் குற்றவுணர்வும் கொள்ளாமல் பணம் பிடுங்குவதில் குறியாய் இருந்ததைப் படம் பிடிக்கும் தோப்பில், இத்தகைய மருத்துவமனைகள் விபத்தில் காயம் பட்டவர்களைத் தேடி அலையும் ஆம்புலன்ஸுகளை வைத்திருப்பதுபோல விபத்துக்களை உண்டாக்கும் டொயட்டோ கார்களையும் குவாலிஸ் வண்டிகளையும்கூடச் சாலைகளில் நிறுத்தி வைத்திருக்கின்றனவோ என்ற ஐயத்தை உண்டாக்குகிறார்.

இப்படி நடப்பதை பொதுப் புத்தி சார்ந்த மனிதன் ஏற்காமல் போகலாம். இவையெல்லாம் இன்று சமூகத்தில் நிகழாத ஒன்று என்று சொல்லிவிட முடியாது என்பதுதான் நிதர்சனம். பல கோடி விலையில் வாங்கிப் போடும் நவீன மருத்துவக் கருவிகளுக்கான இரைகளைத் தேடித் தர வேண்டிய கட்டாயம் அந்த நிர்வாகங்களுக்கு இருக்கிறது என்பதை உணர்ந்தால், அதற்காக விபத்துக்களை உருவாக்கும் அறமற்ற செயலை அவர்கள் செய்யவும் தயங்க மாட்டார்கள் என்பதையும் ஒத்துக் கொள்ளத்தான் வேண்டும்.

நவீனக் கருவிகளை வாங்கிப்போட்டு பத்திரிகை நடத்தும் அச்சு ஊடக நிறுவனங்கள், அவற்றுக்குத் தீனி போட ஒவ்வொரு நாளும் - ஆன்மீகம், குடும்பம், பக்தி, ஜோதிடம், வணிகம், பெண்கள், விளையாட்டு, பங்கு வர்த்தகம் என ஒவ்வொரு துறைசார் பத்திரிகைகளைக் கொண்டுவந்து, சமூகத்தைப் பின்னுக்கு இழுக்கும் வேலையைச் செய்வதுபோல, செயற்கைக்கோள் தொலைக்காட்சிகளின் வழியே செய்யப்படும் மனக்கொலைகளின் பின்னணியில் எந்த அறமும் இல்லை என்பதும் உண்மைதானே. ஊடகங்களை நடத்துபவர்கள் ஒவ்வொரு நாளும் மனக்கொலைகளைத் திட்டமிட்டுச் செய்யத் தயங்காத நிலை தொடரும் நிலையில் நவீன மருத்துவமனைகள் உடல் கொலைகள் செய்யும் என்பதையும் நம்பித்தான் ஆக வேண்டும். அப்படியொரு எண்ணத்தை உண்டாக்குவதில் மீரானின் கதை இரைகள் முழுவெற்றி பெற்றுள்ளது.

நேர்காணல்கள்

எனக்கு மதுரை, திருநெல்வேலியில் புழங்குகிற தமிழ் தெரியாது. உங்களுடைய படைப்புகளில் உள்ள மொழிகூடப் புரியாது. ஆனால், ஒரு கலைஞனுக்கு மொழி எப்போதுமே தடையாக இருக்காது. என்னுடைய மொழியைப் புரியாதவன் என்னை முழுமையாக வாசித்தால் அதன் ஆன்மாவைப் புரிந்துகொள்வான். கலை வறட்சியுள்ள மனதுக்குத்தான் மொழியைப் புரிந்து கொள்வதில் தடையிருக்கும்.

- நேர்காணலில்

இஸ்லாமியர்கள் தங்களுடைய தமிழ்வேர்களை மறந்துவிட்டனர்

கீரனூர் ஜாகிர்ராஜா

தோப்பில் முஹம்மது மீரான் கன்னியாகுமரி மாவட்டத்துக் கடலோரப் பகுதியான தேங்காய்ப்பட்டணத்தில் பிறந்தவர். கடலோரப் பகுதிகளுக்கே உரித்தான இயற்கை எழிலையும், அதற்கு நேர் எதிரான கலவரச் சூழலையும் ஒரே நேரத்தில் கண்டு வளர்ந்தவர். படிப்பறிவில்லாத பாமர ஜனங்களின் எளிய வாழ்வியலையும் கொச்சை மொழி அழகையும் கூர்மையுடன் அவதானித்துப் படைப்புகளில் பிரதிபலித்தவர். நோன்பின் மகிமையையும், தொழுகையின் அழகையும் கூர்மையுடன் அவதானித்துப் படைப்புகளில் பிரதிபலித்தவர். நோன்பின் மகிமையையும், தொழுகையின் அவசியத்தையும் எளிய மக்களுக்குச் சாத்தியமில்லாத மெக்கா பயணத்தின் கனவுகளையுமே விதைத்து வந்த மத அறக்கோட்பாடுகளுக்குட்பட்ட இஸ்லாமிய இலக்கியத்தின் பாதையைத் தனது வரவால் செப்பனிட்டுப் புணர்நிர்மாணம் செய்தார். 'ஒரு கடலோர கிராமத்தின் கதை' நாவல் தோப்பிலின் வருகையைத் திசையெட்டும் உரக்கக் கூவிய இலக்கியப் பிரதி. 'சாய்வு நாற்காலி' என்னும் தனது நாவலுக்காக 1997இல் சாகித்திய அகாதெமி விருது பெற்றவர். சிறுகதைகள், மொழிபெயர்ப்பு என்றும் இவரது இலக்கியப் பணிகளின் எல்லைகள் விரிவானது. அடிப்படைக் கல்வியை மலையாளத்தில் பெற்றதாலும், இளம்பிராயத்திலேயே அம்மொழி இலக்கியங்களை வாசித்தறிந்ததாலும் தனது கலைப் படைப்புகளில் ஆழத்தை அதிகப்படுத்திக் கொண்டவர். மீரானின் மொழிநடையும், புனைவும், இஸ்லாமியத் தொன்மங்களின்மேல் அவர்

எழுப்புகின்ற படைப்புலகும் வாசகமனதை வசீகரிக்கவல்லவை. திருநெல்வேலிப் பேட்டையில் குடும்பத்துடன் வசிக்கின்ற அவரை அவரது இல்லத்தில் நேர்கண்டு பெற்றதைப் 'புத்தகம் பேசுது' வாசகர்களுடன் பகிர்ந்து கொள்கிறோம்.

தமிழைத் தாய்மொழியாகக் கொண்ட இஸ்லாமியர்கள் தமிழ்ப் பூர்வ குடிகள்தான். இதற்கான வரலாற்று ஆதாரங்களும் உள்ளன. இன்றைக்கு நிலவிவரும் அடையாள அரசியலில் இஸ்லாமியர்கள் தங்களைத் தனிமைப்படுத்திக் கொண்டதாக உணர்கிறேன். தமிழ்வேர்களை இஸ்லாமியர்கள் ஏன் மறைக்க வேண்டும்?

அன்றைய காலகட்டத்தில் தமிழகக் கடலோரப் பகுதிகளில் வாழ்ந்த இஸ்லாமியர்களில் பெரும்பாலானோர் வணிகர்கள். அவர்கள் தங்கள் தொழில் நிமித்தமாக அடிக்கடி வெளிநாடுகளுக்குப் பயணம் சென்றனர். ஊர்களில் பெண்களும், வணிகர்கள் அல்லாத பாமரர்களும்தான் எஞ்சி இருந்தனர். அவர்களுக்குக் கல்விக்கான முகாந்திரம் இல்லை. அந்த நாட்களில் கல்விமான்களாகவும், ராஜ்ஜியத்தில் உயர்பதவிகளை வகிப்பவர்களுமாக உருது முஸ்லிம்கள்தான் இருந்தனர். ஆங்கிலேயர்கள் நவாப்புகளின் காலத்தில் அவர்களின் விருப்பத்துக்கு உகந்தவர்களாக உருது முஸ்லிம்களே இருந்தனர். எனவே, முஸ்லிம்கள் என்றால் அவர்கள் உருதுமொழியைத் தாய்மொழியாகக் கொண்டவர்கள்தான் என்னும் ஒருநிலை இருந்தது. உங்களுக்கே தெரிந்திருக்கும். சமீப காலம் வரை தமிழைத் தாய்மொழியாகக் கொண்ட இஸ்லாமியர்கள் 'லெப்பை Backward community என்றனர். உருது முஸ்லிம்களை Forward community என்றனர். முஸ்லிம்களை இரண்டாகப் பிரித்தனர். தமிழ் முஸ்லிம்களுக்குக் கல்வியோ நிரந்தரமான தொழிலோ இல்லாமல் போனது. அவர்களுடைய கலாச்சாரப் பரிவர்த்தனைகளுக்கும் வழியில்லாமல் போனது. மதமேலாண்மைகளும், குருமார்களும் 'இல்ம்' என்கிற விசயத்தை இவர்கள் மீது திணித்தனர். 'இல்ம்' என்றால் பொதுவாகக் கல்வி என்பதே பொருள். ஆனால், 'இல்ம்' என்பதை மார்க்கக் கல்வி, அரபுக்கல்வி என்பதாகத் திரித்து, ஒரு தமிழ் இஸ்லாமியன் மார்க்க அறிவைப் பெற்றால் போதுமானது என்று நம்ப வைத்தனர். மட்டுமல்ல தமிழ் பேசும்போது ஆங்கிலச் சொற்கள் கலந்து பேசினால், பிராமணன் சமஸ்கிருதச் சொற்கள் கமழப் பேசினால் ஒருவித மோஸ்தர் என்பதாகக் கற்பனை செய்து கொள்வதுபோல தமிழ் முஸ்லிம்களை அரபு கலந்து

பேசினால் அது உயர்வு என்று நம்ப வைத்தனர். நாம் தமிழர்கள் அல்ல; அரபிகள் என்கிற பொய்யான கற்பிதத்துடனே வாழப் பழக்கப்பட்ட அவர்கள் கல்வி கற்பதில் விருப்பம் செலுத்தவில்லை. படிப்படியாகத் தங்களுடைய தமிழ் வேர்களை அவர்கள் மறந்தனர். தமிழ் வேர்களை மறந்த காரணத்தினால்தான் நீங்கள் சொல்வதுபோல அவர்கள் தனிமைப்பட்டனர். உண்மையில் அவர்கள் ஆதித்தமிழர்கள். அதற்கு அடையாளமாக ஆதித்தமிழ் இன்னும் இஸ்லாமியன் கையில்தான் இருக்கிறது. ஆணம், சோறு, பசியாறுதல், தொழுகை, பள்ளி என்பது போன்ற ஆயிரமாயிரம் தூய தமிழ்ச் சொற்களை வாழ்வியல் நெறிகளுடன் கலந்து புழங்கி வருவது தமிழ் முஸ்லிம்கள்தான். அரசியல் காரணங்களுக்காக முஸ்லிம்களைப் பிரித்து வைத்தனர். அவர்களில் 99 விழுக்காடு மதம் மாறியவர்கள்தான். ஒரு சிலர் வணிகத்திற்காக, மதப் பிரச்சாரத்திற்காக அங்கிருந்து வந்திருக்கலாம்.

அடிப்படைக் கல்வி உங்களுக்கு மலையாளத்திலேயே வாய்த்ததாக அறிகிறேன். பட்டப்படிப்பிலும் மலையாள இலக்கியம்தான் படித்துள்ளீர்கள். உங்கள் பார்வையில் மலையாள இலக்கியப் போக்கு எப்படியிருக்கிறது. தகழி, பஷீர், ஓ.வி.வி., சக்காரியா, புனத்தில், மாதவிக்குட்டிக்குப் பிறகு அங்கு புது வகை எழுத்து அறிமுகமாகியுள்ளதா?

செகண்ட் லாங்வேஜ் எனக்கு மலையாளமாக இருந்தது. பட்டப்படிப்பில் பொருளாதாரம்தான் எடுத்தேன். மலையாள இலக்கியத்தைப் பொறுத்தவரை இடையில் ஒரு புதுவகை இலக்கியப் போக்கு அங்கே உருவாகி மீண்டும் பழைய Realistic தன்மைக்கே மாறிவிட்டது. ஆனால், தகழி எழுதிய விவசாயக் குடும்ப வாழ்க்கையோ, கூட்டுக் குடும்ப வாழ்க்கையோ இன்றைக்கு அங்கே கிடையாது. பஷீர் தன் காலத்தின் அனுபவங்களை எழுதினார். இன்றைய நவீன கால கேரளத்தின் வாழ்க்கையைச் சொல்ல நிறைய பேர் இருக்கின்றனர். டி. டி.ராமகிருஷ்ணன் எழுதியுள்ள ஒரு நாவல் முக்கியமானது. Myth அடிப்படையில் கே.பி.ராமன், ‘சூஃபி சொன்ன கதை’ என்றொரு நாவல் எழுதியிருக்கிறார். ‘ஆடு ஜீவிதம்’ என்கிற நாவலையும் படித்தேன். அது தமிழிலும் மொழிபெயர்க்கப்பட்டுள்ளது. அரேபிய மண்ணில் தான் வாழ நேர்ந்த அனுபவத்தை அவர் எழுதியிருக்கிறார். இதைத் தகழியோ, பஷீரோ எழுத முடியாது. தக்காளி கிருஷிக்காரன்டெ ஜீவிதம் (ஒரு தக்காளி விவசாயியின்

வாழ்க்கை) என்றும் கூட ஒரு படைப்பு வந்துள்ளதைச் சொல்லலாம். முன்பு போல இல்லை. இன்றைக்கு மலையாள இலக்கியத்தின் முகம் மாறிவிட்டது.

மலையாளத்தில் எழுதி, தமிழுக்கு மாற்றுவதில் சிரமம் எதுவுமில்லையா?

தாய்மொழி எனக்குத் தமிழாக இருந்தபோதும் மலையாளத்தை அடிப்படை மொழியாகக் கற்றதால் முன்பு வேகமாக மலையாளத்தில் எழுதினேன். இப்போது தமிழில்தான் எழுதுகிறேன். சிந்தனையை எழுதிச்செல்வது பிரவாகம் மாதிரிதானே. எனவே, அழகான கையெழுத்தைப் பற்றிக் கவலைப்படுவதில்லை. தமிழில் இப்போது வேகமாக எழுதிச் செல்வேன். அதை என்னால் மட்டும்தான் வாசிக்க முடியும்.

மலையாள இதழ்களில் எழுதுவதுண்டா?

மாத்யமத்தில் தொடர்ந்து எழுதி வருகிறேன். ரிசாலா என்றொரு இதழிலும் எழுதுகிறேன். அது உலகம் முழுக்கச் செல்லக்கூடிய பத்திரிகை. எழுதுவது பெரும்பாலும் கட்டுரைகள்தான்.

வாப்பாவை ஒரு கதை சொல்லி எனவும், அவர் சொன்ன பல கதைகளே உங்கள் எழுத்துக்கு உந்துதல் என்றும் குறிப்பிட்டிருந்தீர்கள். உங்கள் வாப்பா எது மாதிரியான கதைகளெல்லாம் சொல்லுவார்?

என்னுடைய வாப்பா எனக்கு நிறைய சொல்லியிருக்கிறார். இஸ்லாமியத் தொன்மங்கள், குரானில் உள்ள சம்பவங்கள், நபிமார்களைக் குறித்த தகவல்கள், இஸ்லாமிய சட்ட திட்டங்கள், ஊரிலுள்ள மனிதர்கள், அவர்களுடைய முந்தைய தலைமுறைக் கதைகள் என்று நிறைய சொல்லுவார். 'ஒரு கடலோர கிராமத்தின் கதை' நாவல் என் வாப்பா எனக்குச் சொன்ன தகவல்களை முன்வைத்து எழுதப்பட்டதுதான். ஒரு நாவல் என்கிற அளவில் நான் சிறு மாற்றங்கள் செய்திருப்பேன். அவ்வளவே.

'கூனன் தோப்பு' நாவல்தான் உங்களால் முதன்முதலில் எழுதப்பட்டுள்ளது. கடலோர கிராமத்தின் கதையைப் பிறகுதான் எழுதியிருக்கிறீர்கள். ஆனால், வெளியிடுவதில் முன்பின் மாற்றங்கள் எதனால் ஏற்பட்டது?

கூனன்தோப்பு இஸ்லாமியர்களுக்கும் மீனவர்களுக்கும் இடையில் ஏற்பட்ட வகுப்புக் கலவரத்தை மையப்படுத்தி

எழுதப்பட்டது. எங்கள் கடலோரப் பகுதிகளில் இதுபோன்ற கலவரங்கள் அடிக்கடி நிகழ்வதுண்டு. பூவாறு பகுதியில் நடந்த ஒரு கலவரத்தைத்தான் கூனன்தோப்பில் சொல்லியிருப்பேன். கலவரம் நடக்கும்போது இஸ்லாமியர்களுக்கு ஆதரவாகச் சுற்று வட்டாரத்திலுள்ள இஸ்லாமியர்களும், மீனவர்களுக்கு இணக்கமாக அவர்களைச் சார்ந்தவர்களும் திரண்டு கலவரம் உக்கிரமாக மாறும். கூனன் தோப்பு எழுதிய பிரசுரத்துக்காக நானொரு பத்திரிகைக்காரரை அணுகிய நேரத்தில் மதக்கலவரத்தைப் பற்றிய நாவலைப் பிரசுரிக்க மாட்டேன் என்று அவர் மறுத்துவிட்டார். மதக் கலவரத்தை மையமாகக் கொண்டு இந்திய மொழிகளில் முதன்முதலாக எழுதப்பட்ட நாவலாகக் கருதப்படுவது 1975களில் வெளிவந்த பீஷ்மஸாஹினியின் 'தமஸ்'. ஆனால் அதற்கு முன்னதாக 1965ல் என்னுடைய இருபது வயதுகளில் நான் கூனன் தோப்பு நாவலை எழுதி முடித்துவிட்டேன். பீஷ்மஸாஹினி அப்போது பிரபலமான எழுத்தாளர். நான் சிறு பையன். எனவே, எனக்கு எவ்விதப் பின்புலமுமற்ற நிலையில் 'தமஸ்' நாவல் முன்னிறுத்தப்பட்டது. கூனன் தோப்பு நான் கலவரத்தின்போது நேரில் கண்டு எழுதப்பட்ட நாவலாக இருந்தது. ஆனால் அதற்கான அங்கீகாரம் எனக்கு மறுக்கப்பட்டது. வேடிக்கை என்னவென்றால் ஒரு கடலோர கிராமத்தின் கதையும் கூனன் தோப்பும் துறைமுகமும் நான் தமிழில் எழுதிப் பிரபலமான பிறகு, யாரால் கூனன் தோப்பு மலையாளத்தில் பிரசுரத்திற்கு மறுக்கப்பட்டதோ அவரே அதைத் தமிழிலிருந்து மலையாளத்திற்கு மொழிபெயர்த்துத் தரச்சொல்லிப் பிரசுரித்தார். டி.வி. வேணுகோபால் கூனன் தோப்பு நாவலை மலையாளத்தில் மொழிபெயர்த்து, சாகித்ய அகாதெமி விருதுபெற்றார். தமிழில் எனக்குத் தமிழ்நாடு அரசின் பரிசு கிடைத்தது.

இஸ்லாம் மத அறக்கோட்பாடுகளுக்குட்பட்ட சராசரிக் கதைகளே எழுதப்பட்டு வந்த காலத்தில் நீங்கள் ஒரு மாற்று இலக்கியத்துக்குத் தொடக்கப் புள்ளி வைத்தீர்கள். அப்போது வந்த எதிர்ப்புகளை எதிர்கொண்ட விதம் குறித்து?

'சிந்துநதிக் கரையினிலே' போன்ற நாவல்களை எழுதிய ஹஸன் மாதிரியான எழுத்தாளர்கள்தான் அப்போது சமுதாயத்தில் பெரிய அளவில் மதிக்கப்பட்டனர். அவர்தான் இஸ்லாம் சமூகத்தை எழுதுகிற நாவலாசிரியர் என்றொரு நம்பிக்கை ஜனங்களின் மத்தியில் நிலவியது. என்னுடைய நாவலோ இதற்கு

மாறான கதையோட்டம், புதிய மொழி, புதுமையான கதா மாந்தர்கள் என இஸ்லாமிய நாவல்களின் அதுவரைக்குமான பாட்டையைப் புரட்டிப் போட்டது. இப்படி ஒரு நாவலை அவர்களால் எதிர்கொள்ள முடியவில்லை. எதிர்ப்புகள் வந்தது உண்மைதான். ஜே.எம். ஷாலி என்கிற பிரபலமான இஸ்லாமிய எழுத்தாளர் என்னுடைய நாவல் குறித்துக் கருத்துத் தெரிவிக்கையில் 'மீரான் புதிய தாஜ்மஹால் கட்ட வேண்டாம். இருக்கிற தாஜ்மஹாலை உடைக்க வேண்டாம்' என்றார். அந்த அளவிற்குச் சமூகத்தில் நாவல் குறித்த பிரக்ஞை இல்லாமல் இருந்தது. நான் 'ஒரு கடலோர கிராமத்தின் கதையைப்' பத்திரிகையில் தொடராக எழுதி எட்டு வருடங்களுக்குப் பிறகு அது புத்தக வடிவம் கண்டது. அப்போதுதான் அந்த நாவல் நிறைய பிரச்னைகளை எதிர்கொண்டது. எனது ஊரில் வாழ்கிற மனிதர்களை நான் கதாமாந்தர்களாக நாவலில் காட்டியதால் அவர்களும் அவர்களுடன் தொடர்புள்ளோரும் எனக்கு எதிர்ப்புத் தெரிவித்தனர். எனக்கெதிரான சில துண்டுப்பிரசுரங்கள் விநியோகிக்கப்பட்டன. நான் அதைப் பொருட்படுத்தவில்லை. பத்திரிகைகளில் நான் விளம்பரம் கொடுத்தும் யாரும் என் நாவலை வாங்கத் தயாராக இல்லை. இஸ்லாம் மதத்தை நான் கடுமையாகத் தாக்கி எழுதியுள்ளதாகப் பொய்ப் பிரச்சாரமொன்று தமிழ்நாடு முழுவதும் கட்டவிழ்த்துவிடப்பட்டது. இந்தப் பிரச்சாரத்தை மேற்கொண்டது சக முஸ்லிம் படைப்பாளிகள்தான். நாவலை விற்பனை செய்வதற்கு நான் கடுமையாக முயற்சிகள் எடுத்தும் எந்த முஸ்லிமும் அதை வாங்குவதற்குத் தயாராக இல்லை. நான்கே பிரதிகள்தான் விற்றிருந்தன. ஐந்தாவது இஸ்லாமிய இலக்கிய மாநாடு கடையநல்லூரில் நடைபெற்ற சமயத்தில் கவிஞர் மீரா நூறு பிரதிகள் என்னிடமிருந்து வாங்கினார். அவ்வளவு பெரிய மாநாட்டில் விற்றது ஒரு பிரதி மட்டுமே, மீதி 99 பிரதிகளை அவர் திருப்பியனுப்ப நேர்ந்தது. ஆனால், முற்போக்கான விசாலமான மனம் கொண்ட கவி கா. மு. ஷெரீப், கவிக்கோ அப்துல் ரகுமான் போன்றவர்கள் என்னை மிகவும் பாராட்டினர்.

குறிப்பிட்ட ஒரு வட்டார மக்களைப் பற்றி எழுதப்பட்ட இலக்கியம் உலகின் எல்லா வட்டார மக்களுக்கும் பொதுமையாக முடியுமா? எப்படி?

நான் எனது 'தேங்காய்ப்பட்டணம்' என்கிற சிறிய துவாரத்தின் வழியே இந்த உலகத்தைப் பார்க்கிறேன். உலகெங்கிலுமுள்ள

மனிதர்களும் தேங்காய்ப்பட்டணத்து மனிதர்களும் ஒன்றுதான். உணர்வுகளும் ஒன்றுதான். ஆனால், வெவ்வேறு வடிவங்களில் இருக்கின்றனர். நான் என் ஊரைப் பற்றி எழுதிய அரசியலுடன் தமிழ்நாட்டு அரசியல் ஒத்துப்போகவில்லையா? ஒரு தன்னந்தனி மனிதனல்லவா ஒரு கிராமத்தையே ஆட்டி வைக்கிறான். ஒரு அரசியல்வாதி அல்லவா மதுரையைப் போன்ற பெரிய நகரத்தைக் கட்டிப் போட்டு வைக்கிறான். நான் கிராமத்திலுள்ள ஒரு முதலாளியைச் சொன்னேன். இன்றைக்கு அரசியல்வாதி...

சாய்வு நாற்காலி நாவலில் தென்திருவிதாங்கூரின் வரலாற்றுப் பின்னணி சொல்லப்பட்டுள்ளது. அந்த சமஸ்தானத்தில் இஸ்லாமியர்களின் நிலை எவ்வாறிருந்தது?

மொத்தத்தில் முஸ்லீம் சமூகத்துக்கு அங்கே பெரிய அங்கீகாரம் கிடையாது. அவர்களுக்கு வேலை வாய்ப்புகளும் இல்லை. முஸ்லீம்கள் திருவனந்தபுரத்தில் சொந்தமாக ஒரு கட்டடத்தை வாங்கிவிட முடியாது. முதன் முதலாக அங்கே ஒரு சொந்தக் கட்டடத்தை வாங்கியவர் காயிதே மில்லத்தின் தகப்பனார். அதுவும் அவர் நெய்து கொண்டு சென்ற அழகிய துணி வகைக்குப் பிரதி உபகாரமாகக் கிடைத்தது அது. மற்றபடி திருவிதாங்கூர் மன்னருக்கு யுத்த காலத்தில் முஸ்லீம்கள் உதவியிருக்கின்றனர். ஆனால், அவர்களுக்கு ஒரு போதும் அரசாங்க உத்தியோகம் கிடைத்ததில்லை.

சாய்வு நாற்காலியில் முஸ்தபாக்கண்ணு தன் மனைவியின் மீது பிரயோகிக்கும் 'அதபுப் பிரம்பு' கால காலமாகப் பெண்களை ஒடுக்கி வைக்கிற ஆணாதிக்க மனோபாவத்தின் குறியீடுதானே?

ஆம். அது ஒரு குறியீடுதான். எங்கள் ஊரில் ஆண்கள் தங்களுடைய மனைவிகளை அடித்துக் கொடுமைப்படுத்துவார்கள். என்னுடைய வாப்பா என் அம்மாவை அடித்திருக்கிறார். ஏனையோர் தங்கள் மனைவிமார்களைத் தெருவில் மாடுபோல விரட்டியடிப்பார்கள். நான் இந்தக் காட்சிகளை எல்லாம் நேரடியாகப் பார்த்திருக்கிறேன். மனிதத் தன்மையற்ற இந்தச் செயல்களைத்தான் நான் அதபுப் பிரம்பாகக் காட்டியிருந்தேன்.

ஐந்திற்கும் அதிகமான சிறுகதைத் தொகுப்புகளை வெளியிட்டுள்ளீர்கள். ஆனால், உங்கள் நாவல்கள் வெற்றிபெற்ற அளவு சிறுகதைகள் வரவேற்பைப் பெறாத காரணம் என்ன?

என்னை ஒரு நாவலாசிரியராகத்தான் எல்லோரும் பார்த்திருக்கிறார்களே தவிர சிறுகதையாசிரியராகப் பார்க்கவில்லை என்று கருதுகிறேன். எந்த ஒரு கலைஞனும் ஏதாவதொரு துறையில்தானே வெற்றி பெற இயலும்? ஆனால், என்னளவுக்கு நான் நல்ல சிறுகதைகளை எழுதியிருப்பதாகவே நினைக்கிறேன்.

'இந்தியா டுடே' இலக்கிய மலரொன்றில் வெளியான 'அனந்த சயனம் காலனி' சிறந்த சிறுகதையாகவும், வழக்கமான உங்களின் வெளிப்பாட்டிலிருந்து மாறுபட்ட படைப்பாகவுமிருந்தது. அந்தக் கதை எழுதுவதற்கான உந்துதலை எங்கிருந்து பெற்றீர்கள்?

நாகர்கோவிலில் பொன்னப்பநாடார் நகர் என்று இருக்கிறது. அது ஒரு பெரிய காலனி. என்னுடைய அண்ணனின் வீடு அங்கே இருந்தது. அவரைத் தேடி நான்சென்ற அனுபவம்தான் அனந்த சயனம் காலனி. காலனி வாழ்க்கையில் மனிதர்கள் ஒருவரோடு ஒருவர் பேசிக் கொள்வதில்லை. பழகுவதில்லை. அது இன்றைக்கு ஒரு நாகரிகமாக இருக்கிறது. இந்த அவலத்தைத்தான் அந்தக் கதையில் எழுதியிருந்தேன்.

'தங்கராசு' போன்ற சிறுவர்களை மையப்படுத்திய கதையையும் அபூர்வமாக எழுதியிருக்கிறீர்கள்?

ஹை கிரவுண்டில் ஒரு முஸ்லீம் பள்ளிக்கூடம் இருந்தது. அட்மிஷன் காலங்களில் பள்ளித்தலைமையாசிரியருக்கு ஒரு தனிப்பட்ட அதிகாரமிருக்கும் அல்லவா? அப்போது ஒரு பையனை அவனுடைய ஏழைத் தாய் அட்மிஷனுக்காக அழைத்து வருகிறார். பையனுக்கு நல்ல மார்க் இருந்தது. இருந்தும் அவனுக்கு அட்மிஷன் மறுக்கப்பட்டது. "என் பையனுக்கு நல்ல மார்க் இருக்கிறது. அட்மிஷன் போடுங்கள்" என்று அந்தத் தாய் கோருகிறாள். 'கிடையாது' என்கிற ஒற்றை வார்த்தையே அவ்ளுக்குப் பதிலாகக் கிடைக்கிறது. அந்தத் தாய் மீண்டும் மீண்டும் கெஞ்சுகிறாள். 'போக்கில்லையானால் உதை கிட்டும்' என்று அவள் பள்ளி நிர்வாகத்தினரால் எச்சரிக்கப்படுகிறாள். நான் இந்தச் சம்பவத்தின் பார்வையாளனாக நின்று மனம் வெதும்பினேன். தங்கராசு கதை எழுத இந்தச் சம்பவம் காரணமாக இருந்தது.

குடும்ப, சமூக, பொருளாதார விஷயங்களைக் கடந்து 'அஞ்சு வண்ணம் தெரு' நாவலில் ஒரு மதத்தின் இரண்டு ஆன்மீகப்

பிரிவுகளின் மோதலைச் சித்தரித்துள்ளீர்கள். இது குறித்துப் பேசுங்கள்...

எப்படித் தொழுகையில் ஈடுபட வேண்டும், எவ்வாறு நோன்பிருக்க வேண்டும் என்பதற்கு விதிகள் இருக்கின்றன. அது எல்லோருக்கும் தெரியும். அதை மதத்தின் ஒரு பிரிவு வலிய வந்து நமக்குப் போதிக்க வேண்டிய அவசியமில்லை. அந்தப் பிரிவுக்கு நாம் கட்டுப்பட வேண்டிய அவசியமுமில்லை. இதைத்தான் நான் நாவலில் எழுதியிருக்கிறேன்.

இந்து சமயத்தில் பக்தி இலக்கியங்களுக்கு உரிய இடம் கொடுக்கப் பட்டிருப்பதைப் போல, இஸ்லாமிய ஞான இலக்கியங்களைச் சொந்த சமூகத்தினர் போற்றி ஆராதிக்கிற மாதிரி தெரியவில்லையே?

இந்து சமயத்தின் பக்தி இலக்கியங்களை எல்லோராலும் புரிந்துகொள்ள முடிகிறது. இல்லாவிட்டாலும் அதற்கு உரை நிகழ்த்த, அது குறித்துத் தொடர் சொற்பொழிவாற்ற முன்பு கிருபானந்தவாரியார் போன்றவர்கள் இருந்தனர். அவரைத் தொடர்ந்து பலரும் அப்பணியில் ஈடுபடுகின்றனர். இஸ்லாமிய ஞான இலக்கியங்களைப் புரிந்து கொள்வதில் நமக்குச் சிரமம் இருக்கிறது. புரிந்தவர்களைப் போய்க் கேட்டாலோ “உனக்கு இது புரியாது போ” என்று சொல்லுவார்கள். ஞான இலக்கியங்களைப் படைத்த சூஃபிகள் ஒருவித மெய்மறந்த தன்மையிலிருந்து அதை இயற்றியிருப்பார்கள். அதற்குப் பொருள் சொல்ல நமக்கு ஆட்கள் வேண்டும். தக்கலை பீரப்பாவின் பாடல்கள் இந்த வட்டாரத்தில் வெகு பிரசித்தம். எல்லோரும் அதைப் பாடுகின்றனர். பாடுகின்ற எல்லோருக்கும் அதன் பொருள் புரிந்திருக்குமா... எனக்குத் தெரியவில்லை.

வஹாபிகள் நிறுவ முயலும் தூய அரபுவாதம் இந்த மண்ணுக்கு ஏற்புடையதாக இருக்குமா?

பெண்களுக்கான பர்தா கலாச்சாரம் முன்பு இத்தனை தீவிரமாக இருந்ததில்லை. இன்றைக்கு வற்புறுத்தி அது நிறுவப்பட்டிருக்கிறது. இல்லாத கலாச்சாரத்தை இங்கே நிறுவ முயல்வது தவறு. அதேபோல் ஆண்கள் இன்றைக்குத் தங்களுக்குப் பொருத்தமே இல்லாத அரபிகளைப் போன்ற உடைகளை அணிந்து கொள்ளத் தொடங்கியுள்ளனர். இது தன் மண்ணையும் தனக்கான வேர்களையும் மறக்கக்(மறைக்கக்)கூடிய

செயல்பாடு. பக்ரீத் பண்டிகைக்கு ஒட்டகங்களைக் கொண்டு வந்து அறுக்கின்றனர். இது மிருகத்தனமான செயல். ஒட்டகம் எவ்வளவு பெரிய பிராணி? அதைப் பல நூறு மைல்களுக்கு அப்பால் ராஜஸ்தானிலிருந்து இழுத்துக் கொண்டு வந்து தமிழ்நாட்டில் குர்பானி கொடுக்க வேண்டிய அவசியம் என்ன? இதற்குப் பெயர் மதவெறி அல்லாமல் வேறென்ன?

'தைக்காப் பள்ளியிலே மினாராக்கள்' என்கிற தலைப்பை 'அஞ்சு வண்ணம் தெரு' என்று மாற்றக் காரணம் எதுவும் உண்டா? வியாபார உத்திக்காக இவ்வாறு பெயர் மாற்றப்பட்டிருக்கலாம் என்று ஒரு விமர்சகர் எழுதியுள்ளார். அப்படித்தானா?

'தைக்காப் பள்ளியிலே மினாராக்கள்' தலைப்பை மாற்றச் சொன்னவர் கிருஷி தான். மலையாளத்தில் இந்தத் தலைப்பில்தான் எழுதியிருந்தேன். கிருஷி மாற்றச் சொன்னதும் ஒரு யோசனை தோன்றியது. அஞ்சு வண்ணம் தெரு என்று மாற்றலாம் என்பதுதான் அது. அஞ்சு வண்ணம் ஆதியில் ஒரு இஸ்லாமிய அடையாளம். முற்காலத்தில் அது ஒரு முஸ்லிம் டிரேட் யூனியன். மணி கிராமம் யூதர்களின் டிரேட் யூனியன் போலத்தான் இது. தவிர அந்த நாவல் ஒரு தெருவின் கதைதான். ஒரே தெருவைச் சேர்ந்த மக்கள் எப்படிப் பிரிகின்றனர். மதத்தின் ஆன்மீகப் பிரிவுகள் இதற்கு எப்படி காரணமாக இருக்கின்றன. இவர்களுக்குள் உருவாகும் மோதல்கள் எப்படி இவர்களில் சிலரைத் தீவிரவாதிகள் என்று முத்திரை குத்துமளவிற்குக் கொண்டு செல்கிறது என்பதைத்தான் எழுதியிருந்தேன். வஹாபிகள் என்று தங்களைக் கூறிக்கொள்வோரின் தோற்றமும் நடை உடை பாவனைகளும் வித்தியாசமாக இருக்கிறது. இது இயல்பாகக் காவல்துறையினரை அவர்களின் மேல் கவனம் கொள்ள வைக்கிறது. எனக்குத் தெரிய மேலப்பாளையத்திலிருந்து காவல்துறைக் கண்காணிப்பில் உள்ள அத்தனை பேரும் இந்த மாற்றுச் சிந்தனையாளர்கள்தான்.

அஞ்சு வண்ணம் தெரு நாவலில் பள்ளி வாசலின் உயரத்தைத் தாண்டி வீடு எழும்பினால் அந்தக் குடும்பம் சீரழிந்துவிடும் என்பது போன்ற கருத்தை முன் வைக்கிறீர்களே?

அது ஒரு நம்பிக்கைதான். நம்பிக்கைகளே சில சமயங்களில் சமூகத்தை ஆட்டி வைக்குமில்லையா, அதுதான். நாவலின் இறுதியில் அந்த நம்பிக்கை தவறானது என்றும் கூறியிருக்கிறேன்.

ரவூப், அனீபா இரண்டு கதாபாத்திரங்களும் வெடிகுண்டு வழக்கில் கைதாகி போலீஸ் என்கவுன்ட்டரில் கொல்லப்படுவது கோவை சம்பவங்களின் தாக்கத்தினால்தான் இல்லையா? அத்தனை உக்கிரமான கோவை சம்பவத்தை மையப்படுத்தி இலக்கியப் பதிவுகளே இல்லாமல் போனது சரியா? இதற்கான காரணம் என்ன?

ரவூப், அனீபா இருவரைக் குறித்த சித்தரிப்புகளும் கிட்டத்தட்ட கோவை சம்பவத்தின் தாக்கம்தான். இதை மையப்படுத்தி இலக்கியப் பதிவுகள் வராததற்குக் காரணம் அச்சம்தான். இந்த சமயத்தில் அப்படி ஒரு படைப்பு வந்திருக்க வேண்டும். இப்போது காலம் கடந்துவிட்டது. எனக்கே இது ஒரு உறுத்தலாகத்தான் இருக்கிறது. அஞ்சுவண்ணம் தெருவில் மெலிதாக இதைத் தொட்டுச் சென்றிருப்பேன்.

உங்களுடைய முந்தைய படைப்புகளில் அற்புதங்கள் நிகழ்த்துகின்ற அவுலியாமார்களைக் குறித்த கிண்டல் மறைமுகச் சாடல்கள் இருக்கும். உதாரணத்துக்குக் கள்ளி முள்ளு அவுலியா... எலி பாத்திஹா... மாதிரி, தற்போது உங்கள் நிலைப்பாட்டில் மாற்றம் நிகழ்ந்திருப்பதாகக் கருதுகிறேன்...

எள்ளலாகக் குறிப்பிட்டிருந்தது உண்மைதான். ஆனால், குணங்குடி மஸ்தான் குறித்துப் படிக்கையில் அவரே கள்ளிமுள்ளு உண்டதாக அறிந்தேன். அவுலியாக்களைக் குறித்து எனக்குப் பெரிய மரியாதை உண்டு. காரணம் அவர்கள் சூஃபிகள். அவுலியாக்களைக் குறித்து நான் தவறான அபிப்பராயம் கொண்டிருந்தேனேயொழிய அவர்கள் சரியானவர்களாகத்தான் இருந்திருக்கிறார்கள். அவர்கள் வாழ்ந்த காலத்தில் சமுதாயத்திற்குப் பெருந்தொண்டாற்றியிருக்கின்றனர். அரசியலில் கலாசாரம் பண்பாடு ரீதியாக அவர்களுடைய பாதிப்பு உண்டு. நாம் அவர்களை மதரீதியாக மட்டுமே அணுகியிருக்கிறோம். நாகூர் சாகுல் ஹமீது அவுலியா போர்த்துகீசியர்களுக்கு எதிராகப் போரிட மரைக்காயர்களைத் திரட்டி அனுப்பியிருக்கிறார். அவுலியாக்களைக் குறித்த மறுவாசிப்பு நமக்குத் தேவை. நான் எல்லா தர்காக்களுக்கும் சென்று அவர்களுடைய வரலாற்றை, நூல்களைத் திரட்டியிருக்கிறேன்.

வாப்பா, மைதீன்பிச்சை மோதீன் விண்ணுலகப் பயணம், தகர்க்கப்பட்ட பாபர் மசூதியை அவர்கள் பார்ப்பது, மெஹராஜ் மால அரங்கேற்றம், வேம்படிப் பள்ளி எழுதல், வெட்டுவத்தி

மம்மேலி யாங்கு உரைத்தல்... என்று இந்த நிகழ்வுகள் 'அஞ்சு வண்ணம் தெரு' நாவலை வேறொரு தளத்துக்கு நகர்த்துவதாகக் கருதுகிறேன்...

கோட்டாறில் (கோட்டாற்றில்) பெருமாள் குளம் தெருவில் இருக்கிறது என்னுடைய அக்காவின்வீடு. அந்த வீட்டோடு சேர்ந்து சுலைமானப்பா பள்ளி என்றொரு பள்ளி வாசல் இருந்தது. ஒரு நேரத்தில் அந்தப் பள்ளிவாசல் இடிந்து தகர்ந்து கிடந்தது. அந்தப் பள்ளிவாசலைவிட உயரமாக வீடு கட்டியதால்தான் அந்த வீடு விருத்தியாகாமல் போய்விட்டதாக மக்களிடம் ஒரு நம்பிக்கையும் இருந்தது. அந்த வீடு விற்பனைக்கு வந்தபோது, யாரும் வாங்கவில்லை. அந்த வீட்டில் குடியிருந்தவர் வீடு ஜப்தியாகிப் போய்விட்டார். அந்தத் தெருவில் மக்கள் நடமாட்டம் இருக்காது. மம்மது என்று ஒரே ஒரு நபர் அந்தப் பள்ளிவாசலில் தொழுகைக்கு வருவார். அந்த மம்மதுவைத்தான் நான் மைதீன்பிச்சை மோதினாக நாவலில் வார்த்திருப்பேன். அந்த வாப்பா கதாபாத்திரம் மிக முற்போக்கானது. வாப்பா, தாத்தா, மச்சான் போன்ற கதாபாத்திரங்கள் வாயிலாக நாவலில் ஒலிப்பது என்னுடைய குரல்தான்.

மலையாளக் கலப்பு மொழி, வட்டார வழக்கு, கொச்சையான உச்சரிப்புகளை அணுகுவதில் சிரமம் ஏற்படுத்துவதாகச் சிலர் அபிப்பிராயப்படுகின்றனரே...?

அது என் இயல்பான மொழி, அதை நான் வேண்டுமென்று திணிப்பதில்லை. எனக்கு மதுரை, திருநெல்வேலியில் புழங்குகிற தமிழ் தெரியாது. உங்களுடைய படைப்புகளில் உள்ள மொழிகூடப் புரியாது. ஆனால், ஒரு கலைஞனுக்கு மொழி எப்போதுமே தடையாக இருக்காது. என்னுடைய மொழியைப் புரியாதவன் என்னை முழுமையாக வாசித்தால் அதன் ஆன்மாவைப் புரிந்துகொள்வான். கலை வறட்சியுள்ள மனதுக்குத்தான் மொழியைப் புரிந்து கொள்வதில் தடையிருக்கும்.

ஹூசேனுல் ஜமால், வைக்கம் பஷீர் வரலாறு, தெய்வத்தின் கண்ணே என்று மலையாளத்திலிருந்து மொழிபெயர்த்துள்ளீர்கள். அந்த வரிசையில், இப்போது செய்து கொண்டிருக்கிற பணி என்ன?

யு.ஏ. காதருடைய ஒரு புத்தகத்தை மொழிபெயர்த்து அனுப்பியிருக்கிறேன். திர்கோட்டூர் நோவெல்லா என்றொரு

குறுநாவல் அது. சாகித்ய அகாதெமிக்காக இதைச் செய்திருக்கிறேன். இன்னும் அது குறித்த தகவல் வரவில்லை.

இஸ்லாம் சமூகத்தில் பெண் கல்வி மறுக்கப்படுவதாக ஒரு குற்றச்சாட்டு தொடர்ந்து இருந்து வருகிறதே...? அரசியல் இலக்கியம் என்றும் அவர்களின் பங்களிப்பு குறைவாக இருக்கிறதல்லவா?

இப்போது இஸ்லாம் சமூகத்தில் எல்லாப் பெண்களும் கல்வி கற்கின்றனர்.

இலக்கியத்தில் அவர்களுடைய பங்களிப்பு...?

ஆண்கள் மட்டும் எத்தனை பேர் எழுத வந்திருக்கிறார்கள். விரல்விட்டு எண்ணிவிடலாம்தானே? இஸ்லாமியர்களுக்கு இலக்கியப் பார்வை மிகமிகக் குறைவு. ஒரு காலத்தில் இலக்கியத்தில் இவர்களின் கரங்கள் ஓங்கி இருந்தது வரலாறு. பிற சமயத்தினரைக் காட்டிலும் பக்தி ஞான இலக்கியங்களில் இஸ்லாமியர்கள் சாதித்துள்ளனர். அந்தக் காலத்தில் பெண்களும் எழுதி இருக்கிறார்கள். ரசூல் பீவி, ஆசியா உம்மா போல.

சமகாலத்தில் எழுதக்கூடியவர்கள் இல்லையே?

இலக்கிய ரசனை இருந்தால்தானே இலக்கியம் படைக்கக் கூடியவர்கள் இருப்பார்கள். உதாரணத்துக்கு உங்களுடைய படைப்புகளையும் என்னுடைய படைப்புகளையும் பேசுவதற்கு ஆளிருந்தால்தானே அவற்றிலுள்ள ஆழம் வெளிப்படும்?

பெண்கள் அரசியலுக்கோ இலக்கியத்துக்கோ வருவதற்கு ஒழுக்கம் ஒரு காரணமாகச் சுட்டப்பட்டுத் தடை விதிக்கப்படுகிறது. இது சரியா?

இங்கல்ல பாகிஸ்தானிலும், வங்காள தேசத்திலும் இஸ்லாமியப் பெண்கள் தலைமைப் பதவிக்கு வரவில்லையா? தமிழில்தான் அவர்களின் இலக்கிய வருகை குறைவு. மலையாளத்தில் நிறையப் பெண்கள் எழுதுகின்றனர். உருது மொழியில் எழுதி ஒரு முஸ்லிம் பெண் ஞானபீடம் விருது வாங்கியிருக்கிறார். தமிழ்நாட்டில் எழுதுவதற்குப் பெண்கள் முன்வரவில்லை. அவர்களில் நிறையப் பேர்கள் இஞ்சினியரிங் படிப்பதற்காகப் போய்விட்டனர். இலக்கியம் படிக்க ஆட்கள் இல்லை. மொழி படிக்க ஆள் இருந்தால்தானே இலக்கியத்தில் ஆர்வம் வரும்? மொழியைப் புறக்கணித்தால் இலக்கியம் எப்படி வளர்ச்சி பெறும்? வீட்டுக்குள்ளேயே தமிழ் செத்துப் போயிற்றே? எங்கள் ஊரை எடுத்துக் கொண்டால் ஒரு காலத்தில் ஆண்கள்

எல்லோரும் கொழும்புக்கு வியாபாரத்திற்குச் சென்று விடுவர். தகப்பன்மார் ஊரில் இல்லை. அம்மாக்களுக்குக் கல்வி இல்லை. குழந்தைகள் பள்ளிக்கூடம் போயிற்றா என்று கேட்கவுமொரு ஆள் இல்லை. பெற்றோரின் கவனிப்பு இல்லாமல் ஒரு தலைமுறை கல்வியை நுகராமலேயே பாழாகிவிட்டது. அந்தத் தலைமுறையைச் சேர்ந்தவன்தான் நான். நாங்கள் ஓரிருவர் பொறி வறுக்கையில் சில பொறிகள் தெறித்து வெளியில் வந்துவிழுகிறாற்போல தப்பித்துக் கொண்டோம்.

ஹெச்.ஜி.ரசூல் மீதான ஊர் விலக்கம், மதவிலக்கம் குறித்து உங்களுடைய கருத்து என்ன?

ஊர் விலக்கம் தவறு. இதை நான் எப்போதுமே சொல்லி வந்திருக்கிறேன். ஒரு படைப்பாளியை ஊர் விலக்கம் செய்வது மனித உரிமை மீறலாகும். ஊர் விலக்கம் என்கிற பெயரில் ஒரு மனிதனை சமூகத்திலிருந்து தனிமைப்படுத்துவது அவனைக் கொலை செய்வதற்குச் சமம். அது அடிப்படையான தவறு. பிறகு சர்ச்சைக்குள்ளான அவருடைய கட்டுரை குறித்து எனக்கு மாறுபட்ட கருத்து இருக்கிறது. திராட்சையும், முந்திரிப்பழமும் நாம் உண்ணும்போது நன்மை பயக்கத்தக்க குணாம்சத்துடனிருக்கிறது. அதுவே மதுவாகும்போது வேறொரு தீமை தரத்தக்க நிலையை அடைகிறது. பதநீருக்கும் கள்ளுக்கும் உள்ள வித்தியாசம் இதுதான். நானும்கூட சிறுபிராயத்தில் பதநீர் குடித்து வளர்ந்தவன்தான். மது சமூகத்துக்குத் தீமை தரக்கூடிய பானமாகவே எல்லோராலும் கருதப்படுகிற நிலையில் மது அருந்த அனுமதியளித்தால் இஸ்லாத்தின் பக்கம் நிறையப் பேர் வருவார்களென்றும், நாயகம் குறிப்பிட்ட பானத்தை அருந்தியிருக்கிறார் என்றும் ரசூல் அந்தக் கட்டுரையில் நிறுவுகிறார். அது ஏற்புடையதல்ல.

இவற்றையெல்லாம் கடந்து 'மைலாஞ்சி'கவிதைகளின் மூலமாக ரசூல் இஸ்லாம் மதத்துக்கு மாறாக இயங்கியிருப்பதாக நீங்கள் கருதுகிறீர்களா?

இல்லை. அப்படி நான் கருதவில்லை.

இலங்கைக்கு நீங்கள் அடிக்கடி சென்று வருகிறீர்களே. அது தொழில் நிமித்தமான பயணமா? அங்குள்ள தமிழ் முஸ்லீம்களின்நிலை எவ்வாறு உள்ளது?

முஸ்லிம்களுக்கு முன்பிருந்த பாதுகாப்பு இல்லை. இலங்கை அரசு தமிழர்களுக்கு என்னென்ன உரிமைகளை எல்லாம் மறுக்கின்றதோ அதே உரிமை மறுப்பை ஓரளவு இஸ்லாமியர்களிடமும் பிரயோகிக்கிறது. முன்புபோல அவர்களுடைய தொழிலில் அபிவிருத்தி இல்லை. வேலை வாய்ப்பும் குறைவுதான். இருந்தாலும் தமிழர்கள் அளவுக்குப் பாதிப்புகள் இல்லை. தமிழர்களும் மற்றுள்ளோரும் இருந்தாலும் இலங்கை ஒரு முழுமையான சிங்கள நாடாக வேண்டுமென்றும் பிறர் தங்களை அண்டி வாழக்கூடியவர்கள் என்றும் இலங்கை அரசு கருதுகிறது. அரசு மட்டுமல்ல; அங்குள்ள புத்தபிட்சுகளின் உள்நோக்கமும் அதுதான்.

யாழ்ப்பாணத்தைப் பொறுத்தவரை இஸ்லாமியர்கள் இனி அங்கே நிம்மதியாக வாழவே முடியாது. காரணம் பழைய கசப்பான அனுபவங்கள். திடீரென ஒலிபெருக்கியில் அறிவிப்பு வருகிறது. அவர்கள் எல்லோருடைய உடைமைகளையும் பறித்து ஒரு மைதானத்துக்கு அத்தனை பேர்களையும் வரவழைக்கின்றனர். வெறும் 500 ரூபாயை மட்டும் கொடுத்து இரண்டு மணி நேரத்தில் யாழ்ப்பாண எல்லையை விட்டே அவர்களை விடுதலைப் புலிகள் விரட்டினர். இவர்களுக்கெல்லாம் இனி யார் மறுவாழ்வு கொடுப்பது?

தமிழ் ஈழக் கனவு நிராசையாகிவிட்ட சூழலில் நீங்கள் கருணாவைச் சென்று சந்தித்தது குறித்து இங்கே விமர்சனம் எழுந்ததே?

கடைசி யுத்தத்துக்கு முன்பு கருணா எம்.பி. யாக இருந்தபோதுதான் அவரைச் சந்தித்தேன். அவர் அமைச்சரானபோது சந்திக்கவில்லை. கருணாவை மட்டுமல்ல விடுதலைப் புலிகளில் சிலரையும் சந்தித்தேன். பிரபாகரனையும்கூட சந்திப்பதாகத்தான் இருந்தேன். ஒரு முக்கியஸ்தர் எனக்கு வாய்ப்பு ஏற்படுத்தித் தருவதாகவும் கொஞ்சம் அமைதி திரும்பட்டும் என்றும் காத்திருக்கச் சொன்னார். ஆனால், சூழல் வேறு மாதிரி ஆகிவிட்டது. இலங்கையில் தமிழ்நாட்டிலிருந்து செல்லக்கூடிய எழுத்தாளர்களுக்கு ஒரு அமைச்சருக்கு நிகரான வரவேற்பு தருவார்கள். பாராளுமன்றத்துக்கு அழைப்பார்கள். இதன் பொருட்டு நிறைய இடங்களுக்குச் சென்று அங்குள்ள நிலைமைகளைத் தெரிந்துகொண்டேன். உண்மை நிலவரத்தை அறிந்து கொள்வதே என் பயணங்களின் சந்திப்புகளின் நோக்கமாக

இருந்தது. கருணாவை நான் சந்தித்தது திட்டமிட்டதல்ல. எதேச்சையாக நிகழ்ந்தது.

தற்பொழுது என்ன எழுதிக்கொண்டிருக்கிறீர்கள்?

ஒரு நாவல் எழுதிக்கொண்டிருக்கிறேன். அது, நிறைவு பெறாதநிலையில் அது குறித்து இப்போது எதுவும் பேச விரும்பவில்லை.

நன்றி: புதிய புத்தகம் பேசுது,
மார்ச், 2012.

காலம்தான் கதாநாயகன்

நேர்காணல் ஆர். நடராஜன்.

'**சா**ய்வு நாற்காலி' தமிழ் நாவலுக்காக 1997–ஆம் ஆண்டு சாகித்ய அகாதெமி விருதுக்குத் தேர்ந்தெடுக்கப்பட்டிருப்பவர் தோப்பில் முகமது மீரான்.

விருது அறிவிக்கப்பட்டபின்பு அவருக்கு முதல் பாராட்டு விழா. கோவையில் விஜயா பதிப்பகத்தின் 'வாசகர் திருவிழாவில்' சமீபத்தில் நடைபெற்றது. அதற்கு வந்திருந்த அவரை மறுநாள் அவர் தங்கியிருந்த விடுதியில் 'தினமணி கதிரு'க்காகச் சந்தித்தோம்.

விருது பெற்ற நாவலின் பின்புலம், அவரது பிற படைப்புகள், படைப்பு மொழி, படைப்பாளிக்கும் வாசகனுக்கும் இடையில் உருவாக்கப்பட்டுள்ள செயற்கையான இடைவெளி, இன்றைய தமிழ் இலக்கியச் சூழல் – இவை பற்றி குமரி மாவட்ட நெய்தல் தமிழில் விவரித்தார்.

காலம்தான் சாய்வு நாற்காலி நாவலின் பிரதானப்பாத்திரம் – கதாநாயகன். காலச்சுழற்சிதான் இந்த நாவல்.

இந்த மண்ணுக்குச் சொந்தக்காரர்களிடமிருந்து, மண்ணின் மைந்தர்களிடமிருந்து பறிக்கப்பட்ட ஒரு சொத்து எப்படிக் காலச் சுழற்சியால் மீண்டும் அதே மக்களிடத்தில் போய்ச் சேருகிறது என்ற கோணத்தில்தான் இந்நாவலை அணுகலாம்.

சாய்வு நாற்காலி கடந்த இரண்டரை நூற்றாண்டுக் காலக் கதை. இதில் வரும் முஸ்தபாக் கண்ணு என்ற பாத்திரம் எனக்குத் தெரிந்த மனிதன். அவன் ஒருவித்தியாசமான பாத்திரம். அந்தப் பாத்திரத்தை வெளிப்படுத்துவதற்கு வரலாற்றுப் பின்புலத்தைத் தேடத் துவங்கினேன்.

அந்தக் குடும்பத்தினுடைய சொத்துப் பத்திரம் எனக்குக் கிடைத்தது. மூன்று பக்கங்களில் சொத்துவிவரங்கள் அவர்கள் எவ்வளவு பெரிய நில உடைமையாளர்களாக இருந்திருக்கிறார்கள் என்பது எனக்குத் தெரிந்தது. அவர்களுடைய கடைசிக் கண்ணிதான் முஸ்தபாக்கண்ணு என்று எனக்குப் புரிந்தது.

அடுத்து இவருடைய மூதாதையர் பற்றிய தேடல் தொடங்கியது. இவருடைய தாத்தாவாக பவுரின் பிள்ளை என்ற பாத்திரத்தை உருவாக்கி அவரை அரசர் மார்த்தாண்டவர்மாவின் உதவியாளராக இணைத்துப் பேசினேன்

வரலாற்றைத் தேடத் தொடங்கினேன். வரலாற்று அடிப்படை பொய்யாக இருக்கக்கூடாது அல்லவா?

எங்கள் திருவிதாங்கூர் பகுதி வரலாற்றை நான் நன்கு படித்திருக்கிறேன். பழைய கல்வெட்டுச் செய்திகளை நிறையப் படித்திருக்கிறேன்.

1741இல் டச்சுக்காரர்கள் இலங்கையிலிருந்து கடல் வழியாக வந்து திருவிதாங்கூர் அரசு மீது படையெடுத்தனர். குளச்சல் துறைமுகத்தில் யுத்தம். இதில் திருவிதாங்கூர் மன்னர் மார்த்தாண்ட வர்மா வெற்றி பெற்றார். இது வரலாறு. பவுரின் பிள்ளையைச் சிறிய படைத் தலைவனாக உருவாக்கினேன். இவர் 80 வீரர்கள் கொண்ட சிறிய படை திரட்டிச்சென்ற போரில் மார்த்தாண்டவர்மாவுக்கு உதவியதாக ஒரு கற்பனை நிகழ்ச்சியைச் சேர்த்தேன். போர் நடந்தது வரலாற்று உண்மை. ஆனால், இந்த நிகழ்ச்சி கற்பனை. தேங்காய்ப்பட்டணம் பகுதியைச் சேர்ந்த 80 வீரர்கள் போரில் இறந்ததாக ஒரு வரலாற்றாசிரியர் கூறுகிறார். ஆனால், நான் அதை எடுத்துக் கொள்ளவில்லை. 80 வீரர்களைப் பவுரின்பிள்ளை திரட்டிச் சென்றதாக மட்டும் கற்பனையாகச் சொல்லியிருக்கிறேன்.

போரில் வெற்றி பெற உதவியதற்கான பவுரின் பிள்ளை குடும்பத்துக்கு அரசர் அளித்ததுதான் அந்தப் பெருஞ்செல்வம் என்று எழுதினேன்.

இந்த நாவலில் தொன்மம், கற்பனை, வரலாறு, யதார்த்தம் இந்த நான்கு அம்சங்களும் இணைந்திருக்கின்றன. இந்த நாவலுக்குள் கற்பனை கலந்த வரலாறு இருக்கிறது.

ஒரே மூச்சில் கடந்த காலத்துக்குள் நம்மை அழைத்துச் சென்று திரும்பி வந்தார் மீரான். இவரது முதல் நாவல் 'ஒரு கடலோர கிராமத்தின் கதை', பிறகு 'துறைமுகம்' 'கூனன்தோப்பு', 'சாய்வு நாற்காலி' ஆகிய நாவல்களும், 'அன்புக்கு முதுமை இல்லை' 'தங்கராசு' ஆகிய சிறுகதைத் தொகுப்புகளும் வந்தன. இவரது சமீபத்திய படைப்பு சிறுகதைத் தொகுப்பான 'அனந்தசயனம் காலனி', கடந்த ஆண்டு வெளிவந்தது. இந்தப் படைப்புகள் பற்றி அவர் என்ன சொல்லுகிறார்?

என் முதல் நாவலான ஒரு கடலோர கிராமத்தின் கதை 'என் தாத்தா காலத்துக் கதை' என அப்பா சொல்லுவார். 'ஊர்விலக்கு' என்ற அதிகாரத்தைக் கையில் வைத்துக் கொண்டு பெரியதனக்காரர்கள் எப்படி ஆட்டிப் படைத்தார்கள், ஏழ்மையிலிருந்து கொண்டு என் தாத்தா அதை எப்படி எதிர்த்தார் என்பதையெல்லாம் சொல்லுவார். அவர் பேசுவது என் எதிரிலிருந்துகொண்டு ஒரு சிங்கம் கர்ஜிப்பதைப் போல இருக்கும். அதன் வெளிப்பாடுதான் கடலோர கிராமத்தின் கதை.

துறைமுகம் என் தந்தை காலத்துக் கதை. மதம், ஜாதி, ஊர்ப் பெயரைச் சொல்லிக்கொண்டு பணக்கார வர்க்கம் எப்படி கிராமத்து மக்களைச் சுரண்டி அழிக்கிறார்கள் என்பதைக் கூறியிருக்கிறேன்.

'கூனன் தோப்பு' – என் தலைமுறைக் கதை. கலவரம் நடைபெற்ற ஓர் இடத்துக்கு, அதற்கு மறுநாள் சென்ற நான் என் கண்ணால் கண்ட அவலக் காட்சிகள்தான் அந்தக் கதை. அப்போது எனக்கு 21 வயது.

தமிழகத்தில் படைப்பாளிக்கும் வாசகர்களுக்கும் இடையே செயற்கையான இடைவெளி ஏற்பட்டிருப்பதற்கு யார் காரணம்?

படைப்பாளிக்கும் வாசகனுக்கும் இடையே இடைவெளி ஏற்படுத்துவதில் அரசியல் கட்சிகள்தான் பெரும் பங்கு வகிக்கின்றன. குறிப்பிட்ட அரசியல் கட்சியின் கொள்கையோடு ஒத்துப் போகாவிடில், அவர் நல்ல படைப்பாளியாக இருந்தாலும் அவரை அந்தக் கட்சி ஒதுக்கிவிடுகிறது. விலக்கி வைத்துவிடுகிறது. கட்சியைச்சார்ந்த வாசகர்களுக்கும் படைப்பாளிகளுக்கும் இடையில் இடைவெளியை ஏற்படுத்தி விடுகிறார்கள். இதில் எல்லாக் கட்சிகளும் ஒரே மாதிரிதான். அரசியல்வாதிகளின்

குறுகிய கண்ணோட்டம் வாசகர் உலகத்தையும், படைப்பு உலகத்தையும் பெரிதும் பாதிக்கிறது.

படைப்பாளிகளுக்கும் வாசகர்களுக்கும் உள்ள இடைவெளியை நீக்கி, நெருக்கத்தை, உறவை உருவாக்குவதற்கான வாய்ப்பைப் பதிப்பகத்தார் ஏற்படுத்த வேண்டும். கோவை விஜயா பதிப்பகத்தின் வாசகர் திருவிழா, சென்னைப் புத்தகக்கண்காட்சி, நெல்லை மனோன்மணியம் சுந்தரனார் பல்கலையின் மனோ புத்தகக் காட்சி போல மாவட்டம் தோறும் புத்தகக் கண்காட்சிகளும், எழுத்தாளர் சந்திப்புகளும் நடைபெற வேண்டும்.

இன்றைய தமிழ்ப் படைப்பாளிகள் மூன்று வகையில் அடிமைப்பட்டிருப்பதாகக் கூறுகிறீர்களே எப்படி?

படைப்பு மூலம், தனது ஆற்றலால் உயர முடியும் என்ற நம்பிக்கை இல்லாமல், அரசியல் பின்னணி இருந்தால்தான் உயர முடியும் என்ற தாழ்வு மனப்பான்மை படைப்பாளியிடம் இருக்கிறது. அரசியல்வாதிகளுக்குத் துதிபாடுகிற, அரசியல் கட்சிகளுக்கு அடிமையான இவர்கள் ஒரு பிரிவினர்.

பத்திரிகைகளுக்கு அடிமையாகிப்போன படைப்பாளிகள் இன்னொரு பிரிவினர். இவர்களில் சில நல்ல படைப்பாளிகளும் உண்டு. பத்திரிகைகளில் எழுதலாம். ஆனால், அதற்கு அடிமையாகிவிடக்கூடாது. இவர்கள் இப்படி அடிமையாகிப் போனதால் தங்கள் இலக்கிய மேதைமையை வெளிக்காட்ட முடியவில்லை. இவர்களிடமிருந்து மகத்தான படைப்புகள் கிடைக்காமல் போய்விட்டது. இவர்கள் ஒரு பிரிவினர்.

மற்றொரு பிரிவினர் நவீனக் கோட்பாடுகள் என்ற பெயரில் தமிழ் இலக்கியச் சூழலுக்கு, நமது கலாசாரத்துக்கு ஒத்துப்போகாத கோட்பாடுகளைத் திணிக்க முயல்கிறவர்கள். இதனால் அவர்கள் வெற்றி பெற முடியவில்லை. இதற்கெல்லாம் அடிமையாகாத சுயமரியாதை உள்ள எழுத்தாளனே வெற்றி பெறுகிறான்.

நவீன இலக்கியக் கோட்பாடுகளை நீங்கள் வெறுக்கிறீர்களா?

'அவற்றின் மீது எனக்கு வெறுப்பு கிடையாது. அவையெல்லாம் விமர்சனத்திற்கான கண்ணோட்டங்கள்தான். மேலைநாடுகளில் வாழ்க்கையில் விரக்தி மேலோங்கியிருக்கிறது.

நம்மிடம் விரக்தி இல்லை. வாழ்க்கை மீதான தாகம் நம்மிடம் இருக்கிறது. ரெண்டும் இரு துருவங்கள். கொதிக்கிற மனிதனை விரக்தி கொண்ட மனிதனாக எப்படிப் படைப்பில் காட்டுவது? அது எப்படி நமது கலாசாரத்துடன் ஒத்துப் போகும்? நமது பாரம்பரியத்தை ஒட்டித்தான் புதிய பரிசோதனைகளைக் கொண்டு வர வேண்டும்.

கொலம்பிய எழுத்தாளர் கார்சியா மார்க்யூஸின் ஒரு கதையில் நோபல் பரிசு பெற்ற சிலி நாட்டுக் கவிஞர் பாப்லோ நெருடாவும், நோபல் பரிசுபெற்ற ஜப்பானிய எழுத்தாளர் கவபத்தாவும் பாத்திரங்களாக வருகிறார்கள். வாழும் காலத்துப் படைப்பாளிகளைச் சந்திப்பது போலக் குறிப்பிடுகிறார். அது போல நீங்கள் ஒரு புதிய வடிவத்தில் விசயத்தைச் சொல்லுங்களேன்..?

'மாஜிகல் ரியலிசம்' என்ற கோட்பாட்டின் அடிப்படையில் எழுதியதல்ல அவருடைய கதை! அவர் தனது ஸ்பானிஷ் மொழியில் செய்த பரிசோதனை அது. சின்னஞ்சிறு நாட்டில் இருந்து கொண்டு, நீண்ட பாரம்பரியம் இல்லாத மொழியில் எழுதும் ஓர் எழுத்தாளன் இப்படி உலகமே வியக்கும்படியான வடிவங்களில் கதை சொல்ல முடியுமெனில், ஆயிரக்கணக்கான ஆண்டு நீண்ட பாரம்பரியம் கொண்ட தமிழில் ஏன் முடியாது? நாம் ஏன் அவர்களைக் காப்பி அடிக்க வேண்டும்?

'மாஜிகல் ரியலிசம்' என்றால் என்ன? மாய மந்திரங்களைச் சொல்வது என்று சிலர் நினைக்கிறார்கள். அது தவறான கண்ணோட்டம்.

ஓர் உண்மை. அதைச் சொன்னால் நம்பமாட்டீர்கள். அந்த உண்மையை நீங்கள் நம்பும்படியாகச் சொல்லுவதுதான் மாஜிகல் ரியலிசம். சொல்லும் முறைதான் அது.

மார்க்யூஸின் அற்புதமான கதைகளை மொழிபெயர்ப்பில் படிக்கும்போது அந்த அற்புத உலகம் நமக்குப் புரிகிறது. ஆனால், நவீனக் கோட்பாட்டின்படி எழுதுவதாகச் சொல்லும் நம்முடைய ஆள் எழுதுவது நமக்குப் புரியமாட்டேன் என்கிறது.

படைப்பு என்பது எப்படி இருக்க வேண்டும்?

ஆத்மாவிலிருந்து வெளிப்படுவதுதான் படைப்பே தவிர அறிவில் இருந்து சுரப்பதல்ல. அறிவிலிருந்து தத்துவம், சிந்தனை வரலாம்.

படைப்பாளி நினைக்காமலேயே அவன் படைப்பில் வாசகர்களின் சிந்தனையைத் தூண்டும் விசயங்கள் இருக்கும். இன்னொரு படைப்பாளி அதைப் படிக்கும்போது இன்னொரு படைப்புக்கான ஊற்றுக்கண் அதில் இருக்கும்.

படைப்பாளி போதபூர்வமாக, உணர்வுபூர்வமாகச் சொல்லாமல் அவனது இயல்பான எழுத்திலேயே இவையெல்லாம் தொனிக்கும்.

படைப்பாளியின் கருத்துகளும், சிந்தனைகளும் அவை இருக்கின்றன என்று தெரியாமலேயே அவனது படைப்பில் ஊடும் பாவுமாகக் கலந்திருக்கும்.

இது வாசகனின் சிந்தனையைத் தூண்டுவதாகவும். படைப்பாளியின் படைப்பு மனத்தைத் தூண்டுவதாகவும் அமையும்.

லியோ டால்ஸ்டாய் இதற்கு உதாரணம். அவர் அபோதபூர்வமான படைப்பாளி. ரஷ்ய நிலையைக் கண்டு வெந்து, மனமுருகி அதைப் படைப்பாகக் கொண்டு வந்தார்.

மாக்சிம் கார்க்கி போதபூர்வமான படைப்பாளி. தொழிலாளி வர்க்கத்தின் நலனுக்கு இது தேவை, சமுதாய மாற்றம் அவசியம் என்பதை உணர்ந்து எழுதினார் கார்க்கி.

இதனால்தான் டால்ஸ்டாய், கார்க்கி, பாரதி, தொல்காப்பியர் போன்றோர் இன்றும் வாழ்கிறார்கள். உலகத்தைப் பற்றிய விசாலமான பார்வையுடன், வரும் நூற்றாண்டுகளைக் கனவு கண்டு அவர்கள் எழுதினார்கள்.

மீரான் என்பவன் வேறு, அவனுக்குள் இருக்கும் படைப்பாளி என்பவன் வேறு.

மீரான் அவனது மனைவிக்குக் கணவன், பிள்ளைகளுக்குத் தந்தை, பெற்றோர்களுக்கு மகன். அவனுக்கு ஊர் உண்டு, நாடு உண்டு, மொழி உண்டு, மதம் உண்டு, ஆனால் படைப்பாளி மீரானுக்கு மனைவி இல்லை, பிள்ளைகள் இல்லை. பெற்றோர்கள் இல்லை. ஊர் இல்லை, மொழி இல்லை, ஜாதி இல்லை, மதம் இல்லை. இவை எல்லாவற்றுக்கும் அப்பாற்பட்ட சக்திதான் அவனை இயங்க வைக்கிறது.

இந்த இயக்கத்தினால் எழுதினால்தான் அது காலத்தைக் கடந்து, காலத்தை வென்று நிற்கும்.

ஒவ்வொரு படைப்பாளிக்கும் அவனுக்கே உரிய படைப்பு மொழி அவசியமா?

'படைப்பாளியின் மொழி என்பது முக்கியமான விசயம். வாசகர்களுக்கு உள்ளேயே ஒரு படைப்பு மனம் இருக்கிறது. அந்த மனத்தால்தான் படைப்பாளியின் மனத்தை உள்வாங்க முடியும்.

படைப்பாளி படைப்பு மொழி வாயிலாக பிம்பங்களை (Images) உருவாக்க வேண்டும்.

அவனுடைய மொழியில் வாசகர் மனதில் பிம்பங்களை உருவாக்குகிறான். மொழி வாயிலாக வாசகர் மனதில் பிம்பங்களை உருவாக்க வேண்டும்.

அந்தப் பிம்பங்கள், புலன்கள் சார்ந்ததாகக் காணும் காட்சியாக, முகரும் மணமாக, தொடு உணர்வாக, சுவைக்கும் சுவையாக – இவற்றில் ஏதாவது ஒன்றாக அவன் மனதில் உருவாக வேண்டும். இதை உருவாக்குவதற்குத் தகுந்த மொழி வேண்டும்.

இந்த மொழி எங்கிருந்து கிடைக்கும்? கல்விக்கூடமொழியில் இது உண்டா?

படிப்பை, சிந்தனையை மறந்து ஆவேசத்துடன் வெளிப்படும் உணர்ச்சிப் பிரவாகமான சாதாரண மனிதனின் மொழிதான் அது. அவன் பயன்படுத்திய, பயன்படுத்தும் மொழியைத்தான் நாங்கள் எடுத்துக் கொள்கிறோம். அது தமிழா, மலையாளமா, ஆங்கிலமா, கரிசல் மொழியா, நெய்தல் மொழியா என்பதல்ல பிரச்சினை.

இந்த மொழியைப் பயன்படுத்தும்போது அது வாசகன் மனதில் பிம்பமாக உருவாகும். இதற்குப் பெயர்தான் படைப்புமொழி. எல்லா மொழிகளிலும் இந்தப் படைப்பு மொழி இருக்கிறது.

அதில் இலக்கணத்தைத் தேடக்கூடாது. எனக்கு இலக்கணம் தெரியாது என்பதால் அதை நியாயப்படுத்தவில்லை.

முனைவர் இர. பிரபா

படைப்பு என்பது ஆவேசமான பாய்ச்சல், மொழியின் கட்டுப்பாடுகள் அதற்குத் தடையாக இருக்கக்கூடாது. மொழிக் கட்டுப்பாடு குறுக்கிடுமானால் அதன்வீச்சு குறையும்.

என் அப்பா, அம்மா தங்கள் இன்ப, துன்பங்களை வெளிப்படுத்திய மொழியைத்தான் நான் எடுத்துக் கொண்டிருக்கிறேன். 'எங்குமில்லாத வேகாரி எனக்கு வந்துவிட்டது' என்று என் அப்பா சொல்லுவார், 'வேகாரி' என்பது மனக் கொதிப்பைக் காட்டும் சொல்.

இது தமிழனின் வாயில் இருந்து வந்த சொல், இதைத் தமிழாகத்தான் கொள்ளவேண்டும். இது அகராதியில் இருக்கிறதா என்று பார்க்கக்கூடாது.

அவர் எந்த இடத்தில், எந்த உணர்வில் அந்தச் சொல்லைப் பயன்படுத்தினாரோ அதே உணர்வில் படைப்பில் பயன்படுத்த வேண்டும். அப்படிப் பயன்படுத்தும் போது வாசகருக்கு அந்தச் சொல்லின் அர்த்தம் புரியும்.

எனது படைப்பு என்பது எனது குமுறல். எங்கள் கஷ்டங்களை, படிக்க முடியாத தன்மையை நினைத்து மனம் குமுறும். அந்தக் குமுறலுக்குச் சொல்வடிவம் தந்திருக்கிறேன்.

தமிழகத்தில் இலக்கிய சர்ச்சைகள் என்பது அந்தந்தக் குழுக்களுக்கிடையில் மட்டுமே நடக்கிறது. பரவலாக படைப்பாளியையும், வாசகனையும் இணைத்து அந்தச்சர்ச்சை நடக்க வேண்டும்.

நான் கிராமத்துக் கலைஞன். என் மனதில் கிராமம் குடியிருக்கிறது.

நன்றி: தினமணி கதிர் 01.02.1998

தோப்பில் முகமது மீரான் நேர்காணல்

மத்தாலங்குறிச்சி காமராசு

தோப்பில் முகமது மீரான் நெல்லை மாவட்டத்தில், வாழ்ந்து வரும் சாகித்ய அகாதமி விருது பெற்ற எழுத்தாளர். கேரளாவில் தேங்காய்ப்பட்டணம் சேர்ந்திருந்தபோது பிறந்த அவர், மலையாள மொழியையே பேசி, வாசித்து, அதன் பின்தான் தமிழ் மொழியை அறிந்து விருதுகளைப் பெற்றுள்ளார். தன் எழுத்தினால் மண்ணின் மணத்தினை உலகுக்கு அறிவிக்கும் மாமனிதர்.

நெல்லைப் பேட்டையில் மீனாட்சி தியேட்டர் பின்புறம் அமைதியான ஒரு இடத்தில் வீடு கட்டி மிகச் சாதாரணமாக வாழ்ந்து வரும் இவரைக் காவ்யா காலாண்டிதழுக்காகப் பேட்டி காணச் சென்றோம்.

தமிழ் இலக்கியத்தில், 1970ஆம் ஆண்டுகளில் நிகழ்ந்த நிகழ்வுகளை தோப்பில் முகம்மது மீரான் தன் படைப்புகளில் எழுதியுள்ளார். ஒரு சமூகத்தின் நூற்றாண்டு சோகங்கள், ஆதாரங்கள், கதறல்கள், இளைப்பாறுதல்கள் இவர் மூலம் வெளிச்சம் பெற்றது. அவரது படைப்புகளைப் போலவே தோப்பில் அவர்களின் பேச்சும் மலையாளம் கலந்துதான் இருந்தது. ஊரில் இருந்து வெளியாகி பல ஆண்டுகள் ஆகியும்கூட தோப்பில் தற்போதும் தேங்காய்ப்பட்டணம் மனிதராகவே இருக்கிறார்.

தோப்பில் முகம்மது மீரான் தமிழ் இஸ்லாமியப் படைப்பாளிகளுள் முக்கியமானவர். இவரது சாய்வு நாற்காலி நாவலுக்காக 1997 இல் சாகித்திய அகாடமி விருது கிடைத்துள்ளது.

ஐயா, உங்கள் பூர்வீகத்தினைப் பற்றி கூறுங்களேன்.

நான் கன்னியாகுமரி மாவட்டம் தேங்காய்ப்பட்டிணத்தினைச் சேர்ந்தவன். இந்த ஊர் மலையாளம், தமிழ் என இரு மொழிகளும் பேசப்படும் ஊர். நான் 1941இல் பிறந்தேன். எனது தந்தை பெயர் அப்துல்காதர். அம்மா முகம்மது பாத்திமா. எங்கள் வீட்டில் 4 பெண் 5 ஆண் குழந்தைகள். நான் ஐந்தாவது பையன். அப்பாவுக்குக் கருவாட்டு வியாபாரம். அவர் அப்போவே கன்னியாகுமரி மாவட்ட கடற்கரையில் கருவாடு வாங்கிப் பல நாடுகளுக்கு ஏற்றுமதி செய்வார். குறிப்பாக இலங்கைக்கு ஏற்றுமதி செய்தார். நாங்கள் குடியிருந்த வீடு அந்த ஊரில் ஒரு பகுதியில் தோப்புக்குள் இருந்தது. அதனால் எங்களைத் தோப்பு வீட்டுக்காரர் என்று கூப்பிடுவார்கள். தோப்பு ஆள் தான் தோப்பில் என்று மருவியது. எங்கள் பகுதி ஒரு தாழ்த்தப்பட்ட பகுதி. அங்கு எங்களைப் பெரும்பாலும் திருமணத்துக்குக் கூப்பிடமாட்டார்கள். புராதனமான பள்ளிவாசல் ஒன்று இருக்கும். பொருளாதார அளவில் உயர்ந்திருந்த சிலர் குடும்பப் பாரம்பரியம் உள்ளவங்க என்கிற எண்ணத்தில் பள்ளிவாசலைச் சுற்றி வாழ்ந்துகொண்டு இருந்தார்கள். ஊருல ஒரு சுடுகாடு இருக்கிறது. அதை ஒட்டித்தான் எங்கள் மூதாதையர் குடியிருக்காங்க. எங்க வீட்டு மதிலுக்குப் பின்பக்கம் தான் சுடுகாடு. தோப்பு என்கிற அந்த இடம் ஊரிலேயே பிற்படுத்தப்பட்டு ரொம்ப மோசமான இடமா கருதப்பட்ட காரணத்தினாலதான் புரட்சியா தோப்பில் என என் பெயருக்கு முன்னால் வைத்துக்கொண்டேன். நான் விருதுகள் பெறுவதற்கு முன்பே தோப்பில் என்றுதான் எழுதுவேன்.

உங்கள் பள்ளிப் பருவம் முதல் கல்லூரிப் பருவம் வரை எப்படி இருந்தது. ஆரம்பப்பள்ளிக் காலம் நினைவில் இருக்கிறதா?

நினைவில் இல்லாமல் இருக்குமா... நான் தேங்காய்ப்பட்டிணத்தில் இருந்து 1 மைல் தள்ளியுள்ள அம்சி ஹைஸ்கூல் என்னும் பள்ளியில்தான் எனது பள்ளிக்கூட வாழ்க்கையைத் துவங்கினேன். பள்ளியில் மேலாளராக நாராயணப்பிள்ளை அவர்கள் இருந்தார்கள். இவர் மலையாளத்தில் மிகப்பிரபலமான கவிஞர். நான் படிக்கும்போதெல்லாம் எங்கள் பள்ளிக்கு மலையாளத்தில் இருந்துதான் பிரபலமான கவிஞர்கள் நாடக ஆசிரியர்கள் எல்லாம் வருவார்கள்.

அவர்கள் பேச்சுகளையும் சொற்பொழிவுகளையும் மட்டுமே நான் கேட்டு வளர்ந்தேன். அந்தச் சமயத்தில் நான் தமிழ்ச் சொற்பொழிவுகள் எதையும் கேட்டு வளரவில்லை. அதற்கான வாய்ப்பும் கிடைக்கவில்லை. எனவே எனக்குத் தமிழ் கற்க வேண்டும் என்ற ஆசையே இல்லாமல் இருந்தது. கிட்டத்தட்ட 1965க்குப் பிறகுதான் தமிழ் படிக்கணும் என்று ஆர்வமே வந்தது. அதற்குக் காரணம் நான் நாகர்கோவிலில் உள்ள எஸ். டி. இந்துக் கல்லூரியில் கல்விப் பணியைத் தொடர்ந்ததுதான். தொடர்ந்து சென்னை, நெல்லை என்று எனது வாழ்க்கை தொடர்ந்த காரணத்தினால் தமிழ்மொழியும் என்னோடு இணைந்துகொண்டு என்னை மேன்மைப்படுத்திவிட்டது.

உங்கள் இளமைக் காலத்தில் நிகழ்ந்த என்ன மாதிரியான விஷயங்கள் உங்களை எழுத்தாளராக மாற்றியது என்று நினைக்கிறீர்கள்?

என் அப்பா கடந்த கால விஷயங்களைச் சொல்லிக் கொண்டே இருப்பார். என் அப்பாவுக்கு அதே ஊரில் வாழ்ந்த பணக்கார மேல்தட்டுவர்க்க மக்களால் ஏற்பட்ட சிரமங்களைப் பற்றிச் சொல்வார். காரணம் எங்களுக்கு எப்போதுமே உயர் வர்க்கத்தினரால் துன்பம் ஏற்பட்டுக்கொண்டே இருந்தது. தற்காப்புக்காகப் போராட வேண்டிய சூழ்நிலையில் மூன்று தலைமுறை எங்களுக்குள்ளே திணறிக்கொண்டிருந்தது. இதனாலேயே எங்கள் மனதுக்குள் ஒரு கலவரக்காரன் உருவாகும் சூழ்நிலை ஏற்பட்டது. நான் ரொம்ப அடிமட்டத்துல இல்லை என்றாலும் அடிமட்ட மக்களின் அனுபவம் எனக்குக் கிடைத்துவிட்டது. என் எழுத்துக்கு அது மூலதனமாக மாறியது. அநீதிக்கு எதிரா போராடணும்னு சிந்தனை உருவானது. எப்பவுமே ஒரு சமூகத்தை இன்னொரு சமூகம் ஒடுக்கணும்னு நினைக்கும் போது ஒடுங்கின சமூகத்தில் ஒரு கலக உணர்ச்சி உண்டாகும. இந்தக் கலக உணர்ச்சியைக் கலவரமாக வெளியே காட்ட முடியாதவர்களுக்கு அது ஒரு கலையாக வெளிப்படலாம். அதோடு மட்டுமல்லாமல் அது ஒரு சமூகப் புரட்சியாக உருவாகலாம். அந்த வகையில் பாதிக்கப்பட்ட சிலர் கலைஞராகவும் வரலாம். எழுத்துத் துறைக்கு நான் வர அதுதான் காரணம். முதலாளி வர்க்க மனோபாவத்தோடுதான் நம்ம எதிர்ப்பு இருந்துதே தவிர, ஒரு தனிப்பட்ட முதலாளியோட எனக்கு எந்த எதிர்ப்பும் இல்லை என்பதைப் புரிந்து கொள்ள வேண்டும்.

'கடலோரக் கிராமத்தின் கதைகள்' முழுசா சொல்லித் தந்தது என் அப்பா. அவர் சொல்லும்போதே ஒரு படம் மனசுல ஓடுன மாதிரி ஓர் உணர்வு இருக்கும். ஒரு அப்பாவுக்கும் பிள்ளைக்கும் உள்ள உறவைவிட அவர் ஒரு கதை சொல்பவராகவும், நாங்க அதைக் கேட்பவருமாக இருந்துதான் தினமும் கதை கேட்போம். கடலோர கிராமங்களைப் பத்தி அப்பா சொல்லும்போது, அப்போ வாழ்ந்தவங்க குதிரைல போனது எல்லாம் என் மனசுல பதிஞ்சது. படத்தைப் பார்த்து வரைஞ்ச மாதிரி 'கடலோர கிராமத்தின் கதை' எழுதினேன். அப்பா சொன்ன கதையை அப்படியே உருவாக்கினதால்தான் அது வெற்றிகரமாய் அமைந்தது.

முதலில் எழுதிய சிறுகதைக் காலங்கள் நினைவில் உள்ளதா? அந்தச் சிறுகதை பற்றிச் சொல்லுங்கள்.

நான் 12 வயதுல இருந்தே கதைகள் எழுதுவேன். அதை, கதை என்று சொல்வதைவிட ஒரு ரிப்போர்ட் என்று சொல்லலாம். அப்படி நான் எழுதி வைத்த ரிப்போர்ட் தான் பிற்காலத்தில் கதைகளாக உருவானது. எங்கள் ஊரில் கொலைச் சம்பவங்கள் மிக அபூர்வமாகத்தான் நடக்கும். அப்படி நடக்கும் போது அதைப் பற்றிச் சுத்துப்பட்டி ஊர்களில் உள்ள கவிஞர்கள் கவிதையாகப் பாடுவார்கள். அவர்கள் எழுதிய பாடல்களை அவர்களே பாடி சந்தையில் விற்பார்கள். அவற்றையெல்லாம் வாங்கிப் படிப்பேன். பக்கத்து ஊர்களில் நடக்கும் கூத்து நாடகங்களையெல்லாம் தவறாமல் பார்ப்பேன். கல்லூரியில் படிக்கும் போது தான் முதல் சிறுகதை எழுத ஆரம்பித்தேன். அதையும் கதை என்று சொல்ல முடியாது. ஒரு ரிப்போர்ட் தான். அதன் பெயர் 'பூவும் பூக்கூடையும்'. அந்தக் கதை நான் தங்கியிருந்த விடுதிக்கு எதிரே நடந்த ஒரு விபத்துப் பற்றிய கதை. அதாவது நான் கோட்டாறில் தங்கியிருந்த போது மெயின் ரோட்டில் பூ விற்றுக் கொண்டிருந்த சிறுபெண் ஒருத்தி விபத்தில் சிக்கி இறந்தார். அப்போது கல்லூரி வளாகத்தில் பரபரப்பாகப் பேசப்பட்ட அந்தச் சம்பவத்தினை எழுதினேன். அதன் பின்பு அந்தக் கதை கல்லூரி மலரில் இடம் பெற்றது. அதே போல நிறைய சம்பவங்களை நான் எழுதி வைத்திருந்தேன். ஆனால், அதை வெளியிடவேண்டும் என்றோ... அல்லது அதைப் படிக்க ரசிகர்கள் கிடைப்பார்கள் என்றோ நான் எழுதவில்லை.

ஆனாலும் என் எழுத்து மனதுக்குள் ஒரு சந்தோஷத்தினை ஏற்படுத்தியது. எனவே நான் எழுதிக்கொண்டே இருந்தேன்

இந்தச் சமயத்தில் நான் எழுதிய பால்ய விஷயங்களை மலையாளப் பத்திரிக்கைகளுக்கு அனுப்புவேன். அந்தக் கதைகள் திரும்ப வந்துவிடும். 1962 வாக்கில் எங்கள் பகுதியில் நடந்த மீனவர் – முஸ்லீம் கலவரத்தை ஒரு ரிப்போர்ட்டிங் போல முழுமையாக எழுதினேன். அதை மலையாளப் பதிப்பகங்களுக்கு அனுப்பினேன். அதுவும் நிராகரிக்கப்பட்டுவிட்டது. ஆனால், அந்தச் சமயத்தில் அதைப் படித்துவிட்டு, கே.ஜி.சேதுநாத், கரமணை ஜனார்த்தனன் ஆகியோர் இது ஒரு சிறந்த நாவல் என்றனர். அந்த நாவல்தான் 25 ஆண்டுகளுக்குப் பிறகு 'கூனன் தோப்பு' என்ற பெயரில் நாவலாக வெளிவந்தது.

அதன்பின் எப்போது உங்கள் கதை வெளியே வந்தது.

சென்னையில் இருந்து வெளிவந்த பிறை என்னும் ஒரு பத்திரிக்கையில் 1968 இல் எனது முதல் சிறுகதை 'நரகத்தின் பூமி' பிரசுரமானது. அந்தக் கதை மலையாளத்தில் எழுதப்பட்டு மொழிபெயர்க்கப்பட்டது. நிஜாமுதீன் என்பவர்தான் மொழி பெயர்த்தார். அந்தச் சமயத்தில் நானும் சென்னையில் வேலை பார்த்த காரணத்தினால் தொடர்ந்து பிறையில் எழுதினேன். அதன் பிறகு அப்படியே எழுத்தினை மறந்துவிட்டேன். உலகத்திலேயே 35 வருடமாகக் கதை எழுதி அது வெளியே வராமல் இருந்த எழுத்தாளர் என்றால் அது நானாகத்தான் இருக்கக் கூடும். இந்த வாய்ப்புகளுக்குப்பின் 35 வருடங்களாக அடுத்த வாய்ப்புக்குக் காத்து இருந்தேன். ஆனாலும் வீட்டில் எழுதுவதை விடவில்லை. வாசகரும் இல்லாமல் வெளியிடப் பத்திரிக்கையும் இல்லாமல் தன்னந்தனியாக இருந்து நான் எழுதிக்கொண்டிருந்தேன். அதாவது 1968இல் எனது முதல் கதை வந்தது. அதன் பிறகு என்னுடைய 48 வது வயதில் தான் அடுத்த கதை வெளிவந்தது. அந்த நாவல்தான் 'கடலோர கிராமத்தின் கதை'

நீங்கள் மலையாளத்தில்தான் எழுதிப் படித்ததாக அறிந்தோம். தமிழில் எப்படி நாவல் எழுதினீர்கள்?

நான் பிறந்த காலத்தில் மார்த்தாண்டம் பகுதி மலையாளத்துடன்தான் இருந்தது. நான் மலையாளத்தினைத்தான்

கற்றுத் தேர்ந்து இருந்தேன். ஆனால், தமிழ் மீது ஆர்வம் இருந்தது. நான் கல்லூரி முடித்தவுடன் 68 லிருந்து 73 வரை சென்னையில் ஒரு எண்ணெய்க் கம்பெனி ஏஜெண்டாகப் பணிபுரிந்தேன். அதன் பிறகு நெல்லை டவுனில் மேலரதவீதியில் எண்ணெய் மற்றும் வத்தல் மொத்த வியாபாரம் செய்வதற்காக நெல்லை மண்ணுக்கு வந்து சேர்ந்தேன். வியாபாரம் நன்றாக நடந்துகொண்டிருந்தது. அப்போதுதான் நான் எழுதி வைத்த என்னுடைய நாவலை வெளியே கொண்டுவர ஆசைப்பட்டேன். அதற்கான வேலையில் ஈடுபட்டேன். அப்போது எனக்குத் தமிழை எழுதத் தெரியாது. எனவே நான் தமிழில் சொல்லச் சொல்ல ஒருவர் எழுதுவார். அதில் எந்த விதத்திலும் எழுதுபவர் கருத்து இடம் பெற்றுவிடக்கூடாது என்பதில் மிகவும் கவனமாக இருப்பேன். அதுபோன்றுதான் என் தமிழ்எழுத்துக்கள் உருவானது. கிட்டத்தட்ட 1990க்குப் பிறகுதான் தமிழ் வாசிப்பும், தமிழ் எழுத்தும் என்னால் எழுத முடிந்தது. சொல்லப்போனால் சாய்வு நாற்காலிக்குப் பிறகுதான் நான் நேரடியாகத் தமிழில் எழுதினேன். அதன் முன்பு நான் சொல்ல எழுதித் தந்தார்கள்.

எனக்குத் தமிழ் இலக்கியம் தெரியாது. நான் ஜெயகாந்தனை வாசித்தது கிடையாது. மௌனியை வாசித்தது கிடையாது. பிச்சமூர்த்தியை வாசித்தது கிடையாது. எனக்குத் தெரிந்த விஷயத்தைத் தெரிந்தபடி என்னுடைய மொழியில் சொல்லுகிறேன்.

என்னை எந்த நூலும் ஆசிரியரும் பாதிக்கவில்லை என்பதற்கு மொழி தெரியாததுகூட ஒரு காரணமாக இருக்கலாம். 1990–களுக்குப் பிறகுதான் தமிழில் வாசிக்க ஆரம்பித்தேன். அதற்கான காரணம் பேராசிரியர் கி. நாச்சிமுத்துதான். தமிழ்ல எதாவது படிச்சிருக்கீங்களா எனக் கேட்டார். படிச்சதில்லை சார் எனச் சொன்னேன். இதப் படிச்சுப் பாருங்க என்று சுந்தரராமசாமியின் 'புளிய மரத்தின் கதை' என்னும் நூலையும் கி. ராஜநாராயணன் எழுதிய 'கோபல்ல கிராமம்' என்னும் நூலையும் தந்தார். நான் தமிழில் முதன்முதலில் படித்தது இந்த இரு நூல்களை தான்.

அதேவேளையில் நான் – இஸ்லாமியர் வாழ்க்கையை எழுதக் காரணம் வைக்கம் முகம்மது பஷீர்தான். அவரது கதையைப் படித்தபோது நாமும் இதுபோல் இஸ்லாமியர் வாழ்க்கையைப் பதிவு செய்யலாம் எனத் தோன்றியது. அவர்

பெரிய மேதை. அவர் மொத்தம் எழுதியது 1900 பக்கம் தான். பாலைச் சுண்டக் காய்ச்சுவது போலப் பக்கங்களை மிக அழகாகச் சுருக்கி விடுவார். அவரின் நூறு பக்கங்களைப் படித்தால், அதன் அர்த்தங்கள் ஆயிரம் பக்கமாக விரிந்து கொள்ளும். அதுதான் அவரின் சிறப்பு.

உங்கள் முதல் நாவல் குறித்து?

என் முதல் நாவல் வெளியிட்ட அந்தத் தருணத்தினை இன்று நினைத்தாலும்கூட என் மனது கனத்து விடுகிறது. ஏன் என்றால் அந்த அளவுக்கு எனக்குக் கஷ்டம் இருந்தது. எனக்குள்ளே இருந்த ஒரு தாக்கம் எழுத்து. அது ரத்தத்தில் ஊறிய ஒரு விஷயம். ஆனால், வியாபாரம் என்பது வயிற்றுப் பிழைப்பு. வயிற்றுப் பிழைப்பு இருந்தால்தான் குடும்பம், ஜீவிக்க முடியும். எனவே இரண்டையும் என்னால் பிரிக்க முடியவில்லை. எனவே கஷ்டப்பட்டுப் பணியைத் துவங்கினேன். இந்த நேரத்தில்தான் என் முதல் நூல் வெளியீட்டு விழா... ரொம்பக் கடினமான நிலையில் நடந்தது. நான் என் 'கடலோர கிராமத்தின் கதை'யைப் புத்தகமாக ஆக்கி விட்டேன். ஆனால், வாங்க ஆள் இல்லை. அடித்து வைத்தப் புத்தகம் அப்படியே பரணில் இருந்தது. யாரும் வந்தால் அவர்களுக்கு ஓசியில் கொடுத்தால் கூட அவர்கள் அதை விரும்பிக் கொண்டுபோவதாகத் தெரியவில்லை. எனவே, என்ன செய்ய என்று தெரியாமல் தவித்தேன். இதற்கிடையில் ஒருநாள் புத்தகத்தினை எரித்துவிடலாமோ என்றுகூடத் தோன்றியது.

அப்போதுதான் என் இளைய மகன் வேண்டாம் அப்பா, உங்கள் படைப்பு தீயில் கருகிப் போய்விடக்கூடாது. அப்படியே இருக்கட்டும் என்று கூறினான். மகன் கூறிய காரணத்தினால் புத்தகத்தினை எரிக்கவில்லை. ஆனால், அதை நிறைய நண்பர்களுக்குத் தானமாக கொடுத்து முடித்துவிட்டேன். (அதைச் சொல்லும்போதே அவரின் கண்களில் நீர் வழிந்தது. பேச்சு கரகரத்தது)

எழுதுவதற்கு உங்களுக்கு மனநிலை எப்படி ஏற்படுகிறது. திட்டமிட்டு எழுதுகிறீர்களா அல்லது அதுவே நடக்கிறதா.

எனக்கு எப்ப எழுதணும்னு தோணுதோ அப்போதான் எழுதுவேன். எனக்கு ஒரு கட்டாயம் ஏற்படும்போதுதான்

எழுதணும்னு தோனும். நான் எழுதுவதற்குத் திட்டம் வகுத்து வைச்சிருப்பேன். ஆனா அதை எப்ப எழுதணும் எப்படி எழுதணும் என்பது நேரத்திற்கு ஏற்ப மாறிக்கொண்டே இருக்கும். இப்போதுகூட நான் ஒரு புதிய முறையில் எழுதலாம்னு திட்டமிட்டிருக்கேன். ஆனா அந்த எழுத்திலே எப்படி வெற்றி பெறப்போறேன் தெரியலை. இதுவரை சொல்லாத பாணியில் ஒரு கதையைச் சொல்லணும்னு நினைச்சிருக்கேன். என் வாழ்க்கையோட முதல் பகுதியை மையமாக வைச்சு எழுதலாம்னு யோசிச்சி வைச்சிருக்கேன். அது என்னுடைய சுயசரிதமாக அல்ல. நம் சுயசரிதை கதையாகாது. அது மட்டுமல்லாமல் என் சுயசரிதையை உங்களுக்குச் சொல்ல வேண்டிய அவசியமும் எனக்கு இல்லை. சமூகத்தோட சில விஷயங்களை உள்வாங்கணும். அதை நாம மாத்தணும். அதோட நம் அனுபவங்களையும் கலக்கணும். திரும்ப அதை வெளிப்படுத்தும்போது, அது வேற ஒண்ணா வெளிவருகிறது. எனக்கு வாழ்க்கையில் நீண்ட அனுபவம் இருக்கு, அதையெல்லாம் கலையா ஆக்க முடியுமா. உங்களைப் பார்த்து நான் எழுதுவது, என்னைப் பார்த்து நீங்க எழுதுறது, உங்களைப் பார்த்து அவர் எழுதுறது இவங்களையெல்லாம் படைப்பாளின்னு எப்படிச் சொல்ல முடியும்.

இதுவரை என்னென்ன நாவல்கள் எழுதியுள்ளீர்கள்?

5 சிறுகதைகள் கொண்ட ஒரு தொகுப்பு. அன்புக்கு முதுமை இல்லை, தங்கராசு, அனந்த சயனம் காலனி, ஒரு குட்டித் தீவின் வரைபடம், ஒரு மாமரமும் கொஞ்சம் பறவைகளும், வேர்களின் பேச்சு போன்றவை அந்தச் சிறுகதைத் தொகுதியில் இடம்பெற்று இருந்தன. 1988இல் ஒரு கடலோர கிராமத்தின் கதை, 1991இல் துறைமுகம், 1995இல் கூனன்தோப்பு, 1995இல் சாய்வு நாற்காலி, இந்த நாவல்தான் 1997இல் சாகித்திய அகாதமி விருதை எனக்குப் பெற்றுத் தந்தது. டெல்லி ஜனாதிபதி விருதையும் பெற்றுத் தந்தது. 2009இல் அஞ்சு வண்ணம் தெரு என்ற நாவல் எழுதினேன். 2014இல் சபர் என்ற பெயரில் 'பயணம்' என்றதொரு நாவலை எழுதினேன். இவையெல்லாம் நான் எழுதிய நாவல்கள்.

நீங்கள் என்னென்ன விருதுகள் வாங்கியிருக்கிறீர்கள்?

1997 இல் சாகித்திய அகாதமி விருது பெற்றுள்ளேன். தமிழ்நாடு கலை இலக்கியப் பெருமன்ற விருது, இலக்கியச்

சிந்தனை விருது, லில்லி தேவசிகாமணி விருது, தமிழக அரசு விருது, அமுதன் அடிகளார் இலக்கிய விருது, தமிழ்நாடு முற்போக்கு எழுத்தாளர் மற்றும் கலைஞர்கள் சங்க விருது ஆகியவை நான் பெற்ற விருதுகளில் மிக முக்கியமானவை.

உங்கள் நாவல்கள் மொழிமாற்றம் செய்யப்பட்டுள்ளதா?

ஆமாம். என்னுடைய 'கடலோர கிராமத்தின் கதை' ஜெர்மன் மற்றும் ஆங்கிலத்தில் மொழிபெயர்க்கப்பட்டுள்ளது. என்னுடைய 'கூனன் தோப்பு' மலையாளத்தில் மொழிபெயர்க்கப்பட்டுள்ளது. இதுபோல் மலையாளத்தில் இருந்து 5 நூல்களைத் தமிழில் மொழிபெயர்த்துள்ளேன். கன்னடம், உருது போன்ற மொழிகளிலும் எனது நூல்கள் மொழிபெயர்க்கப்பட்டுள்ளன. என். பி. முகம்மது எழுதிய 'தெய்வத்தின்கண்ணே' என்ற நூலை நான் மலையாளத்தில் இருந்து தமிழில் மொழிபெயர்த்து உள்ளேன். வைக்கம் முகம்மது பஷீர் அவர்களின் வாழ்க்கை வரலாற்றை மலையாளத்தில் இருந்து மொழிபெயர்த்து உள்ளேன். மோயின் குட்டி வைத்தியரின் நூலைத் தமிழில் மொழிபெயர்த்து உள்ளேன். திருக்கோட்டூர் யூ.ஏ. காதர் அவர்களின் நூலைத் தமிழில் மொழிபெயர்த்து உள்ளேன். 'மீசான் கற்களின் காவல்' என்ற நூலையும் மொழிப் பெயர்த்துள்ளேன்.

கி. இராஜநாராயணனோட ஒரு ப்ளஸ் பாயிண்ட் கலைத் தன்மையைவிட அவரோட சொற்கள். எப்பவுமே எந்தச் சொற்கள் மக்களிடையே உணர்ச்சிகளை வெளிப்படுத்துமோ அந்தச் சொற்களை அதேபடி இலக்கியத்தில் கொண்டு வருவோமேயானால் மனசில பல அதிர்வுகளை ஏற்படுத்த இயலும். எந்தச் சொற்கள், அதிர்வுகளை ஏற்படுத்தலையோ அது கரையேறாது.

நான் ஹைதராபாத் மியூசியம் போனேன். அங்கே ஆர்ட் மியூசியம் கேலரியில் ஒரு படம் இருக்கு. மெர்சென்ட் ஆப் வெனிஸ்ல வருகிற வெனிஸ் நகரத் தெருவை வரைஞ்சி வச்சிருக்காங்க. உண்மையில் நான் அப்படியே நின்னுட்டேன். என்னைப் பிறகு இழுத்துதான் கொண்டு வந்தான், அந்தக் கைடு. பிரமிச்சுப் போனேன். நான் ஏதோ ஒரு வெனிஸ் நகரத்துத் தெருவிலே நிற்கிறதுபோல உணர்ந்தேன். இது எப்படி ஏற்பட்டது. காரணம் என்னன்னா கண்ணுக்குப் புலப்படாத,

மனசுக்கு சிந்தனைக்கு எட்டாத ஏதோ ஒரு தன்மை நம்மை அதனுடன் இழுக்குது. ஓவியம் மூலம் இசை மூலம் சொற்கள் மூலம் இயற்கையில் பலப்பல வண்ணங்கள் இணைந்து இருப்பது போல, சொற்களால் கோர்வைன்னு ஒன்று இருக்கிறது. இது தானாக விழணும். விலங்கிடாத மொழியா இருக்கணும். எல்லார்கிட்டேயும் என்ன சொல்வேனா, மீரானுக்கு மொழினா அதை விட்டுறணும். அதுல இலக்கணம் பார்க்காதீங்க. மரபு பார்க்காதீங்க. சொல் பாக்காதீங்க. தமிழானு பாக்காதீங்க. இது மீரானோட மொழி. இது இப்படித்தான் இருக்கும்னு நெனச்சிட்டுப் படிங்க அதான் நல்லது.

உங்கள் குடும்பத்தினைப் பற்றிக் கூறுங்களேன்.

எனக்கு 1973இல் திருமணம் ஆனது. என் மனைவி பெயர் ஜலிலா. எஸ்.எஸ்.எல்.சி. படித்தவர். அவரும் தேங்காய்ப்பட்டிணத்தினைச் சேர்ந்தவர்தான். தற்போது எனது எழுத்துப் பணிக்கு மிகவும் உதவியாக இருப்பவர். எனக்கு சமீம் அகமது, மிர்ஷாத் அகமது ஆகிய இரண்டு மகன்கள் உள்ளனர். அவர்கள் இரண்டு பேரும் வெளிநாட்டில் இருக்கிறார்கள். அபுமுகமது சாருக், சாகினா, ஜலிலா, அப்ரா ஜெலிலா, அஸ்மினா பாத்திமா போன்ற பேரக் குழந்தைகள் உள்ளனர். எனக்கு ஓய்வு நேரங்களில் நூல்களை வாசிப்பது, பேரக்குழந்தைகளோடு பேசுவது என்று என் காலத்தினை நகர்த்திக்கொண்டிருக்கிறேன். என் மனைவி என்னோடு விழித்திருந்து உதவுவார். இரவு 2 மணிக்கு நான் விழித்திருந்து எழுதினால் கூட, அவரும் கூடவே இருந்து எனக்குப் பிளைன் டீ போட்டுத் தருவார்.

தற்போது ஏதாவது எழுதிக்கொண்டிருக்கிறீர்களா?

எழுத்தாளனுக்கு ஓய்வு எதுவுமே இல்லை. தற்போதும் ஒரு நாவல் எழுதிக்கொண்டிருக்கிறேன். என் கிராமத்தில் உள்ள நினைவுகள் நிறைய உண்டு. ஒரு காலத்தில் எங்கள் ஊரில் மிகப்பெரிய போர் நடந்தது. அந்தப் போர் போர்த்துக்கீசியர்களுக்கும், முஸ்லீம்களுக்கும் நடந்தது. அதன் காரணமாக எங்கள் கிராமத்தில் இருந்து நகர்ந்து சென்ற இஸ்லாமியர்கள் படும்பாட்டை அந்த நூலில் சிறப்பாகச் சொல்வதற்காக அனைத்து ஏற்பாடுகளைச் செய்து எழுதிவருகிறேன். இஸ்லாமியர்கள் தேசத்துக்காகப்

போர்த்துகீசியர்களை எதிர்க்கிறார்கள். ஆனால், அவர்கள் கஞ்சிக்கு வழியில்லாமல் கஷ்டப்படுகிறார்கள். அவர்களின் வாழ்க்கை ரொம்ப பரிதாபமாக இருந்தது. அவர்களின் லைஃபை எழுதப்போகிறேன். கடந்த காலத்தில் உள்ள நம்மோட தியாகங்கள், நிகழ்காலத்தைப் பற்றிய தியாகங்கள் இது எல்லாம் என் மனதில் பசுமரத்து ஆணிபோல உள்ளது. எதிர்காலத்தினைப் பற்றி என்னால் எதுவும் சொல்ல முடியாது. தற்போது மத உணர்வு மிகவும் அதிகமாகப் போய்விட்டது. இது மதவெறியாக மாறிவிடுகிறது. மதவெறிகள் அதிகமான காரணத்தினால் பல படைப்புகள் வராமலேயே உள்ளது.

ஓர் எழுத்தாளனுக்கு யாரெல்லாம் தேவை?

மூன்று பேர் தேவை. முதல்வன் வாசகன். ரெண்டு ரசிகன். மூனு சகருதையன். சகருதையன் என்பது சமஸ்கிருதச் சொல். படைப்பாளிக்கு ஒத்த மனமுடையவர்களை சகருதையன்னு சொல்லலாம். ஒரே பாதையிலே ரெண்டு பேரும் போறாங்க. படைப்பிலே முதலில் மௌனங்கள் இருக்கும். இடைவெளிகள் இருக்கும். தேடல் இருக்கும். இந்த மௌனங்களைச் சப்தமாக்குகிறான் சகருதையன். இந்த இடைவெளியை நிரப்புகிறான். தேடல் அவன் மனசில் உருவாகுது. சகருதையன் அவனா உருவாகிறான். அவன் பிறப்பால் கலைஞன். சகருதையன் என்ற கலைஞனும் படைப்பாளி என்ற கலைஞனும் எங்கே சங்கமிக்கிறாங்களோ அங்குதான் படைப்பு நிறைவு பெறுகிறது. அதுவரை படைப்பு முழுமை அடையாது. மனசுக்கும் கலாசாரத்துக்கும் இடையே பாலத்தை இவன்தான் கட்டறான். ஒரு படைப்புக்குத் தேவை சகருதையன். வாசகனும், ரசிகனும் விற்பனைக்குத்தான் தேவை. இந்த சகருதையனை டி. வி. மற்றும் எந்த ஊடகத்தாலும் எதுவும் பண்ண முடியாது.

உங்களது கடலோர கிராமத்தின் கதையில் இஸ்லாமியர்கள் பற்றி சம்பிரதாயங்கள், சடங்குகள் பற்றி எழுதி உள்ளீர்கள். அதனால், உங்கள் மதத்தில் உங்களுக்குப் பிரச்னை ஏற்படவில்லையா?

நிறைய பிரச்னை இருந்தது. என்னுடைய கடலோர கிராமத்தின் கதை முதல் எடிசன் விற்கப்படவில்லை. இதனால் யாரும் அதைப் பார்க்கவில்லை. ஆனாலும் என்னுடைய சகபடைப்பாளிகள் என்மீது பல விதமான பிரச்னையை

ஏற்படுத்தியிருக்கிறார்கள். அவர்களும் என்னுடைய நூலைப் படிக்கவில்லை. ஆனால், அவதூறுகளைப் பரப்பிக் கொண்டே இருந்தார்கள். இதில் என்ன விசேஷம் என்றால், எனது கடலோர கிராமத்தின் கதை 'முஸ்லீம் முரசு' என்ற நூலில்தான் தொடராக வெளிவந்தது. தொடர் முடிந்தவுடன் நூலாக ஆக்க முயற்சி செய்து அதை வெளியிட்டோம். அப்போது முஸ்லீம் முரசு என்ற இதழில் நான் ஒரு விளம்பரம் செய்தேன். 'என்னுடைய நூல் 20 ரூபாய் விலை. ஆனால், அதைப்பெற்றுக் கொள்ளவேண்டுமென்றால் ரூ.10 அனுப்புங்கள். தபால் செலவும் நானே ஏற்று அனுப்பி வைக்கிறேன்' என்று விளம்பரம் கொடுத்தேன். நாலுபேர்தான் நூல் வேண்டும் என்று பணம் அனுப்பினார்கள்.

கடலோர கிராமத்தின் கதை உங்களை நன்றாகக் காயப்படுத்தியுள்ளது. அதே வேளையில் அந்தக் கதை உங்களை வாழ வைத்துள்ளது. அதற்கிடையில் அந்த இடைவெளியைப் பற்றிக் கூறுங்கள்.

என்னுடைய மூன்று நாவல்கள் முன்னமே எழுதிவைச்சதுதான். சாய்வு நாற்காலிதான் கடைசியா வந்தது. 'கூனன் தோப்பு' 1967இல் எழுதினது, பிறகுதான் வெளியிட்டேன். இடையில் நான் எழுதாமலேயே இருந்தேன். எங்க அப்பா இறந்த பிறகு, ஊரிலே நிறைய பிரச்னைகள் வந்தது. எங்க அப்பா சொன்ன அதே பிரச்னைகள் திரும்ப வந்தது, அண்ணன் குடும்பத்தினை ஊர் விலக்குப் போட்டாங்க. அப்ப கடலோர கிராமத்தின் கதையில வர விஷயங்கள் அதே தோரணையில் நடந்தது. எங்க அப்பா முன்பு நடந்ததாகச் சொன்ன பிரச்னைகள் திரும்ப வரத்தானே செய்யுது என்று சொல்லிகிட்டு, எனக்கு டக்குனு ஸ்ட்ரைக் ஆகி 'கடலோர கிராமத்தின் கதை' எழுதினேன். நம்ம நண்பர் ஒருத்தர் முஸ்லீம் முரசு பத்திரிக்கையிலே பொறுப்பேற்றார். அவர் கிட்ட அப்படியே போடணும்னு கண்டிசனோட கொடுத்தேன். ஆனா அதுவும் பத்துவருசம் வரை வெளியாகாமலேயே இருந்தது. அப்ப என் கண் முன்னே முஸ்லீம் வாசகர்கள்தான் இருந்தாங்க. மற்றவர்களை எனக்குத் தெரியாது. எந்தப் படைப்பாளியையும் தெரியாது.

அப்புறம் 87–88இல், 5,000 ரூபாய்க்குப் புத்தகம் போட்டேன். அப்ப தொழில் நல்லா பண்ணிக்கிட்டு இருந்த ஒருத்தர் உதவி பண்ணுறேனு சொன்னார். அதனாலதான் நானே வெளியிட்டேன். ஆனால் வெளியிடுறதுக்கான சம்பிரதாயங்கள்

எனக்குத் தெரியாது. அப்பத்தான் சுந்தர ராமசாமியை எனக்குத் தெரிஞ்சுது. ஒரு ஜவுளிக் கடைக்காரர் தகழியோட புத்தகத்தைத் தமிழில் கொண்டு வந்திருக்கார்னு அறிஞ்சேன். என்னையும் அவருக்கு அறிமுகப்படுத்தி வைத்தாங்க. நானும் வெளியீட்டு விழாவுக்குக் கூப்பிட்டேன். அவர் நம்மளை கண்டுக்கிடாம புத்தகம் கொடுத்தவுடனே அதுக்கான பைசாவை மட்டும் கொடுத்தார். ஏதோ சூழ்நிலையினாலே வரமுடியாதுன்னு சொன்னார். நானும் அதைக் கண்டுக்கிடலை. ஏனா எனக்கு அவரைப் பற்றி அதிகம் தெரியாது. நீலபத்மநாபனை வெளியீட்டு விழாவுக்கு அழைத்தேன். அவரையும் அப்பதான் தெரியும். அந்த வெளியீட்டுவிழா மேடையில் 70 புத்தகம் வித்துச்சி. அதுக்கப்புறம் ஒரு புத்தகமும் விற்கலை. மேடையிலே தேங்காய்பட்டணத்தோட வரலாற்றைப் பற்றி யாரோ பேசினதால, வரலாறுன்னு நினைச்சி நிறைய பேர் வாங்கினாங்க. மறுநாள் போட்டானுங்க சண்டை. தங்கள் புரோகிதர் வர்க்கத்தை ரொம்பப் புனிதமாக நினைச்சிக்கிட்டு இருந்தாங்க. அத நான் தோலுரிச்சிக் காண்பிச்சிட்டேன். ஊருக்குள்ளே பயங்கர எதிர்ப்பு. புத்தகத்தை எரிக்கணும்னு சுடணும்னு அங்க பயங்கர கிளர்ச்சி. அப்ப அங்க இரு அரேபிய மதம் சார்ந்த புத்தகக் கடையில் என் புத்தகம் கொஞ்சம் விக்கறதுக்காக வைச்சிருந்தான். ஊருமக்கள் திரண்டுபோய் புத்தகத்தை விற்கவிடலை. புத்தகமெல்லாம் கட்டுக்கட்டாய் இருந்திச்சி. என்ன செய்யணும்னே எனக்குத் தெரியல. உண்மையிலே தீ வைச்சி சுடணும்னுதான் நினைச்சேன். யாரோ ஒரு முஸ்லீம் பையன் ஒரு கேரளா பல்கலைக்கழகத்திலே கொண்டுபோய் இருக்கான். அதை அங்கே இருந்த யாரோ படிச்ச உடனே நல்லாயிருக்கென்னு சொல்லி அதைப் பாடப்புத்தகமா ஆக்கிட்டாங்க. பாடப்புத்தகம் ஆக்கினது எனக்குத் தெரியாது. அப்போது ஒரு ஆள், புத்தகம் வித்துத் தந்தாரே அந்தக் கல்லூரிப் பேராசிரியர் சொன்னாரு "மீரான், நீங்க முஸ்லீம் யாருக்கும் கொடுக்கக் கூடாது இந்தப் புத்தகத்தினை" என்று கூறினார். எப்படியும் புத்தகத்தை காலிபண்ணணும்னு சொல்லி எப்போதும் யாரைப் பார்த்தாலும் சும்மாவே தூக்கிக்கொடுக்கிறது என் வழக்கமாயிடுச்சு. என் பெஞ்சாதியோட சொந்தக்காரர்களுக்கு எடுத்துக் கொடுத்தேன். சனியன் காலியாகட்டும்னு நினைச்சேன். ஆனால், இந்தப் புத்தகங்களைப்பூராம் முஸ்லீம் அல்லாதோருக்குக் கொடுக்கணும்னு ஒரு எண்ணம் தோன்றியது.

கொஞ்சம் விலாசம் வாங்கி எல்லாருக்கும் இலவசமாய் 400 புத்தகங்களை அனுப்பினேன். வல்லிக்கண்ணன், அசோகமித்திரன், இந்திராபார்த்தசாரதி என்று புத்தகங்கள் இலவசமாகப் பறந்தது. ஆனால், யாரையும் எனக்குத் தெரியாது. அது போய் உடனே 'கிளிக்' ஆகிடுச்சி. 'கலை இலக்கியப் பெருமன்றம்' அவார்டு கொடுத்தாங்க. அப்பதான் உணர்ந்தேன். என் புத்தகத்துக்குள்ளே எதோ விஷயம் இருக்குன்னு. கேரளப் பல்கலைக்கழகத்துக்கும், பாரதி பல்கலைக்கழகத்துக்கும் 16, 16 என 32 புத்தகத்தை அனுப்பி வைத்தேன்.

அதன் பிறகு அந்த நூல் பல லட்சம் விற்றுத் தீர்ந்துள்ளது. அந்தச் சமயத்தில் கவி.கா.மு. ஷெரீப், அப்துல் வகாப் உள்ளிட்ட பலரிடம் இருந்து பாராட்டு கிடைத்துள்ளது.

போன தலைமுறையில் இருந்த வாசிப்புப் பழக்கம், இந்தத் தலைமுறையில் இல்ல. தொலைக்காட்சி, இண்டர்நெட் போன்ற பிற பொழுதுபோக்குச் சாதனங்களால் வாசிப்புப் பழக்கம் குறைஞ்சிட்டுப் போறதா கருதப்படுகிறது.

புஸ்தகம் வாங்கிறது குறைஞ்சிடுச்சி என்கிறதுல எனக்கு உடன்பாடு இல்லை. வெளியீட்டாளர்கள் எழுத்தாளர்களை ஏமாத்துறதுக்கு டிவியை முன்னிறுத்துவாங்க. டிவி யாரைப் பாதிக்கும்னா சாதாரண வாசகர்களைத்தான். அதிலும் வீட்டில் அமைதியாக இருக்கும் பெண்களையும்தான். நமக்கெல்லாம் பெண் ரசிகைகள் கம்மி. இந்த டிவி மோகம் சுந்தர ராமசாமியின் நாவல்களைப் பாதிக்காது. நீல பத்மநாபனோட பள்ளிகொண்ட புரத்தையோ, தலைமுறைகளையோ பாதிக்காது. பாலகுமாரனோட நாவல்களைப் பாதிக்கும். சிவசங்கரியைப் பாதிக்கும். இஸ்லாமியர் வாழ்க்கையைப் பதிவு செய்த அர்ஷியா, கீரனூர் ஜாகிர்ராஜா, களந்தை பீர் முகம்மது ஆகியோரைப் பாதிக்காது. ஒரு நல்ல வாசகனுக்குப் படிக்கிறதுல கிடைக்கிற இன்பம் டிவில கிடைக்காது. டால்ஸ்டாய் நாவலைப் படிக்கிற இன்பம் டிவில கிடைக்குமா?

நீங்கள் நெல்லையில் வாழ்ந்துகொண்டிருக்கிற எழுத்தாளர். இந்தத் திருநெல்வேலிச் சீமையை எப்படி நேசிக்கிறீர்கள்?

நான் நேசிக்கும் ஊர் திருநெல்வேலி. இந்த ஊருடைய அமைப்பு, சீதோஷ்ண நிலை மிக நன்றாக இருக்கும். நல்ல

மக்கள். திருநெல்வேலி எனக்கு ரொம்பப் பிடிச்சிருக்கு. நல்ல கிளைமெட், அல்லல் துன்பம் இல்லை. நான் இரவு 2 மணி வரை என் வீட்டுக்கு வெளியே அமர்ந்து இருப்பேன். இது போன்ற அமைப்பு கொண்ட ஊர் வேறு எங்கும் இருப்பதாகத் தெரியவில்லை. இந்த ஊரைப் பற்றி ஒரு நூல் எழுத வேண்டும் என்ற ஆசையிலும் உள்ளேன்.

நெல்லைக்கு வியாபாரியாக வந்தேன். யாரிடமும் தொடர்பு கிடையாது. இப்போது அதிகமாக யாரிடமும் தொடர்பு வைத்திருப்பது கிடையாது. ஆனால் இலக்கிய வட்டம் என்றால் என்னைத் தவறாமல் அழைக்கிறார்கள். அது ஒன்றே எனக்குப் போதும்.

உங்களைப் பாதிச்ச, எழுதத் தூண்டிய எழுத்துகள்னு யாரைச் சொல்ல விரும்புறீங்க?

பஷீரின் படைப்புகளைப் படிச்சேன். அவரைப்போல எழுதணும்னு, அவரோட மொழி என்னை ஊக்கப்படுத்தியது. இப்ப உள்ள மலையாள இலக்கியச் சூழலைப் பார்க்கும்போது தமிழ்ச் சூழல் சிறப்பா இருப்பதாக எனக்குத் தோனுது. அங்க சிறுகதைகள் ரொம்ப மட்டமாகத்தான் வெளிவருகிறது. ஒரு சில நல்ல கதைகள் அப்பப்ப வருது. 'வானப் பிரஸ்தம்' ஒரு உதாரணம். என்னைப் பொருத்தவரை ஜெயமோகன் சிறந்த சிறுகதை எழுதுபவர். அவரைத் தென் இந்தியாவிலேயே சிறந்த எழுத்தாளர் எனச் சொல்லுவேன். வண்ணதாசன் எழுத்து ரொம்ப நல்லா இருக்கு. நல்லா நகைச்சுவையோட கதைகள் சொல்வார். 'காலச்சுவடு'ல வெளிவந்த 'இருக்கைகள்' ஒரு உதாரணம். நல்ல நாவல்னு சொல்லணும்னா சுந்தரராமசாமியோட 'புளியமரத்தின் கதை' பிடிக்கும். 'பள்ளிகொண்டபுரம்' எனக்குப் பிடிச்சது. ஜானகிராமனோட 'அம்மா வந்தாள்'ங்கிற கதை படிச்சேன். நல்லா இருக்கு. அப்புறம் பாவண்ணனோட 'பாய்மரக்கப்பல்' ரொம்பப் பிடிச்சது. இளைய தலைமுறை எழுத்தாளர்களைப் பத்திச் சொல்லணும்னா இமையம் கதை படிச்சேன். ஒரு அஞ்சு ஆறு அத்தியாயம் படிச்சேன். வெறும் முற்போக்காத்தான் எனக்குப்படுது. சாவடியைப் பத்தி 18,20 பக்கத்துல சொல்கிறார். தகவல் என்றும் கலையாகாது. சிலரோட கதைகளை ஒப்பேறாத கேஸ்னு முத்திரை குத்தி மூடி வைக்க வேண்டியதுதான். இதனால் எல்லார் புத்தகங்களையும் வாசிக்க முடிவதில்லை. சில புஸ்தகங்களை வாசிப்பது பெரிய தண்டனை.

தமிழக அரசியல் பற்றியும், அதில் இலக்கியப் பாகுபாடுகள் பற்றியும் தங்களின் கருத்து என்ன?

மலையாள மக்கள் அளவுக்கு இங்க மனங்கள் பக்குவப்படவில்லை. படிப்பாளிகள் இருவர் மேடையிலே ஒருநாள் ஏசிப் பேசுவாங்க. மறுநாளே இருண்டுபேருமே ஒரு வீட்டிலே இருப்பாங்க. இது கேரளாவிலே நடைபெறும். சுந்தர ராமசாமியோட எனக்குக் கருத்துவேறுபாடு இருக்கலாம். ஆனால், உறவுன்னு ஒன்னு இருக்கு. கருத்துக்கள் என் உறவைப் பாதிக்காது. சிலர் சொல்வாங்க. நான் நாகர்கோவிலுக்கே வரமாட்டேன்னு. ஏன்னா அங்கே சுந்தர ராமசாமி இருக்கிறார். இந்த மனோபாவம் மாறணும். நாம இவரை இன்னும் அங்கீகரிக்கக் காரணம் அவர் நம்ம மூத்த தலைமுறை. நான் முதல்ல படித்த இரண்டுபுத்தகத்திலே அவர் புத்தகம் ஒன்று. எனக்குப் பழைய காலத்து இலக்கியம் ஒன்னுமே தெரியாது. புதுமைப்பித்தனோட நூல்களைக் கூட நான் இன்னும் படிக்கவில்லை. பாரதியாரைப் பற்றிக் கேட்டதோட சரி.

கிராமத்து வாழ்க்கையைப் பற்றி என்ன நினைக்கிறீர்கள்?

எந்தவொரு படைப்பாளியும் கிராமத்தினைவிட்டு விலகிவிட்டால் அவனால் இத்துறையில் ஜெயிக்க முடியாது. டெல்லி முகுந்தன் என்னும் எழுத்தாளர், டெல்லியில் வாழ்பவர். அவர் கூறும்போது "என் வாழ்க்கையின் ஆத்மா, வேர் இந்த கிராமத்தில் தான் கிடக்கிறது" என்று கூறுகிறார். நான் தேங்காய்ப்பட்டணம் தவிர எந்த ஊரைப்பற்றியும் எனது நூலில் எழுதுவது கிடையாது. இதில் விசேஷம் என்னவென்றால் 40 வருடம் ஆகிறது. அந்த ஊரை விட்டுவெளியே வந்துவிட்டேன். ஆனால், அந்த ஊர் நினைவுகள் எனக்குப் பசுமையாகவே இருக்கிறது. ஆனால், நான் பார்த்த தேங்காய்ப்பட்டணம் வேறே... தற்போது இருக்கிற தேங்காய்ப்பட்டணம் வேறே. ஆனாலும் அந்த ஊரை மறக்க முடியவில்லை.

சாகித்ய அகாடமி விருது பெற்ற எழுத்தாளர் நீங்க. அதன் செயல்பாடுகள் பத்தி என்ன சொல்ல விரும்புறீங்க?

சாகித்ய அகாடமி, விருதுத் தேர்வில் வெளியீட்டாளர்கள் தலையீடு ஜாஸ்தி. சிலர் சபலங்களுக்கு உட்பட்டுப்போறாங்க. அதுக்குக் கூட படைப்பாளிகள் காரணம் அல்ல;

வெளியீட்டாளரோட வணிக நோக்கம். அவருக்கு சாகித்ய அகாடமி விருது கிடைச்சதுனா, என்ன இவனுக்கு 2000 புஸ்தகம் அதிகமா விக்கும். அந்த ஒரே நோக்கத்துக்காகப் படைப்பாளியும் பல நேரங்களில் பல செயல்களிலும் உட்படறாங்க. இதனால் வெளியீட்டாளர்கள் தலையீட்டைத் தடுக்கணும். ஏன்னா நல்ல படைப்புக்கு அங்கீகாரம் கிடைக்க இவர்கள் தடையா இருக்காங்க.

தோப்பில் முகம்மது மீரான் அவர்களுடன் ஒரு நேர்காணல்

ப. கல்பனா

வணக்கம். நான் தங்களுடைய நாவல்களில் இடம்பெறும் சமூக மதிப்பீடுகளையும் சிக்கல்களையும் (Social values and Problems) குறித்து ஆய்வியல் நிறைஞர் பட்ட ஆய்வு மேற்கொண்டிருக்கிறேன். அது தொடர்பான சில கேள்விகளுக்குப் பதிலளிக்குமாறு கேட்டுக்கொள்கிறேன்.

நல்லது. கேளுங்கள்.

நான் ஒரு முஸ்லீம் ஆனதால் அந்தச் சமுதாயத்தைப் பற்றி பிற சமுதாயத்தவரை விட அதிகம் தெரிந்துகொண்டவன் என்ற வகையில், ஒரு கிராமத்தைச் சொல்லும்போது, நான் சார்ந்த சமுதாயம் சார்ந்த கதையைச் சொல்லுகிறேன்.

அதை முஸ்லீம்களுடைய கதையாக மட்டும் எடுத்துக் கொள்ளக் கூடாது. பாங்கு சொல்பவர்கள் ஒரு தனி இனமல்ல. இசுலாமியச் சமூகத்துள் சாதிப் பிரிவு கிடையாது.

'காலங்களின் மாறுதல்களுக்கு ஏற்பச் சமுதாய மதிப்பீடுகள் மாறுகின்றன' என்பர். அவ்வகையில் தங்கள் படைப்புகளில் சமூக மதிப்பீடுகள் மாற்றம் பெறுவதை உணர்த்தி இருக்கிறீர்களா? (எ.கா: தாய்மை, காதல், கற்பு, பக்தி... முதலியன) சற்று விரிவாக விளக்க வேண்டுகிறேன்.

நான் பொதுவாக எதையுமே ஒரு கருத்தை வலியுறுத்துவதற்காக எழுதியது கிடையாது. உதாரணமாக, தாய்மை, காதல், கற்பு போன்றவை, எனது படைப்புக்கான

விஷயமே அல்ல. மனிதனை இயக்கக்கூடிய உணர்ச்சிகளுக்கே முதன்மை இடம் தருகிறேன். தாய்மையின் மகிமை, காதலின் சிறப்பு, கற்பின் தூய்மை, பக்தியின் தேவை இவற்றைப் பற்றி சிந்தித்ததும் இல்லை. பக்தி என்பது மாயை; ஏமாற்று வித்தை. கற்பு என்பது வாத்தியமில்லாத சொல். அப்படி என்று ஒன்று இல்லை.

பலவான் பலமற்றவனை அடக்கி ஒடுக்குவது போல, பணவலிமை உள்ளவன் ஏழையை ஒடுக்குவதுபோல ஆண்கள் பெண்களை ஒடுக்குகின்றனர். இஸ்லாத்தில் பெண்களுக்குச் சம உரிமை எல்லா வகையிலும் வழங்கப்பட்டுள்ளது. அவர்களுக்குக் கல்வி மற்றும் சமூக இயல்களில் அனைத்து உரிமைகளும் வழங்கப்பட்டுள்ளன. வீட்டு வேலையைத் தவிர வேறெதுவும் தெரியாத விரக்தியற்றவர்களாகப் பெண்கள் அனைத்து நாவல்களிலும் படைக்கப்பட்டுள்ளனர். நிலவுடைமைக்காரர்களுக்கும் பெருமுதலாளிகளுக்கும் எதிராகப் புரட்சிகர இளைஞர்கள் (காசிம் முதலியோர்) குரல் கொடுப்பதாகப் படைத்துக் காட்டியிருக்கும் தாங்கள், 'குடும்பம்' என்னும் அமைப்புக்குள் அவ்வாறு ஒரு பெண் தன் தந்தையையோ கணவனையோ எதிர்ப்பது போல் படைக்காதது ஏன்?

சமுதாய மாற்றம் என்பது அடிப்படையில் குடும்பத்திலிருந்து ஏற்படவேண்டிய ஒன்றல்லவா?

இரண்டாம் உலகப்போர் நடைபெற்ற சமயத்தில் இருந்த நிலைகளைக் களமாகக் கொண்டது 'துறைமுகம்' நாவல். ஒட்டுமொத்தமாக அனைத்து சமூகப் பெண்களுமே வீட்டுவேலையைத் தான் செய்து வந்தார்கள். ஒன்றிரண்டு பேர் மட்டும் விதிவிலக்காக இருந்திருக்கலாம். ஒட்டுமொத்த சமூகமுமே கல்வி இல்லாதிருந்தது.

வெள்ளையர்கள் மறைமுகமாகவே உயர் சாதியினரின் கல்வியைத்தான் ஊக்குவித்தார்கள். இந்த நூற்றாண்டின் துவக்கக் காலத்தில் உயர்சாதி அல்லாதவர்களுக்குக் கல்வி மறுக்கப்பட்டது. அந்தப் பாதிப்பு 1958 வரை அனைத்துச் சமூகத்தினருக்கும் இருந்தது.

எனது இளமைக் காலத்தில்தான் கல்வித்துறையில் எல்லா இனத்தவரும் அடி எடுத்து வைத்தனர். கீழ்த்தட்டு மக்களிடமிருந்து ஊதியம் இல்லாத ஊழியம் பெறப்பட்டது.

பிற்பட்டவர்களும் தாழ்த்தப்பட்டவர்களும் ஊழியக்காரர்களாகப் பயன்படுத்தப்பட்டனர். இது சுதந்திரத்திற்கு முந்தைய நிலை. இவர்களுக்கு ஊதியம் கிடைக்க வகை செய்தது ஒன்றுதான் சுதந்திரத்தின் பயன். இதைத்தவிர பெரிய மாற்றமெதுவும் நிகழ்ந்துவிடவில்லை.

இந்தக் கதை சொல்லப்பட்ட காலம் பெண்ணியம் என்பது எடுபடாத காலம். ஒரு பெண்ணை இயல்புக்கு மாறாக, தந்தையையோ கணவனையோ எதிர்ப்பதாகப் படைக்கமுடியாது. அப்படிப் படைத்திருந்தால் அது உண்மைக்கு மாறாகத்தான் இருக்கும்.

சமுதாய மாற்றம் என்பது குடும்பத்திலிருந்து ஏற்பட வேண்டிய ஒன்றுதான். அன்று கூட்டுக்குடும்பம் நடைமுறையில் இருந்தது. சுதந்திரத்திற்குப் பின் கூட்டுக்குடும்பம் உடைபட்டது. உடைபட்ட குடும்பங்களில் இப்போது மாற்றங்கள் ஏற்பட்டு வருவதால் பெண்கள் நிலையும் மேம்பட்டு உள்ளது.

‘ஒரு கடலோர கிராமத்தின் கதை’யில் வரும் அகமதுக்கண்ணுவும் ‘சாய்வு நாற்காலி’யில் வரும் முஸ்தபாக்கண்ணுவும் (பெரிதும்) ஒரே குணாதிசயங்களைக் கொண்டவர்களாகப் படைக்கப்பட்டிருப்பதற்கு காரணம் என்ன? (சான்றாக குடும்பப் பெருமை பேசுதல், தன்முனைப்பு, ஆணாதிக்கப்போக்கு, அதிகார மனப்பான்மை முதலியன) எனவே, இரண்டும் ஒரே கதையின் இருவேறு கோணங்கள் எனக் கொள்ளலாமா?

ஒரு கடலோர கிராமத்தின் கதையில் வரக்கூடிய அகமதுக்கண்ணும் சாய்வு நாற்காலியில் வரும் முஸ்தபாக்கண்ணும் முற்றிலும் மாறுபட்ட கதாபாத்திரங்கள் ஆவர். குடும்பப்பெருமை பேசுதல், அதிகாரத் தோரணை போன்ற காரணங்களை வைத்து இரு கதாபாத்திரங்களும் ஒன்றே எனச் சொல்லமுடியாது. அகமதுக்கண்ணு அதிகார மனப்பான்மையோடு காட்டுத் தர்பார் நடத்தியே கெட்டவன். முஸ்தபாக்கண்ணு உழைக்காமலேயே முன்னோர் பெருமை பேசிக்கிடந்து உண்டு கெட்டவன். எனவே, மேற்சொன்ன இரு நாவல்களும் ஒரே கதையின் இருவேறு கோணங்கள் என்பது பொருந்தாது.

‘சாய்வு நாற்காலி நாவல், இஸ்லாமியச் சமூகத்தின் கலாசார மரபினை முழுதாக வெளிப்படுத்தவும் விமர்சிக்கவும் முயலாமல்,

ஒரு குடும்பத்தின் வரலாறாகச் சுருங்கி இருக்கிறது. எனவே படைப்பு அதன் பன்முகத் தன்மையிலிருந்து விலகிவிட நேர்கிறது' எனக் காலச்சுவடு (சல்மா) விமர்சித்துள்ளது பற்றித் தங்கள் கருத்தென்ன?

காலச்சுவடில் விமர்சனம் செய்த சல்மாவுக்குப் புரிந்துகொள்வதற்கு உண்டான இலக்கிய உணர்வு இல்லை. அதன் பன்முகத் தன்மையைப் புரிந்து கொள்வதற்குண்டான ஆழமான இலக்கியப் பரிச்சயம் அந்த மதிப்புரையாளருக்கு இல்லையெனத் தெரிகிறது. அதனால்தான் 'சாய்வு நாற்காலி' ஒரு குடும்பத்தின் வரலாறாகச் சுருங்கியிருக்கிறது என்று கூறுகிறார்.

இக்கேள்வி 'கூனன்தோப்பு' படித்து முடித்தவுடன் எழுந்தது. நாவலில் ஆண்கள் எல்லோரும் வீரத்துடன் இருக்கிறார்கள். பெண்கள் ஒரு சிலராவது ஏன் அவ்வாறில்லை?

அப்படிச் சித்தரிக்கப்பட்டிருந்தால் அது உண்மைக்கு மாறாகச் சொல்லப்பட்டதாகத்தான் இருந்திருக்கும். யதார்த்தத்தில் அன்றைக்கும் இன்றைக்கும் இதே நிலைதான் உள்ளதாகத்தான் நினைக்கிறேன்.

நான்கு நாவல்கள், மூன்று சிறுகதைத் தொகுப்புகள் தவிர்த்து, அடுத்து வெளிவரப்போகும் படைப்பு பற்றிய செய்தி ஏதேனுமிருப்பின் தெரிவியுங்கள்?

ஒரு சிறுகதைத் தொகுப்பு வரவிருக்கிறது. மிக்க நன்றி.

நாள்: 07.10.1998

நாவலாசிரியர் தோப்பில் முஹம்மது மீரானுடன் ஆய்வாளர் நடத்திய நேர்காணல்

நாள்: 19.05.2002 இடம்: வீரபாகு நகர், பேட்டை, திருநெல்வேலி
கிழமை: ஞாயிற்றுக்கிழமை

வட்டார நாவல் என்ற பொது நிலைக்குத் தங்களின் படைப்புக்கள் வருவதற்கான காரணங்கள் அல்லது அதற்கான பின்னணிகள் ஏதேனும் இருந்தால் அதனைப்பற்றிக் கூறுங்கள்.

இது கடலோர கிராமத்தின் கதை எழுதுகிற நேரத்தில் வட்டார நாவல் என்ற நிலை ஒன்று உண்டா?என்பது எனக்குத் தெரியவே தெரியாது. அந்த மாதிரி ஒரு (Classification) தமிழில் உள்ளதா என்பதுகூட எனக்குத் தெரியாது. என்னைப் பொறுத்த அளவிலே இந்த மாதிரி ஒரு (Classification) தேவையில்லை என்றே சொல்லலாம். ஒரு படைப்பாளி அந்தப் படைப்பாளியின் பின்னணியிலே அவர் வாழக்கூடிய இடங்களிலே மக்கள் என்ன மாதிரி பேசுகிறார்கள்?அங்கே என்ன சொற்கள் பயன்பாட்டிலே இருக்கு. அதை Base பண்ணிதான் எழுத முடியும். அதை ஒவ்வொருத்தரும் ஒவ்வொரு விதமா அவர்களுடைய நடையை Base பண்ணி எழுதுவாங்க. அவற்றையெல்லாம் வச்சிக்கிட்டு நாம வட்டார நாவல்னு சொன்னா தமிழில் எழுதப்பட்டது எல்லாம் வட்டார நாவல்தான். வட்டாரத் தன்மை என்பது மொழியை வைத்து வட்டாரத் தன்மைன்னு சொல்லமுடியாது. உதாரணமாக நாகர்கோவிலில் நான்கு எழுத்தாளர்கள் இருந்தால் நாலு பேரும் நாலு விதமாகத்தான் எழுதுவார்கள். அவற்றையெல்லாம் நாம வட்டார நாவல்னு சொல்லமுடியாது.

ஒரு வட்டார நாவல்னு சொல்லமுடியாது. ஒரு வட்டார நாவல் என்று சொன்னா ஆந்திராவில் சில இடங்களில் சாமிபூஜைகளை பெண்கள் வந்து நிர்வாணமாகத்தான் நடத்துவாங்க. அது அந்த ஊருக்கே உள்ள ஒரு தனித்தன்மை. இது விசயமாக நாம எழுதுவோம்னு சொன்னா அதுதான் வட்டார நாவல். நம்ம நாட்டிலே தர்மபுரி போன்ற மாவட்டத்திலே பெண்சிசுக் கொலை நடக்குது. இது பரவலா எல்லா இடமும் நடக்காது. குறிப்பிட்ட ஒரு இடத்திலே நடக்கும் நிகழ்ச்சியை மையமாக வைத்து எழுதக்கூடிய நாவல்கள் வட்டார நாவல்கள் தவிர மொழி சார்ந்தவைகளை வைத்து எழுதக்கூடிய நாவல்கள் என்று சொல்ல முடியாது. அப்படிப் பார்க்கும்போது நான் எழுதியதில் வந்து உலகளாவிய தன்மையிருக்கு. அதை வட்டார நாவல்னு நீங்க சொல்லவும் கூடாது. நான் வட்டார நாவல் என்ற எண்ணத்தில் எழுதியதும் அல்ல.

தாங்கள் இலக்கியத்துறையில் ஈடுபட்டதற்கான காரணம் அல்லது சூழல் அல்லது சந்தர்ப்பங்கள் என்ன?

சின்னவயசிலேயே ஏதேனும் எழுதணும் என்ற ஒரு உள்தாகம் எனக்கு இருந்துகிட்டே இருந்தது. இதுக்கு இன்ன காரணம் அல்லது ஒரு புரட்சி நடந்தது, அதனாலே எழுதணும் என்றோ இல்லை. சின்னவயசிலேயே இருந்த உள்தாகம்தான். முதல்ல நான் வந்து பாட்டு எழுதிப் பார்த்தேன். பிறகு நாடகம் எழுதினேன். பிறகு சிறுகதை எழுதிப் பார்த்தேன். அப்படி ஆரம்ப காலத்திலே நான் எழுதின சிறுகதைகள் அவ்வளவு எனது மனசுக்குத் திருப்தி அளிக்கவில்லை. எனது மனசுக்குத் திருப்தி அளித்தது நாவல்கள்தான்.

இயல்பாகவே உங்களுக்கு ஏற்பட்ட ஆர்வம் என்று சொல்றீங்க. அப்ப எழுதும்போது யார் உங்கள் முன்னால் வந்து தோன்றினர்?

அப்படீன்னு சொல்ல முடியாது. எங்க ஊர் பக்கத்திலே பைங்குளம் என்ற ஊர் உண்டு. அங்குள்ள படிப்பகத்திலிருந்து எல்லா புத்தகங்களையும் எடுத்து வாசிப்பேன். பெரும்பான்மையாகக் கதைகளைத்தான் அதிகமா வாசிப்பேன். பிறகு கதைகளில் போகப் போக எனக்குச் சலிப்புத் தட்டியது. பல வித்தியாசமான படைப்புகளை எடுத்துப் படிக்கவேண்டும் என்ற ஆர்வம் ஏற்பட்டது. அதற்குப் பிறகுதான் வைக்கம் முகம்மது பஷீரைப் படித்தேன், தகழியைப் படித்தேன்,

கேசவதேவைப் படித்தேன், அவர்களது படைப்புகளில் பல வாழ்க்கை உண்மைகளைப் படித்தபோது இதைப்போல பல வாழ்க்கைக் கூறுகள் நம்ம ஊரிலும் இருக்கத்தான் செய்யுதே, இதை ஏன் நாம் எழுதக்கூடாது என்கிற ஒரு எண்ணம் எனக்கு உருவாச்சு. அப்படித்தான் எழுதத் தொடங்கினேன்.

தங்களது படைப்புகளில் தங்களது குடும்ப வாழ்க்கையின் பிரதிபலிப்பு ஏதேனும் இருக்கிறதா?

ஒரு கடலோர கிராமத்தின் கதையை எடுத்திட்டீங்கள்னா உண்மையில் அது என்னுடைய மூதாதையர்களின் வாழ்க்கைதான். என் பாட்டனார் காலத்தில் நடந்த, என் குடும்பத்தில் நடந்தேறிய சில துன்பங்களை, ஊர் பிரமுகர்களால் எங்களுக்கு ஏற்பட்ட பல கொடுமைகளை வைத்து எழுதியவை. இவற்றை எல்லாம் என்னுடைய தகப்பனார் நிறையச் சொல்லி தந்து இருக்கிறார். அவையெல்லாம் என்னுடைய அடிமனத்திலே அப்படியே கிடந்தது. பிறகு எனக்கு எழுதுவதற்கு ஒரு ஆற்றல் வந்தவுடனே அப்படியே எழுதியதுதான் ஒரு கடலோர கிராமத்தின் கதை.

தங்களது வாழ்க்கையின் அனுபவங்கள் ஏதேனும் தங்களது படைப்புகளில் வெளிப்படுகிறதா?

என் முன்னோர் வாழ்க்கை, என் பால்யகால வாழ்க்கை, நான் கேட்டு, பார்த்து உணர்ந்த அனைத்தும் என்னுடைய படைப்புகளில் வெளிப்படலாம்.

தங்களது நாவல்களில் அறியலாகும் முஸ்லீம் பண்பாடுகளிலோ அல்லது சட்டங்களிலோ தங்களுக்கு ஏதேனும் எதிர்ப்பு உண்டா, உண்டு என்றால் அந்த எதிர்ப்புகள் நாவல்களில் வெளிப்படலாமே?

ஒரு கடலோர கிராமத்தின் கதையிலே ஒரு முஸ்லீம் பெண் ஆற்றிலே விழுந்து தற்கொலை செய்வது இஸ்லாமிய நெறிக்கு எதிருன்னு சொல்லீட்டு பல நிறைய எதிர்ப்புகள் ஏற்பட்டிருக்கு. அந்த நாவலின் முடிவுதான் தவிர எனக்கு எந்தவித சட்டக்குறுக்கீடும் ஏற்படவில்லை. தோன்றவும் இல்லை. அதைப்பற்றி சிந்திக்கவும் இல்லை. நான் எழுதக் கூடியது எந்த ‘Flow’வோ அந்த மாதிரி போயிட்டே இருக்கும். எங்க வந்து நிறுத்தணும்னு தோணுமோ அங்கே வந்து நிறுத்துவேன். அது அல்லாமல் இஸ்லாமியச் சட்டக்குறுக்கீடுகளை நான் சொல்லல்ல. அப்படிப் பெரும்பாலும் வராது. வராமலும் பார்த்துக்கொள்வேன். அவ்வளவுதான்.

தங்களது நாவல்களில் காணப்படும் சமுதாய விமர்சனங்களைப் பற்றி விவாதங்களும், பிரச்னைகளும் ஏற்பட்டிருக்குமே? அதனைப் பற்றிக் கூறுங்களேன்.

நிறைய விவாதங்கள் ஏற்பட்டிருக்கு. நான் தங்ஙள்மார்களை, லெப்பைமார்களை, ஆலிம்களை, ஹாஜிமார்களை எல்லாம் பலவகையில் விமர்சித்ததாகச் சொல்றாங்க. அந்த மாதிரி சொல்றவங்க பெரும்பாலும் என்னுடைய படைப்புகளை முழுமையாகப் படிச்சவங்களாக இருக்கமாட்டாங்க. செவி வழியாக யாராவது எதையாவது சொல்வதைக் கேட்டுத்தான் பெரும்பாலும் என்னை விமர்சிப்பது. நான் மேல்கூறியவர்களை ஏன் விமர்சிக்கிறேன்?எதற்காக விமர்சிக்கிறேன்? என்பதையும் அவர்கள் முழுமையாகத் தெரிவதில்லை. அதனுடைய பின்னணி என்ன என்பதையும் அவர்கள் உணர்வதில்லை. மொத்தத்தில் மக்கள் அவர்களை எல்லாம் புண்ணியவான்களாகவே நினைக்கிறார்கள். அதனாலே நான் எனது நாவல்களில் அவர்களைப் புண்படுத்தியதாக நினைக்கிறாங்க. அதற்குப் பின்னாலே என்ன இருக்கு, என்னுடைய எழுத்தின் நோக்கம் என்ன என்பதையும் யாரும் புரிந்து கொள்ளவேயில்லை. எனவே அந்தமாதிரிப்பட்ட விமர்சனங்கள் நிறைய வரத்தான் செய்யுது.

தங்களது அனைத்து நாவல்களிலும் எதிர்ப் பண்புடைய பாத்திரங்கள் (Villain) பெரும்பான்மையும் கதையின் முழு ஆளுமையையும் பெற்றிருக்கக் காரணம் என்ன?

அதாவது என்னுடைய படைப்புகளெல்லாம் தெரிந்தோ தெரியாமலோ சமுதாய விமர்சனமாகத்தான் அமையுது. அப்படி விமர்சிக்கும்போது விமர்சனம் செய்யப்படக்கூடியவர்கள் எப்போதும் வில்லனுடைய தோற்றத்தில்தான் தென்படுவார்கள். அப்படித்தான் அது ஆகக் காரணம் அல்லாமல் நான் யாரையும் வில்லனாகப் படைக்கவில்லை.

தங்களது நாவல்களில் அதிகமாக ‘இருள்’தான் வருணிக்கப்படுகிறது. அதற்கு ஏதாவது முக்கியத்துவம் உண்டா?

எனக்கு வெளிச்சத்தைவிட இருள்தான் அதிகமாகப் பிடிக்கும். நான் பெரும்பாலும் இருட்டில்தான் தொழுவேன். இருட்டில் இருப்பதைத்தான் விரும்புவேன். எனக்கு ரொம்ப வெளிச்சம் உள்ள விளக்குப் பிடிக்காது. Dim Light தான்

அதிகமாகப் பிடிக்கும். வீட்டிலே இருந்தாலும் அப்படித்தான். என்னமோ என்னைத் தெரியாமலே இருட்டிலே ஒரு மோகம்.

தங்களது கதைகளில் பலதார திருமணம், பெண்களுக்குக் கொடுமை, பல அடுக்கு முறைகள் ஆகியன அதிகமாக விவரிக்கப்படுகின்றன. இதற்கான பின்னணி ஏதேனும் உண்டா?அல்லது நாவல் தோன்றிய காலகட்டங்களில் சமுதாயம் அப்படித்தான் இருந்ததா?

ஒரு காலகட்டத்திலே பலதாரம் நம்மில் இருந்தது. பலதார மணங்களில் காணப்பட்ட சிக்கல்தான் எனக்கு நேரடியான அனுபவம், என்னுடைய சின்னப் பருவத்திலேயே அந்த மாதிரியான பல சிக்கல்களும் இருக்கத்தான் செய்தது. அதற்கு ஒரு காரணம் என்னுடைய தகப்பனார்க்கு இரண்டு மனைவிகள், அதனாலே இந்தச் சிக்கல்கள் எங்கள் குடும்பத்தில் உருவாகத்தான் செய்தது. அதனாலே அந்த சமுதாயத்தின் பின்னணியை வைத்து நான் பலதும் எழுதினேன்.

தென்பத்தன் கிராமத்தையே கதைக்களமாகத் தேர்ந்தெடுப்பதற்கான காரணம் என்ன?

தென்பத்தன் கிராமம் என்பது தேங்காய்ப்பட்டணம்தான். இவ்வூருக்கு முன்னாலே அப்படி ஒரு பெயர் இருந்தது. எனக்கு ரொம்ப அறிமுகமான ஊர். ஊரில் பல தெருக்கள், பலபல இடங்கள் எல்லாம் எனக்கு ரொம்ப தெரிஞ்சது. அந்த மக்களின் மொழியைப் பற்றி நான் ரொம்ப ஆழமாகத் தெரிஞ்சேன். அதை வைத்து தான் இவ்வூரைக் கதைக்களமாக வைத்து எழுதினேன். குறிப்பாக இவ்வூரில் வாழும் ஜனங்களைப் பற்றி எனக்கு நல்லாத் தெரியும். அல்லாம எனக்குப் பாம்பே, டெல்லியைப் பற்றி எழுத முடியாது.

தங்களது நாவல்களில் சில மலையாள நாவல்களின் தாக்கங்கள் இருப்பது போல தோன்றுகிறது.அதன் காரணம் தாங்கள் விரும்பிப் படித்த நாவல்களின் தாக்கமா?

நான் முதல்ல படிச்சது எல்லாம் மலையாளம்தான். நான் நல்ல வாசகனாக இருக்கிற காலத்திலே எனக்குத் தமிழிலே அவ்வளவு ஈடுபாடு இல்லை. பிற்காலத்திலே நான் தமிழிலே எழுதும்போது நான் படித்த மலையாள நாவல்களின் தாக்கம் என்னைத் தெரியாமலே வரத்தானே செய்யும்.

தங்களைப் பற்றிய தரக்குறைவான விமர்சனங்கள் ஏதேனும் உண்டா? அவற்றைப் பற்றி தங்களது எதிர்வாதங்கள் என்ன?

அப்படித் தரக்குறைவான விமர்சனங்கள் எதுவும் கிடையாது. என்னுடைய ஊரில் என்னுடைய சமுதாயத்தில் சில வாசகர்களிடமிருந்து சில விமர்சனங்கள் வந்தன. இது தவிர நல்ல வாசகர்களிடமிருந்து இந்த மாதிரி தரக்குறைவான விமர்சனங்கள் வந்தது கிடையாது. என்னுடைய படைப்புகளை ஆழ்ந்து படிக்கணும்னா நல்ல இலக்கிய ரசனை இருக்கவேண்டும். இலக்கிய ரசனையோடு எதை வாசித்தாலும் தரக்குறைவாக விமர்சிக்க முடியாது. அதுனாலே அந்த அளவு என்னை விமர்சித்ததாகத் தெரியல்ல.

தங்களுடைய படைப்புகளில் தங்களுக்கு அதிகப் பிடித்தமானது எது? அதற்குரிய காரணம் என்ன?

என்னுடைய கதைகளில் அதிகப் பிடித்தமான கதைன்னு எதையும் பிரித்துச்சொல்ல முடியாது. நான் ஒவ்வொரு கதையையும் ஒவ்வொரு கண்ணோட்டத்தில் எழுதினேன். சில கதைகள் சிலருக்குப் புரியாமல் இருக்கலாம். சிலருக்குச் சில கதைகள் ரொம்ப சிரிப்புக் கொடுப்பதாக இருக்கலாம். சிலருக்கு அதே கதை சோகத்தைக் கொடுப்பதாக இருக்கலாம். ஒவ்வொரு சிறுகதைகளிலும் வெவ்வேறு விதமான Subjectகளை வைத்து எப்படி எல்லாம் விளக்க முடியுமோ அப்படியெல்லாம் விளக்கினேன். இதில் எது சிறந்தது என்று சொல்ல முடியாது. நாவல பொறுத்த அளவிலே எனக்குச் சிறந்ததா எதையும் சொல்ல முடியாது. இருப்பினும் குட்டியாடு என்று ஒரு கதை எழுதியிருக்கிறேன். அது எனக்குப் பிடித்தமான கதை.

தென்பத்தன் கிராம மக்கள் தங்களுக்குக் கொடுத்த இலக்கிய அங்கீகாரம் என்ன?

எனக்கு எதிர்ப்பைத் தவிர அங்கீகாரம் எதையும் தரல்ல.

வட்டார நாவல்களைத் தவிர்த்து இதர இலக்கிய நாவல்களையோ அல்லது சிறுகதைகளையோ படைக்கும் எண்ணம் உண்டா?

நான்தான் முதல்ல வட்டார நாவலைப் பற்றி சொல்லிவிட்டேன். அந்த விசயத்துக்கே நான் போறது கிடையாது. அதைப் பற்றி நான் வாயே எடுக்கமாட்டேன்.

தாங்கள் படைத்த முதல் சிறுகதை எது? அது எந்த ஆண்டு எந்த இதழில் வெளியானது?

நான் எழுதின முதல் சிறுகதை மலையாளம். பெயர் எனக்கு ஞாபகமில்லை. அது நான் S.T. Hindu College- நாகர்கோவிலில் படிக்கும்போது கல்லூரி magazine-™ எழுதினேன். வருடம் 1961, 1962 ஆக இருக்கலாம். தமிழிலே எழுதின முதல் சிறுகதை 'நரகம் பூமியில்'. அதையும் முதல்ல நான் மலையாளத்திலேதான் எழுதினேன். என் நண்பர் ஒருவர் தமிழில் மொழிபெயர்த்தார். அது பிறை என்ற வார இதழில் வெளிவந்தது. அந்தக் கதை வெளிவந்த பிறகு அந்தப் பத்திரிகை ஆசிரியர் என்னை நேரிடையாகத் தமிழில் எழுத வற்புறுத்தினார். நீங்களே தமிழில் முயற்சி பண்ணுங்களேன்னு சொன்னார்.

தங்கள் நாவல்களிலும் சிறுகதைகளிலும் நடமாடக்கூடிய பாத்திரங்கள் தென்பத்தன் கிராமத்தில் ஒரு காலத்தில் வாழ்ந்த, தற்போது வாழ்கின்ற பாத்திரங்களாகவே தென்படுகின்றன. இதனைக் குறித்துத் தங்களது கருத்து என்ன?

நான் இரண்டு தலைமுறைகளுக்கு இடையிலே வாழக் கூடியவன். கடந்த காலத்தில் உள்ள தலைமுறையின் கடைசி கன்னியாகவும் புதிய தலைமுறையின் ஆரம்பக் கன்னியாகவும் இருந்த காரணத்தினாலே முன்னரே வாழ்ந்தவங்களையும் கொஞ்சம் தெரியும். இப்பம் வாழ்கிறவர்களையும் கொஞ்சம் தெரியும். இப்பம் வாழ்ந்து கொண்டிருப்பவர்களையும் கொஞ்சம் எனக்குத் தெரியும். இந்த இரண்டு பேரையும் நான் என்னுடைய படைப்புகளில் Present பண்ணியிருக்கேன். எனக்கு ரொம்ப நெருக்கமாத் தெரிந்தவர்கள் இவர்கள்தான்.

சமுதாயத்தின் பாதிக்கப்பட்டவர்களில் தாங்களும் ஒருவராக இருந்தது உண்டா? அந்த வாழ்க்கையின் குமுறல்கள் சில இடங்களில் தென்படுகிறதே? அதனைப் பற்றிய தங்கள் கருத்து என்ன?

சில கதைகளில் என்னுடைய அனுபவம் உண்டு. என்னுடைய சிறுகதைகளில் முக்கிய கதைப்பாத்திரம் நானாகத்தான் இருப்பேன். கதை சொல்வதைப் போல பிறருடைய துன்பங்களை, துயரங்களை, அனுபவங்களை நம்முடைய துன்பமாக, துயரமாக மாற்றிய பிறகு அதுக்கு ஒரு கதை வடிவம் கொடுத்து எழுதுகிற அந்த உத்தியைத்தான் நான் கையாள்கிறேன். அது நிறைய பேருக்கு என்னுடைய நேரடி அனுபவமாகப் படலாம். அது

தவறு, பிறருடைய துன்பங்களை, அனுபவங்களை, வேதனைகளை என்னுடையதாக மாற்றி ஒரு கலையாக வெளிப்படுத்துவது என்னுடைய உத்தி.

தங்களது பாலிய காலத்திலே ஊர் ஜமாஅத்தார்கள் மக்கள் மீது பல அடக்குமுறைகளைக் கையாண்டது தெளிவாகிறது.அதனைக் குறித்துத் தங்கள் கருத்து என்ன?

ஆமா. நிறைய அட்டகாசங்கள் பண்ணியிருக்காங்க. அதாவது, பெரும்பாலும் நம்முடைய சமுதாய சீரழிவுக்குக் காரணம் இந்த ஜமாஅத்துக்களின் அடக்குமுறைகள் தான். தகாதவர்களின் கைகளிலே வந்து சமுதாயத்தைப் பற்றிய பார்வையோ, இஸ்லாத்தைப் பற்றிய அனுபவமோ அல்லது நேர்மையாக நடத்த வேண்டும் என்ற அறிவோ கிடையாது. ஜமாஅத் நிர்வாகத்தை ஒரு வியாபாரமாக வைத்துதான் நிறைய பேர் பிழைச்சிட்டு இருக்கிறாங்க. எனக்கு நன்றாகத் தெரியும். சிலர் வெளிநாட்டுக்குக்கூட போகாமல் ஜமாஅத் நிர்வாகியா இருந்தால்போதும் என்றிருக்காங்க. எனக்குத் தெரிந்த ஒருத்தர் அரசாங்க வேலையை விட்டுவிட்டே ஜமாஅத் செயலாளர் ஆனார். அதற்கெல்லாம் காரணம் அவங்களுக்கு அதிகமான வருவாய் கிடைக்குது. தவறான வழியிலே சம்பாதிக்கிறதுக்கு ஜமாஅத்தை இவங்க எல்லாம் பயன்படுத்துறாங்க. மக்களும் ஜமாஅத்திற்கு எதிராக யாராவது பேசினா அது பாவம்னு நினைக்கிறாங்க. அவங்க செய்கிற பாவம் அவனோட இருக்கட்டும் என்று கருதினார்களே தவிர யாருமே அதற்கு எதிர்ப்புக்கூட தெரிவிக்கல. அப்படித் தொடக்க காலத்தில் நாங்க சிலபேர் எதிர்ப்புத் தெரிவித்ததினாலே நாங்க எப்போதும் ஜமாஅத்துக்கு எதிரியாகத்தான் இருந்திட்டு இருக்கோம். எதிரியாகத்தான் பாக்கிறாங்க. அது தற்போதும் பிரதிபலித்துக் கொண்டுதான் இருக்கிறது.

மீனவர்களின் பேச்சு வழக்குகள் சிறிதும் தொய்வில்லாமல் அப்படியே தங்களது நாவல்களில் இடம்பெறுகின்றன. இதற்காகத் தாங்கள் ஆய்வோ அல்லது பழக்கமுறை ஏதாவது ஏற்படுத்தியது உண்டா?

பொதுவாக என் கிராமமும் என் வீடும் மீனவர்களுடன் ஒன்றாகத்தான் இருக்கிறது. அதிகமாக மீனவர்களுடன் இடையே பழகக்கூடிய வாய்ப்புகள் நிறைய உண்டு. நாங்கள் சின்ன வயசிலே போய் விளையாடுவதெல்லாம் மீனவர்களுடைய

கிராமத்தில்தான். என்னுடைய தகப்பனாருக்குக் கருவாடு அதாவது சம்பை வியாபாரம் ஆனதுனாலே அவங்களோடு அதிகமாகப் பழகுவதற்கான வாய்ப்புகள் நிறைய கிடைச்சுது. அவங்க என்ன பேசுறாங்க, பேச்சின் அர்த்தங்கள் என்ன, அவர்களுடைய உணர்வுகள் என்ன என்பது எல்லாம் என்னால் புரிய முடியும். சில நேரங்களிலே அவங்க பேசுறது போல திரும்பப் பேசுற ஒரு கட்டாயம் ஏற்படுகிறது. அதனாலே மீனவர்களின் பேச்சுக்கள் என்னால் உள்வாங்கவும் அப்படியே எழுதவும் முடிந்தது. ஆனால் நான் எழுதுனது ஆனதால் ஒரு நன்மை ஒன்று உண்டு. இன்றைக்கு அந்த மீனவர்களின் பேச்சு அப்படியே மாறிப் போச்சு. அந்த சொற்கள் எல்லாம் இன்றைக்கு என்னுடைய படைப்புகளில்தான் இருக்குது. பல சொற்கள் அழிந்துபோச்சு. இது ஒரு மொழி ஆய்வாளனுக்கு ரெம்ப பயன்படும்.

நாவல்களில் சில வரலாற்றுச் செய்திகள் ஆங்காங்கே இடம் பெறுகின்றன.இவை எழுதி வைக்கப்பட்டவைகளா?அல்லது வாய்மொழியாக வழங்கப்பட்டு நினைவில் நிலைப்பவைகளா?

அவற்றில் வாய்மொழியாக உள்ள விசயங்களும் உண்டு. எழுதி வைத்த விசயங்களும் உண்டு. எனக்கு வரலாற்றிலே ரெம்ப ஆர்வம் உண்டு. நிறைய விசயங்களை அதனாலே வரலாற்று அடிப்படையிலே எழுதியிருக்கேன். அவற்றில் கற்பனையாகச் சில வரலாறுகளும் வந்திருக்கு. இரண்டும் சேர்த்து எழுதியிருக்கேன். பொதுவாக வரலாறு தெரியாத ஒருவர் ஒரு சிறந்த படைப்பாளியாக இருக்கமுடியாது. ஒரு சமுதாயத்தின் பின்னணி, ஒரு சமுதாயத்தின் வரலாறு, அவன் வாழக்கூடிய இடத்தின் வரலாறு போன்றவைகளை ஒருவன் தெரியாமல் ஒரு படைப்பாளியாக இருக்கமுடியாது. அப்படிப்பட்ட படைப்பாளி வெற்றி பெறவும் மாட்டான்.

அவுலியாக்கள் என்ற இறை நேசர்களைச் சில இடங்களில் கொச்சைப்படுத்தியதாகத் தெரிகின்றது.இது மக்களின் அறியாமையை அகற்றுவதற்கா அல்லது இஸ்லாத்தின் அடிப்படையை உணர்த்துவதற்கா?

நான் எந்த இடத்திலும் அவுலியாக்களைக் கொச்சைப் படுத்தியதே கிடையாது. அவங்க எல்லாம் இறைநேசர்கள். அவங்க காலகட்டத்திலே அவங்க தீனிற்காக வேண்டி நிறைய

தியாகங்கள் செய்தது உண்டு. ஆனால் அவங்கப் பெயரைச் சொல்லி சமுதாயம் தீய வழியில் நடந்திட்டு இருக்கு. எப்டீன்னா அவங்க பெயரிலே ஒரு கபரைக்கட்டுவது, அதைக்கட்டீட்டு இஸ்லாத்துக்கு எதிராகப் பல செய்கைகளை நடத்துவது தொடர்ந்திட்டு இருக்கு. அந்த நேரத்தில் இந்த நிகழ்ச்சிகளைப் பரிகாசமாக எழுதவேண்டிய கட்டாயம் ஏற்படுகிறது. இதை மக்கள் நான் அவுலியாக்களை ஏளனம் செய்வதுபோல் எடுத்துக் கொள்கிறாங்க. எனக்கு அவுலியாக்கள் மேலே நல்ல மதிப்புதான். ஏன்னா அவங்க வந்து இந்தச் சமுதாயத்துக்கு வேண்டியே வாழ்ந்தவங்க. அவங்களை நாம வெறும் மதக்கண்ணோட்டத்தில் பார்க்கக்கூடாது. அவங்க மறு பக்கத்தையும் பார்க்கவேண்டும். நாகூர் சாகுல் ஹமீது ஒலியுல்லாவை எடுத்தீட்டிங்கள்னா அவங்க ஒரு அவுலியா மட்டுமல்ல, ஒரு மதத் தலைவர் மட்டுமல்ல, ஒரு அரசியல்வாதியாக்கூட இருந்திருக்காங்க. போர்ச்சுகீசியருக்கு எதிராக நடந்த போரில் அவங்களுக்குப் பங்கு ஏராளம். அந்தப் பங்களிப்பு எல்லாம் இன்றைக்கு யாருக்கும் தெரியாமல் போச்சு. அவங்க செய்த அற்புதத்தை மிகைப்படுத்திச் சொல்றாங்க. தவிர தேசிய நலத்துக்காகவேண்டி, மக்களுக்காக வேண்டி செய்தது எல்லாம் மறைக்கப்பட்டுத் தற்போது தங்களுடைய வாணிபத்துக்காக அவங்களைப் பயன்படுத்துறாங்க. நான் அவுலியாக்களை எப்போதும் மதிக்கக்கூடியவன். இப்போதும் கூட நான் கேரளாவில் மலப்புறம் தங்களுடைய மகபுறாவுக்குப் போயிட்டுத்தான் வந்திருக்கேன். அது அவங்க கூடி உள்ள கடவுள் பக்தியினால் அல்ல. சமுதாயத்துக்கு வேண்டி அவங்க செய்த சேவைகளை எடுத்துக்காட்டுவதற்கு வேண்டி, அங்கே சென்ற பிறகுதான் அவங்களுடைய சேவைகளைப் பற்றித் தெரியமுடிந்தது. அது அல்லாம அவங்களிடத்தில் போய் எதுவும் வேண்டிக் கொள்வதற்கு அல்ல.

தேங்காய்ப்பட்டணத்தில் ஏதாவது அவுலியா அடக்கியிருக்கிறார்களா?

அந்தக் காலக்கட்டத்திலே தீனைப் பற்றி தெரிந்தவங்க நிறைய இருந்திருக்கிறாங்க. இதைப்பற்றி மகபுறாக்கள் நிறைய உண்டு. ஆனால் எந்தவிதச் சடங்குகளும் நடந்ததே இல்லை.

நாவல்களில் சில இடங்களில் மார்க்சிய மணம் வீசுகின்றது. மார்க்சியத்தின் மீது தங்களுக்குப் பற்று உண்டா? அல்லது தாங்கள் ஒரு மார்க்சியவாதியா?

நான் மார்க்சியவாதி எதுவும் கிடையாது. சில இடதுசாரிச் சிந்தனைகள் என்னிடம் இருக்கு. இடதுசாரிச் சிந்தனைன்னு எதை mean பண்ணி சொல்கிறேன்னா பணக்கார வர்க்கத்தை எதிர்க்கிற ஒரு மனோபாவம் எங்கிட்டே உண்டு. அதை வைத்துக்கிட்டு ஒரு மார்க்சியச் சிந்தனை இருக்கிறதே தவிர அப்படி அல்ல. முஸ்லீம் சமுதாயத்தைச் சூறையாடிட்டு இருக்கிற ஒரு பணக்கார வர்க்கம். இந்த சமுதாயம் ஒடுக்கப்பட்ட சமுதாயம் மூடப்பட்ட சமுதாயம். அறியாமையிலே மூழ்கி இருக்கிற சமுதாயம் ஒடுக்கப்பட்ட சமுதாயம். அதனாலே அவங்க இந்த சமுதாயத்தைச் சுரண்டி வாழ்ந்திட்டு இருக்கிறாங்க. இந்தச் சுரண்டலுக்கு எதிரான குரல்தான் என்னுடைய படைப்புகள். அது வந்து சிலருக்கு ஒரு Communist என்ற ஒரு தோற்றம் கொடுக்கலாம். நான் ஒரு மார்க்சியவாதி கிடையாது. ஆனால் எனக்கு இடதுசாரிச் சிந்தனை உண்டு.

தங்களது சில சிறுகதைகளில் 'மீரான்' என்ற பெயரில் பல பாத்திரங்கள் வருகின்றன. அது தாங்களா? அல்லது கதைக்கு என்று ஏற்படுத்தியவையா?

அதைப்பற்றி நான் முதல்லேயே சொன்னேன் அல்லவா. சில பிறருடைய உணர்வுகளை என்னுடைய உணர்வுகளாக மாற்றி தன் கதையாக எழுதினேன் என்று. எல்லோரும் அதை நான் என்று நினைப்பாங்க. அது தப்பு. சில விசயங்கள் என்னுடையதும் உண்டு. இல்லையென்று சொல்லவும் முடியாது. அதைப்பற்றி நான் முதல்லே சொல்லிவிட்டேன்.

ஒரு கடலோர கிராமத்தின் கதை என்ற நாவலில் 'மஹ்மூது' என்ற பாத்திரம் தாங்களாகவே தென்படுகிறது. அதனைக் குறித்துத் தங்கள் கருத்து என்ன?

நான் சொன்னேன் அல்லவா. அது என்னுடைய பாட்டனார்தான். நான் முதல் உலகப்போரில் நடந்ததைப் பற்றி அல்லவா எழுதியிருக்கேன். அப்படீன்னா நான் எப்படி இருக்கமுடியும்?வாய்ப்பு இல்லை. அது என்னுடைய தகப்பனாருடைய தகப்பனார். அவர் பெயர் உசனார்பிள்ளை.

அரபியைத் தவிர வேறு எந்த மொழியையும் மக்கள் படிக்கக்கூடாது என்ற நிலை அன்றிருந்ததா?

ஜனங்களின் அறியாமையினால் உள்ளது. அது வந்து ஒரு காலகட்டத்திலே வெள்ளையர்கள் மீது

இருந்த வெறுப்பினாலே ஆங்கிலம் படிக்கக்கூடாது என்ற நிலை இருந்தது. இரண்டாவது சில உள்நாட்டு மக்கள் வெள்ளையனுக்கு ஆதரவு தெரிவிச்சிட்டு இருந்தாங்க. இதை வைத்து சிலரு சில தவறான பிரச்சாரம் பண்ணினாங்க. English படிக்கக்கூடாதுன்னும் English படிச்சா வெள்ளையர்கள் நம் நாட்டைவிட்டு வெளியேற மாட்டாங்க என்ற எண்ணமும் பிரச்சாரம் தான். நம்முடைய மொழியைப் பரப்பணும். அது மூலம் அவனை விரட்டணும் என்பது அல்லாமல் மொழி மீது இருந்த வெறுப்பு அல்ல. எந்த மொழியையும் இஸ்லாம் வந்து வெறுத்தது, விலக்கியது கிடையாது. எந்த மொழியைக் கற்பதற்கும் இஸ்லாத்தில் விலக்கும் இல்லை. அந்தக் காலகட்டத்திலே சமஸ்கிருதம் பிர்கவுன், அமீர் குஸ்ரு போன்றவங்க படிச்சிருக்காங்க.

அப்படின்னா அந்தக் காலகட்டத்தில் ஆலிம்கள் பலசில தவறான பிரச்சாரங்கள் நடந்திருக்கலாமே?

அதைத்தான் நான் சொல்ல வந்தேன். அன்றைக்கு Media,èœ ஆலிம்களாகத்தான் இருந்தாங்க. ஒவ்வொரு இடத்திலும் பிரச்சாரம் நடத்தும்போது நீங்க ஆங்கிலம் படிக்கக்கூடாது. படித்தால் காபிராகப் போவீங்க என்று, பிரச்சாரத்தின் மூலம் மக்களைத் தூண்டியும்விட்டார்கள். அன்று இவர்கள் Mediaக்களாகச் செயல்பட்டதுனாலேதான் இந்த விளைவு. அவங்களுக்கு அன்றைக்கு என்ன செய்தோம் என்று அவங்களுக்கே தெரியாது. Coaching கொடுத்திட்டாங்க. கொடுக்கச் சொன்னாங்க. இதை அன்றைய ஏழை, பாமர மக்கள் நம்பீட்டாக. அதனாலே நாம நிறைய பின்தங்கிப் போனோம். மற்ற சமுதாயங்கள் எல்லாம் இரண்டு நூற்றாண்டுக்கு முன்னோக்கிப் போயாச்சு. அன்றைக்குப் பாருங்க குர்ஆனைத் தமிழில் எழுதக்கூடாது என்பதுக்காகத்தான் அரபித் தமிழ், அரபி மலையாளம் வந்தது. அதை ஒரு வடிவமாக மாற்றியது என்பது வேறு விசயம். அரபித் தமிழ்ன்னு ஏன் அப்படி ஒன்று வரவேண்டும். ஏன் தமிழிலே எழுதக் கூடாது. அப்பம் அன்றைக்குத் தமிழிலே எழுத மக்கள் விரும்பவில்லை. அரபி படிச்சால்தான் சமுதாயத்தில் ஒரு Social statusன்னு நினைச்சாங்க. அன்றைக்கு உலகம் முழுவதும் பரவியிருந்தது அரபிகளின் வாணிபம். இன்றைக்கு அமெரிக்கர்களின் வாணிபம் உலகம் முழுவதும் பரவி dollar

செல்வாக்குப் பெற்றிருக்கோ அதைப் போல அரபு மொழி நபிகளின் மொழியாக, தீனாக உலகம் முழுவதும் செல்வாக்குப் பெற்றிருந்தது. உதாரணமாக அன்றைக்குக் கேரளாவில் தண்டத்தொகை 'திர்ஹும்'கட்டவேண்டும் என்றுதான் கட்டளை போட்டிருந்தாங்க. எனவே அந்தக் காலம் அப்படிப்பட்ட காலம். அரபிகளின் செல்வாக்கு உலகம் முழுவதும் இருந்த காலம். அதனால்தான் அவங்க அரபியைப் படிச்சாங்க. பரப்பினாங்க.

'தங்ஙள்' என்ற பரம்பரை கண்ணியம் எப்படி உருவாகியது?அதனைக் குறித்துத் தென்பத்தன் மக்கள் நிலை என்ன?

தங்ஙள்என்ற ஒரு missionary ஏமன் நாட்டிலிருந்து வந்தாங்க. அது ஒரு கிட்டத்தட்ட 5 அல்லது 6 நூற்றாண்டுக்கு முன்னாலே இந்தியாவுக்கு வந்தாங்க. வந்தது மதப்பிரச்சாரம் பண்ணுவதற்காக. செய்யது வம்சம் என்று அவங்களைச் சொல்வாங்க. பூர்வீகத்திலே அவங்க செய்யது வம்சம்தான். தாங்கள் என்பதை மலையாளத்தில் தங்கள் என்று சொல்லுவாங்க. அப்படித்தான் 'தங்ஙள்' ஆச்சு, அல்லாம அப்படி ஒரு வர்க்கம் கிடையாது. மதத்தலைவர் என்ற நிலையில் இருந்திட்டாங்க. இன்றைக்குக் கேரளாவில் பாத்திட்டீங்கள்னா அப்துல் ரஹுமான் பாபுகி தங்ஙள், உமர் பாபுகி தங்ஙள், பானாக்காடு பாபுகி செய்யது கோயா தங்ஙள் இப்படிப்பட்ட வம்சமுறை அப்படியே இருக்கு. அங்குள்ள மக்கள் அவங்களை ரெம்பவும் மதிக்கிறாங்க. அதற்குக்காரணம் மதத்தலைமை அவங்களிடத்தில்தான் இருக்கிறது என்பதுனாலே, அன்றைத் தங்ஙள்மார்களை அன்றைய பிரிட்டீஸ் அரசாங்கமே கண்டு பயந்தது. அதிலிருந்துதான் இப்படி ஒரு வர்க்கம் உருவாச்சி. அவங்களுக்கு ஒரு மேலாண்மை அன்றிருந்தது.

அந்த வம்சம் எப்படித் தென்பத்தில் பரவியது?

அன்றைக்குத் துறைமுகங்கள் இருந்த இடமெல்லாம் இவங்களுடைய Settelment ஆக இருந்தன. அன்றைக்கு முக்கிய வாணிபத் துறைமுகமாகக் கொல்லம் இருந்தது. கொல்லத்துக்குப் பிறகு அடுத்த துறைமுகம் தேங்காய்ப்பட்டிணம்தான். தங்ஙள் அதிகமாகக் குடியிருந்தது கடலோரப் பகுதிகளில் அதாவது துறைமுகப் பகுதிகளில்தான். இப்பம் அவங்க பல்வேறு இடங்களில் இடம் பெயர்ந்திருக்கலாம். தேங்காய்ப்பட்டணத்தில் இன்றும் இந்த வம்சத்தைச் சார்ந்த நிறைய பேர் இருக்கிறாங்க.

ஆங்கிலப் பள்ளிக்கூடத்தை எதிர்த்தல், எரித்தல் போன்ற நிலை அன்று உருவாகியதா?

ஆங்கிலப் பள்ளிக்கூடத்தை அன்று எரிக்க ஒன்றும் செய்யல்ல. கதையிலே ஆங்கில வெறுப்பைக் காட்டுவதற்காக வேண்டி அந்தமாதிரி நிகழ்ச்சியைச் சொல்லியிருக்கேன். அல்லாம அப்படி ஒன்றும் நடக்கல்ல.

'லட்சுமி' என்ற பெண் கொலை இது வாய்மொழியாக நான் கேட்ட கதை. இது உண்மையா? அல்லது கட்டுக்கதையா?

அது முன்னாலே நிஜமாக நடந்த ஒரு கொலை பாதகச் செயல். பெயரைத் தான் மாற்றினேன். தவிர, அது நடந்த ஒரு நிகழ்ச்சித்தான்.

அன்றைய காலகட்டங்களில் தவறு செய்வோரது சொத்துக்களைத் தண்டனையாக ஜமாஅத்தார்கள் தங்களது பெயர்களில் எழுதி வாங்கிய பழக்கம் இருந்ததா?

ஜமாஅத்துக்காரர்கள் அல்ல. அன்றைய ஜமாஅத்து வந்து one man jamath ஆகவே இருந்தது. ஒரே ஆள்தான் பள்ளியின் நிர்வாகம் முழுதும் எடுத்துடுவாங்க. அவரை ஊரில் முதலாளின்னு சொல்லுவாங்க. அல்லது முதல் கூடியென்று சொல்வாங்க. அவருடைய பெயரை ஊரில் யாரும் வைக்கக்கூடாது என்பது கண்டிப்பு. இன்றைக்கும் ஊரில் உள்ள பழைய ஆட்களிடத்தில் கேட்டா சொல்லுவாங்க. தவறு செய்தால் சொத்தை என் பெயரிலேயே எழுதவேண்டும் என்று சொல்லுவார் அவர். அப்படிச் சொன்ன உடனே கண்டிப்பாக எழுதித்தா ஆகணும். அப்படி எழுதவில்லை என்றால் அங்கு அன்று அடியாட்கள் உண்டு. பிடிச்சுக் கட்டி வைப்பா. நிறையபேர் அப்படி பாதிச்சிருக்காங்க. இன்றைக்கு எங்கள் ஊரில் பெரிய பணக்காரர்களின் வேர்களைத் தேடிப்போனா நிறைய கொள்ளை அடித்த, அபகரித்த சொத்துதான் இருக்கு. அப்பம் அந்தக் காலகட்டத்திலே பெரும்பான்மை மக்களும் அப்பாவிகள்தான். அப்பாவிகளாகத்தான் இருந்தாங்க. எழுத, படிக்கத் தெரியாத மக்கள், உருட்டுன்னா உடனே உருட்டுவாங்க. அடக்குமுறைகள் ரெம்ப அதிகமானதினால் ஒரு சமுதாயம் அழிந்தே போனது.

ஆண்கள் கிராப் வைக்கக்கூடாது. மொட்டை அடித்து தான் வாழவேண்டும் என்ற கட்டுப்பாடு அன்று ஜமாஅத்தில் இருந்ததா?

இருந்தது.

முனைவர் இ.ர. பிரபா | 185

செய்தித்தாள்கள் படிக்கக்கூடாது என்ற நிலை அன்றிருந்ததா?

அப்படி இல்லை. சும்மா கதைக்காக வேண்டி எழுதினேன். அப்படி ஒரு கட்டுப்பாடு ஒன்றும் இல்லை.

ஈனாபீனாகூனா, இது கேள்விப்பட்ட, வாழ்ந்த பாத்திரம் போல் தென்படுகிறது.இதனைக் குறித்துத் தங்கள் கருத்து என்ன?

ஆமா. நிறையபேர் அப்படி இருந்தாங்க. எங்கள் கிராமத்தையே சூறையாடி ஒரு கிராமத்தையே வீழ்த்தினதே அவங்கதான். இந்த ஈனாபீனாகூனா வர்க்கம் தான். அது தற்போதும் ஊரில் எல்லோருக்கும் தெரியும்.

ஹக்கிம் அப்துல் ஹமீது அஜ்மீரி என்ற பெயருடன் யாசகர் எவராவது தங்கள் ஊரில் வாழ்ந்தது உண்டா?

அப்படி ஒன்றும் இல்லை. கற்பனைப் பாத்திரங்கள் தான்.

நாவல்களில் கதைத்தலைவன், கதைத்தலைவி என்பதில் யார் யார் எந்தெந்த நாவல்களில் என்பதில் புரிந்து கொள்ள முடியாத நிலை இருக்கிறது.இதனைக் குறித்துத் தங்கள் கருத்து என்ன?

நான் பொதுவாக எந்த நாவலிலும் Main role கொடுப்பதே கிடையாது. ஒரு Constructive வாக நான் கதை சொல்வதும் கிடையாது. கதாநாயகன், நாயகி, வில்லன் இப்படி எல்லாம் அதிகமாக எடுத்துக்கொள்வதும் கிடையாது. என்னுடைய பெரும்பான்மைக் கதைகளில் பாத்திரங்கள் incomplete ஆகத்தான் இருக்கும்.

துறைமுகம் நாவலில் சில பாத்திரங்களுக்கு ஏதாவது பின்னணி இருக்கிறதா?

துறைமுகம் நாவலில் மீரான் பிள்ளை என்பது எங்கள் குடும்பம்தான். என் தகப்பனாருன்னே வைத்துக் கொள்ளுங்கள். அதிலே நான் சொல்லக்கூடிய விசயங்கள் அத்தனையுமே எங்களுக்குப் பாதிக்கப்பட்டதுதான். கடைசியிலே எங்க தகப்பனாரு அவருடைய தகப்பனாருடைய சொத்துக்கள் முழுவதும் சம்பை வியாபாரத்தில் இழக்கத்தான் செய்தார். நாவலில் கப்பலில் வைத்துச் சம்பைக் கட்டுக்களைக் கடலில் தூக்கிப் போடுவது எங்களுக்கு நடந்ததுதான். அதுனாலே நாங்க பொருளாதார ரீதியாக ரொம்ப கீழ்நிலைக்கு வந்தோம். அது என் குடும்பக்கதை.

ஆங்கிலேயர் ஆட்சிக் காலத்தில் தென்பத்தன் மக்கள் பிரிட்டீஸ்காரர் பக்கமா?அல்லது மன்னர் பக்கமா?

எனக்குக் கிடைத்த செவி வழி அறிவை வைத்து அந்த ஜனங்களுக்கும் அரசியலுக்கும் எந்தவிதமான சந்தர்ப்பமும் கிடையாது. ஆங்கிலேயர்களுடைய அட்டகாசம் எங்கள் பகுதியில் இல்லை. அன்றைக்கு எங்கள் ஊர் திருவிதாங்கூர் ஆட்சியின் கீழ் இருந்தது. பெரும்பாலும் மக்கள் அரசனுக்குக் கீழ்தான் இருந்தாங்க. ஆங்கிலேயர் பக்கம் இருந்ததாகச் சொல்லமுடியாது.

'சம்பை' என்ற தொழில் மூலம் பல மக்கள் தென்பத்தன் கிராமத்தில் சில முதலாளிகளால் பலிகடா ஆக்கப்பட்டனர் என்பது உண்மை. இதில் தங்களது கருத்து என்ன?

துறைமுகம் நாவலில் அதைப்பற்றி நான் முழுவிவரமாக எழுதிவிட்டேன். அதிலே எந்தவிதமான கருத்து வேறுபாடுகளும் இல்லை. சம்பைத் தொழில் செய்த அத்தனை பேருமே அடியோடு ஒழிஞ்சு போயிட்டாங்க.

அப்படின்னா அத்தொழில் மூலம் உயர்ந்தோர் எவரேனும் இருந்தாங்களா?

கிடையாது. உயர்வு அடையவே இல்லை. கொழும்பிலே கமிஷன் கடை வைத்து நடத்துனவங்கத்தான் உயர்ந்திருக்காங்க. கடற்கரையிலிருந்து மீன்கள் வாங்கி காயவைத்துக் கருவாடாக்கி அதனைக் கட்டுக்கட்டாக்கித் தூத்துக்குடி மூலமாகக் கொழும்புக்கு அனுப்பிய யாரும் இன்றைக்கு வர உருப்படியாக வாழ்ந்ததே இல்லை. அதே வழிமுறையினர் இன்றைக்கு ரெம்ப ஏழ்மையாகத்தான் வாழ்ந்திட்டு இருக்காங்க.

நாயும் புலியும் விளையாட்டு என்பது எப்படிப்பட்ட விளையாட்டு. அதனைப்பற்றி சற்றுச் சொல்லுங்களேன்!

ஈர மணலில் களம் வரைவாங்க. கட்டம் போட்டுத் தென்னை ஓலையில் கொடி ஓலையும் குச்சு ஓலையும் வைத்து நம்ம சதுரங்கம் போல காயை நகர்த்துவதற்குப் பதிலாகக் குச்சியை நகர்த்துவாங்க. கேரளாவில் இதே விளையாட்டை ஆடு புலியம்னு சொல்லுவாங்க.

மார்த்தாண்டவர்மா வரலாற்றுச் செய்தி, டச்சுப்படை நாயகர்கள் போர், பவுரீன் பிள்ளைக்குக் குருசடி முதல் கலிங்கராஜபுரம் வரை

பரிசாக எழுதிக் கொடுத்தல் இதெல்லாம் உண்மைச் செய்தியா? அதற்கு ஏதாவது ஆதாரம் உண்டா?

டச்சுப்போர் நடந்தது 1744. அந்த டச்சுப்போரிலே தேங்காய்ப்பட்டணத்திலிருந்து எண்பது பேருக்குத் தலைமையாற்றுவதற்கு ஒரு ஆள் வேண்டும். அந்த ஆளாகத்தான் நான் பவுரீன்பிள்ளையைக் கற்பனை செய்து எழுதியிருக்கேன். வரலாற்றிலும் பல உண்மைகளும் இருக்குது. அதிலே பல கற்பனைகளும் உண்டு. P.S. செய்யது முகம்மது எழுதிய கேரள முஸ்லீம் வரலாறு என்ற நூலில் மேற்கூறிய சில உண்மைகள் இருக்குது.

கடலுண்டி மம்மது கோயா, மலப்புறம் தங்ஙள் இது வந்து கற்பனைப் பாத்திரமா?

சும்மா, கற்பனைதான். இந்த மாதிரி நிறைய ராத்தீபு பார்ட்டிகள் நிறைய வந்திருக்காங்க. அந்தக் காலகட்டத்திலே, எங்கள் ஊரில் இதை எல்லாம் நான் கண்ணாலே நிறைய பார்த்திருக்கேன்.

சாகுல் ஹமீது (முஸ்தபாக் கண்ணுவின் மகன் - சாய்வு நாற்காலி) என்ற பாத்திரம் ஏன் முழுமை அடையவில்லை?

நான் எப்போதும் சொல்வது, எதுவுமே முழுமை அடையவேண்டும் என்ற எந்த கண்டிப்பும் இல்லை. யாருடைய வாழ்க்கையும் முழுமை அடையாது. யாருமே வாழ்க்கையில் முழுமை அடைந்தார்கள் என்று சொல்லவும் முடியாது. கதைகளும் அப்படித்தான். எல்லாம் தகப்பன் சீரழிஞ்சு இருந்தான். உம்மா மரணப் படுக்கையில் இருக்கா. அவனுக்கு அந்த ஊரில் இருப்பது பிடிக்கல்ல. இப்படிச் சில கதாபாத்திரங்கள் ஊரில் இருப்பதுதானே. உம்மா இறந்திருப்பாங்க என்ற நினைப்பில் ஈமச்சடங்குக்காக அனைத்து ஏற்பாட்டுக்காக வருகிறான். ஆனால் உம்மா இறக்கவில்லை. அதை எல்லாம் வைத்துவிட்டு அவன் போய்விடுகிறான். இந்தக் கேள்வியை நிறைய பேர் கேட்டாங்க. ஏன் அந்தப் பாத்திரம் முழுமை அடையவில்லை என்று. எனக்கு இதுதான் பதில். மற்றும் சில பாத்திரங்கள் கூட முழுமை அடையவில்லையே. முஸ்தபாக்கண்ணுக்கூட முழுமை அடையவில்லையே. அவரை வீட்டில் தூக்கிப்போடுறாங்க. மறியும் (சாய்வு நாற்காலியில்) கூட இறப்பது சொல்லல்ல. சகோதரி ஆசியாக்கூட முழுமைப்படுத்தப்படல. அப்படின்னா

நான் எதையுமே முழுமைப்படுத்தவில்லை. வாழ்க்கைக் கூறுகளின் பல பகுதிகளைச் சொல்லியிருக்கேன். பிற்பகுதியை விட்டுவிட்டேன்.

காசீம் பிள்ளை & பவுரீன் பிள்ளை போன்ற சில பாத்திரங்களில் பல தடுமாற்றம் ஏற்படுகிறது.இதனைப்பற்றி சற்றுத் தெளிவாகச் சொல்லுங்களேன்?

சாய்வு நாற்காலியிலே நான் ஐந்து தலைமுறையைப் பற்றி சொல்லியிருக்கேன்.

முதல் தலைமுறை   —   பவுரீன்பிள்ளை

இரண்டாம் தலைமுறை —   அபுல் ஹசன்

மூன்றாம் தலைமுறை   —   காசீம் பிள்ளை

நான்காம் தலைமுறை   —   நூர் முகம்மது

ஐந்தாம் தலைமுறை   —   முஸ்தபாக்கண்ணு

கதைமாறி பின்னிப்பின்னி சொல்கிறதுனாலே யாருக்கும் இது புரிவது கிடையாது. ஒரே சீராகச் சொன்னேன்னா எல்லோருக்குமே புரிந்திருக்கும்.

தங்களது சில நாவல்களில் சில பாத்திரங்கள் முற்றுப்பெறவில்லை என்றும், சில பாத்திரங்களில் குறைபாடு இருப்பதாகவும் பொதுவாகச் சொல்றாங்க. அதனைக் குறித்துத் தங்கள் கருத்து என்ன?

நிறைய பேர் இது பற்றி என்னிடம் நேரிடையாகச் சொல்லியிருக்காங்க. தமிழிலே இதுவரை இருந்த கதைக்கும் மக்கள் படித்த நாவல்களுக்கும் என்னுடைய படைப்புகளுக்கும் கொஞ்சம் மாற்றமாகத்தான் இருக்கும். சமீபத்திலே சாருநிவேதாவுடைய 0 டிகிரி என்ற நாவல் வந்தது. அதிலே வந்து ஒன்றுமே உங்களுக்குக் கண்டுபிடிக்க முடியாது. ஒரு Chapterக்கு நேர் எதிர்மறையாக இருக்கும் இன்னொரு Chapter. அதில் சீரான முறையில் கதை இருக்காது. அவரு ஒவ்வொரு விசயத்தையும் ஒவ்வொரு கட்டுரைப்போல சொல்லீட்டே இருப்பார். முன்னாடி வந்து நாவல்னா ஒரு கதை வளர்ச்சியிருக்கும். கதைநாயகன், நாயகி, வில்லன் நிறைய இருக்கும். கதை இழுத்துக்கிட்டுப் போவதற்கான எல்லா Suspenseம் வச்சிருப்பாங்க. அது முன்னால் உள்ள நாவலின் ஒரு உத்தி. நாவல் உத்தியை எல்லாம் தெரியவேண்டும் என்பது அல்ல. கதை இல்லாமல்

ஒரு சமூகத்தைச் சொல்கிறது. உதாரணமா தலைமுறைகளை எடுத்திட்டீங்கன்னா கதை இருக்காது. மக்களின் வாழ்க்கையைச் சொல்லீட்டே வருவாங்க. சுந்தரராமசாமியின் ஒரு புளிய மரத்தின் கதையைக் கதைன்னு சொல்லமுடியாது. நிகழ்ச்சிகளைக் கோர்வைப் பண்ணிச் சொல்கிறது. இதற்கெல்லாம் அடுத்த நிலைதான் சாய்வுநாற்காலி எழுதினேன். கூனன் தோப்பிலே கதை இல்லை. ஒரு நடந்த நிகழ்ச்சியை அப்படியே படம் பிடிச்சுக் காட்டுகிறேன். இரண்டு சமுதாயத்திலே நடக்கக்கூடிய போராட்டத்தினால் ஏற்படக்கூடிய விளைவுகள் என்ன?அது எப்படிப் போராட்டக்களமாக மாறுகிறது. மக்கள் எப்படி எல்லாம் துன்பத்துக்கு ஆளாகிறார்கள் என்பதை அதிலே சொல்கிறேன். அங்கு கதை இல்லை. துறைமுகத்தில்கூட கதை இல்லை. வியாபாரமுறை எப்படி நடக்கிறது என்பதுதான் முக்கியம். இங்கு காதல் இல்லை, வில்லன் இல்லை, திருமணம் நடக்கல்ல. நிகழ்ச்சிகளின் ஒட்டுமொத்தத் தொகுப்பு. அது ஒரு சமுதாயம். அதே சமுதாயம் பொருளாதார ரீதியாக எப்படி வீழ்ச்சியடைகிறது என்பதைக் காட்டுகிறேன் துறைமுகத்தில். ஒரு கடலோர கிராமத்தின் கதையில் ஒரு சமுதாயம் அதே சமுதாயத்தை சமூக ரீதியாக எப்படி வீழ்ச்சியடையச் செய்கிறது என்பதைக் காட்டுகிறேன். இங்கு வந்து சமூகப் பிரச்னை. அங்குப் பொருளாதாரப் பிரச்னை, வாசித்துப் பார்த்தா இரண்டும் ஒரு கதை போல் தோன்றும். ஆனால் ஒவ்வொன்றின் அடி நீரோட்டம் என்பது வேறு. எங்கும் கதையில்லை. ஒரு சமூகம் எப்படி ஒடுக்கப்படுகிறது. ஜனங்களின் முன்னேற்றத்தை எப்படித் தடுக்கிறார்கள் என்பதைக் காட்டுகிறேன். ஒரு கடலோர கிராமத்தின் கதையில், சாய்வு நாற்காலியில் நான் எதையும் மையப்படுத்தல்ல. காலத்தின் சுழற்சியைத்தான் சொல்லி வருகிறேன். இன்றைக்கு இருக்கிற சிம்மாசனம் நாளைக்கு இல்லை. அது எவனுக்குத் தகுதியில்லையோ அவனுக்கு வந்து சேர்கிறது. இந்த மாதிரிப்பட்டக் கால சுழற்சியைத்தான் சாய்வு நாற்காலியில் சொல்கிறேன். அந்தக் காலகட்டத்தில் பொருளாதாரம், அதிகாரம் மதமேலாண்மைகளிடம் இருந்தது. நிலப் பிரபுக்களிடமிருந்து வீழ்ச்சியடைந்து மண்ணின் மைந்தர்களிடம் வந்து ஒரு எழுச்சி அடைந்தது. இன்று நிலப் பிரபுக்களெல்லாம் ஓஞ்சுப் போனாங்க, இன்றைக்கு நிலங்கள் எந்த மக்களிடத்தில் பறிக்கப்பட்டதோ அந்த மக்களிடத்தில் சென்று சேர்ந்துவிட்டது. இதுதான் என்

சாய்வு நாற்காலியின் உத்தி. எல்லோரும் சொல்வதைப் போல சாய்வு நாற்காலி ஒரு சமுதாயத்தின் அல்லது ஒரு குடும்பத்தின் வீழ்ச்சி அல்ல. உலகளாவிய தன்மையிலே ஒட்டுமொத்த அளவிலே மக்களிடம் ஏற்பட்ட மாற்றங்களைத்தான் சாய்வு நாற்காலியில் சொல்கிறேன்.

சில சிறுகதைகளில் நகர வாழ்க்கையை விடவும் மேலானது கிராம வாழ்க்கை என்கிறீர்கள். தாங்கள் கண்ட நகர வாழ்க்கை எது?

நான் சென்னையிலே கொஞ்சம் காலம் இருந்தேன். நாகர்கோவிலில் இருந்தேன். தற்போது நெல்லையில் இருக்கிறேன். நான் நெல்லையில் இருந்தாலும் ஒரு கிராமவாசியாகத்தான் வாழ்ந்திட்டு இருக்கேன். நான் எங்குச் சென்றாலும் ஒரு கிராமச் சூழ்நிலை தான் என் மனசிலே இருந்திட்டு இருக்கு. நான் கிராமத்தைத்தான் மிகவும் விரும்புகிறேன். எனக்குக் கிராம வாழ்க்கையில் ஒரு பற்று. அனந்தசயனம் காலனி எழுதினேன்னா நாகர்கோவிலில் என்னுடைய அண்ணன் வீடு தேடி பொன்னப்ப நாடார் நகரிலே ஒரு பகல் முழுவதும் அலைந்தேன். பக்கத்து வீட்டுக்காரன்கூட சொல்லித்தரவில்லை. என் அண்ணன் அந்தக் காலத்திலே S. T. Hindu College-ல் Professorஆக இருந்தார். அந்தக் காலனியிலே பத்தொன்பது Professors. அதுவும் அதே கல்லூரியில் வேலைப் பார்க்கக் கூடியவங்க வீடு இருக்கிறது. ஒரு நாள் அலைச்சலில் வீட்டைப் பற்றி ஏதாவது ஒரு Professorயிடம் அண்ணன் வீட்டைப்பற்றி நெருக்கமாக இருக்க விரும்பவில்லை, ஒவ்வொருத்தரும் ஒவ்வொரு நிலையிலே, ஒவ்வொரு உணர்விலே இருந்தாங்க. அந்த நகரத்திலே enter ஆனேன். அப்போது மழை பெய்தது. பயங்கரமான மழை. எங்கேயும் ஒதுங்க இடம் கிடைக்கவில்லை. எல்லா வீட்டு வாசலிலும் பெரிய பூட்டு வெளியே தொங்குகின்றது. ஆனால் கிராமத்தில் வீட்டுக்குள் எல்லோரும் சிறு பந்தல் கட்டியிருப்பாங்க. எந்த நடைப்பயணியும் அதிலே போய் ஒதுங்கி நிற்கலாம். நான் கிட்டத்தட்ட முக்கால் மணிநேரம் நனைந்து அப்புறம்தான் அண்ணன் வீட்டுக்குப் போய் சேர முடிந்தது. இது எல்லாம் நகரத்தின் பாதிப்புகள். ஒரு மழைக்கோ, வெயிலுக்கோ ஒதுங்கமுடியாது. நகரத்தில் தாகத்துக்குத் தண்ணீர் கேட்டா சந்தேகத்துடன்தான் பார்ப்பான். வீட்டுக்கு முன்னாலே சற்றுக் களைப்பா ஒதுங்கி நின்னாக்கூட ஏன் ஐயா இங்கே நிற்கிறாய்?என்று ஒரு திருடனா பார்ப்பான். எனவே நகரத்தில் வாழும் மக்களின் பார்வையே வேறுபட்ட

பார்வை. எந்தக் கிராமத்திலே போனாலும் தாகத்துக்குத் தண்ணீர் கொடுப்பாங்க. மழைக்கு ஒதுங்க இடம் கொடுப்பாங்க. வெயிலுக்கும் அப்படித்தான். மழை பெய்தால் வாழை இலை வெட்டிக்கொடுப்பாங்க. நகரத்திலே ஒரு துண்டு பேப்பர் கூட தரமாட்டான்.

மாலிக்ப்னு தீனார் கட்டியதாகப் பல பள்ளிவாசல்களைப் பற்றிய செய்திகள் பரவலாக ஊரில் சொல்கிறார்கள்.இது வாய்மொழிச் செய்தியா?அல்லது வரலாற்றுச் செய்தியா?

வாய்மொழிச் செய்தியல்ல. அது உண்மைதான். சில செய்திகளை மிகைப்படுத்தி அவங்களுடைய நம்பிக்கையின் அடிப்படையில் பேசுறாங்க. மாலிக்ப்னு தீனார் கட்டியதுதான். அது வரலாறு. ஒரே இரவில் நாற்பது வெள்ளையானைகளைக் கொண்டு கட்டினாங்க என்பது பொய். நபிகளின் காலத்துக்குப் பிறகு அரேபியாவிலிருந்து வந்த ஒரு Missionaryயில் உள்ளவர் தான் மாலிக்தீனார். அந்த Missionaryக்குத் தலைமை ஏற்று வருபவர்தான் இவர். அவர் கூட கிட்டத்தட்ட 30, 40 பேர் வந்தாங்க. இவங்க எல்லாம் மலபார் கடலோரத்தில் எங்கெல்லாம் முஸ்லீம்கள் தங்கி இருக்கிறாங்களோ அங்கெல்லாம் பள்ளிவாசல்கள் கட்டிக்கொடுக்க இந்த Missionary வந்தது. அன்று அந்தந்தப் பகுதியில் இருக்கக்கூடிய அரசர்கள் கொடுத்த நிலப்பகுதியில் அவங்க உதவியினாலே பள்ளிவாசல். அன்றைக்கு இங்கு அரேபியர்களின் Settlement இருந்தது. நாயகத்தின் காலத்திலேயே இங்கு முஸ்லீம்களும் காசீம்களும் வரக்காரணம். மேலும் இங்கு துறைமுகம் இருந்ததன் அடையாளம் என்ன என்றால் சிறாங்கு வீடு என்று வீடு உண்டு. காப்பியத்தின் வீடு என்று வீடு உண்டு. தரவுக்கடை இருக்கு. மேலும் வியாபாரத்துக்கான தடயமே இருக்கு. அவற்றை எல்லாம் சேகரிக்க எங்களைப்போல யாராவது போனால் அதை ஒரு தவறான கண்ணோட்டத்தில் பார்க்கிறாங்க. அந்த வரலாற்று உண்மை வெளிய கொண்டுவர முடியாத ஒரு இக்கட்டான நிலையில் இருக்கு.

தேங்காய்ப்பட்டணம் பள்ளிவாசல் சம்பந்தமான பதினொன்று பக்கமுள்ள ஒரு சான்று இருந்தது. அதை அன்று படிப்பறிவு இல்லாதவர்கள் கையில் நிர்வாகம் போனதினாலே அதைப் பாதுகாக்க முடியல்ல. அந்தச் சான்று எங்கு

இருக்குன்னும் தெரியல்ல, அதிலேதான் அந்தப் பள்ளிவாசல் வரலாறு இருக்கு. அதை ஒரு பொக்கிஷமாக நினைத்துப் பாதுகாக்கவேண்டும் என்ற அறிவே அவங்களுக்குக் கிடையாது. நான் இவங்களை எல்லாம் எதிர்ப்பதற்கு இதெல்லாம் ஒரு முக்கியமான காரணம். நாங்க கொடுத்த செய்திகளில், 'உபைத்' என்பவர்தான் அந்தப் பள்ளிவாசலைக் கட்டியது. உபைத் என்பவர் மாலீக்தீனார் Missionaryயில் வந்த அவரது உறவினர். அதற்கு என்னிடம் சான்று உண்டு. முதல் ஜும்ஆ தொழுகை அவர் தலைமையில்தான் நடந்தது. மாலிக்தீனார் ஒவ்வொரு பள்ளிவாசலிலும் ஒவ்வொரு ஜும்ஆ நடத்தியது உண்டு. அப்படித் தேங்காய்ப்பட்டணத்தில் தொழுது காஜியார் குடும்பத்தையும் நியமனம் பண்ணீட்டுப் போனாரு.

குளச்சல் பள்ளிவாசலும் அவங்க கட்டியதாகச் சொல்றாங்க. ஆனால் சான்று இல்லை. காயல்பட்டிணம், விழிஞ்ஞும் போன்ற கடலோரப் பகுதியில் கட்டினாங்க. விழிஞ்ஞத்தில் அன்று துறைமுகம் இருந்தது. அன்றைய முக்கியமான துறைமுகங்களில் இதுவும் ஒன்று. விழிஞ்சம் அன்றைய தலைநகராகக் கூட இருந்தது. திருவிதாங்கூர் ராஜ்யத்தின் முதல் தலைநகரமே அழிந்தது. அதிலே அழிந்ததுதான் கலிங்கராஜபுரம். அதினாலேதான் அங்கு மணல் மேடு ஏற்பட்டது. கோதேதசுவரம் கோயில் நிலத்துக்கு உள்ளானது. இதற்கான தடயங்கள் பல உண்டு. பல கல்வெட்டும் கூறுகின்றன. இது அழிந்த பிறகு தலைநகரம் விழிஞ்ஞத்துக்குப் போனது. இது வந்து தெங்குநாடு என்றேயிருந்தது. தலைநகரம் தேங்காய்ப்பட்டணம். தெங்கு நாட்டை ஆட்சிச் செய்தவர் தெங்கு நாட்டுக் கிழவர். இவர் கருத்தடத்தான் கூத்தாடி என்ற அரசர் கீழ். தெங்கு நாட்டுக் கிழவர் மகளைத்தான் இவர் திருமணம் செய்திருக்கிறார். இதெல்லாம் பழைய வரலாறுகள். அதற்குரிய ஆவணங்கள் இல்லை. இதை எல்லாம் எழுத வேண்டும் என்றால் மக்களின் ஒத்துழைப்புத் தேவை. ஒரு இரவில் நாற்பது பள்ளிவாசல்கள் கட்டியது, நாற்பது வெள்ளையானை வந்தது எல்லாம் கற்பனை.

ஒரு உண்மை. ஒன்பது கல்லு கொண்டு வந்தாங்க மாலீக்தீனார் சங்கம். அது சிவப்புக் கலரில் இருக்கும். அந்த ஒன்பது கல்லும் அவர் கட்டிய சிறப்பான ஒன்பது பள்ளிவாசல்களின் முகப்பில் முத்திரையாகப் பதிச்சாங்க. அது தேங்காய்ப்பட்டணத்துப் பள்ளிவாசலிலும் வைத்தார்கள். என்னுடைய சின்ன வயசில் நான்

பார்த்திருக்கேன். (பளிங்கு போல மையம் சூழிந்த விலைமதிப்பற்ற கல்) இதை இடைக்காலத்தில யாரோ திருடீட்டாங்க. அப்போது அன்றிருந்த மக்களுக்கு விபரம் இல்லை. பிறகு பள்ளிவாசலின் மேலே பிற்காலத்தில் ஒரு கட்டுக் கட்டினாங்க. அப்போதுதான் அது திருடு போனது. அந்தக் கல் எப்போதுமே பளிச்சென்று வெட்டீட்டே இருக்கும். அதைப் பற்றி நான் கேட்டபோது சைக்கிளின் பின்னால் இருக்கும் Danger லைட்டு தான் என்று கூறி மறைச்சிட்டாங்க. பல நூற்றாண்டில் கட்டியது. அந்தக் காலத்தில் சைக்கிளே கிடையாது. மோசடி செய்திட்டாங்க. மற்ற எட்டு பள்ளிவாசல் எது என்பதற்கான ஆதாரங்கள் என்னிடம் உண்டு. இப்படிப்பட்ட அபூர்வமான கதையும் அதைப் பற்றிய முழுவிவரமும் உள்ள ஒரு கவிதை கூட அரபியில் பள்ளிவாசலில் சுவரில் எழுதிவைக்கப்பட்டது. அதையும் பாதுகாக்கவில்லை. அதை எவரும் எழுதி வைக்கவும் இல்லை. இதுதான் எனக்கு அந்த வெறுப்பு. பாபர் மசூதியைப் பற்றி பேசுறாங்க. அதற்கு 500 ஆண்டுகள்தான் பழக்கம். ஆனால் 1500 வருஷம் பழக்கம் உள்ள கதையை, வரலாற்றை அழிச்சிட்டாங்க.

தென்பத்தன் கிராம இயற்கை வளம் தங்கள் படைப்புகளில் கூறப்பட்டதுபோல் தற்போது அமைந்துள்ளதா?அல்லது அதில் ஏதாவது மாற்றம் உண்டா?

இல்லவே இல்லை. நிறைய மாறியே இருக்கு. ஆனால் பாறை இருக்கலாம். உண்டவிட்டான் பாறை புறக்கணிக்கப்பட்ட நிலையில் இருக்கு. மண்ணுண்ணிபாறை இருக்கிறதா என்பது தெரியல்ல. புலிவங்கம் இல்லை. சேண்டப்பள்ளி உருக்குலைந்து இருக்கிறது. ஊசிக் கிணற்றை உடைச்சிட்டாங்க.

சாய்வு நாற்காலிக்குப் பிறகு தங்களுடைய அடுத்தப் படைப்பு ஏதாவது உண்டா?அதனைப் பற்றி?

சிறுகதை நிறைய எழுதியிருக்கேன். ஒரு நாவல் எழுதணும்னு உத்தேசம் இருக்கு.

ஒரு கடலோர கிராமத்தின் கதை எல்லா மக்களாலும் பரவலாக அறிவதற்குரிய சூழல், காரணம் யாது?தங்களை இலக்கியத்துறையில் அறிமுகப்படுத்தியவர் யார்?

தமிழ் இலக்கியத்துறையில் என்னை அறிமுகப்படுத்தியவர் பிறை என்ற இதழின் ஆசிரியர் அப்துல் வஹாப். அவர்தான்

என்னைத் தூண்டியவரும் கூட. நான் கதை சொல்லச் சொல்ல அவர் தமிழில் எழுதுவார். என்னுடைய முதல் நாவல் கொஞ்சம் கொஞ்சமாக வெளியே தெரிந்து, பிறகு பரவலாக எல்லோரும் வாசிக்கத் தொடங்கினாங்க.

சாகித்திய அகாடமி பரிசு தங்களுக்குக் கிடைத்ததில் ஒரு சலசலப்பு ஏற்பட்டதற்குக் காரணம் என்ன?அது குறித்துத் தென் மக்கள் என்ன கருதினார்கள்?

தமிழ்நாடு அளவிலே எனக்குச் சாகித்திய அகாடமி கிடைத்ததில் தகுதி இல்லை என்று யாரும் சொன்னது கிடையாது. நான் தெரிந்த அளவிலே, ஆனால் எனக்குச் சாகித்திய அகாடமி தந்ததில் வெறுப்பு நம்ம சமுதாயத்தில்தான். அதுதான் எனக்குத் தெரியும். தென்மக்கள் எனக்கு இந்தப் பரிசு தந்திருக்கக் கூடாதுன்னு கருதுறாங்க. பொதுவாக அவங்களுக்குச் சாகித்திய அகாடமின்னா என்னவென்றே தெரியாது. இவனுக்கு எதற்கு இந்தக் கௌரவம் என்று, சிலர் என்ன சொல்றாங்கன்னா முஸ்லீம் சமுதாயத்தைக் குறை சொன்னதினாலே கொடுத்தாங்க என்று, அவர்களுடைய அறியாமை அது. சிலர் Anti-islam ஆக இருப்பதால் கொடுத்தாங்க. அதே நிலைதான் மக்களும். சில சகப்படைப்பாளிகள் கூட அப்படித்தான் சொல்றாங்க. நாங்கள் இஸ்லாமியக் கோட்பாட்டை அப்படியே காப்பாற்றி வருகிறோம். ஆனால், இவர் அதையெல்லாம் மீறி எழுதுனதுனால் இந்த அங்கீகாரம் கிடைத்தது என்று.

என்னுடைய கேள்விகளைப் பற்றி தங்களுடைய மதிப்பீடு என்ன?

நீங்கள் என்னுடைய படைப்புகளை ரொம்ப ஆழமாகப் போய் இறங்கி ரொம்பத் தெரிஞ்சி வச்சிருக்கீங்க. அந்தவகையில் எனக்கு ரெம்ப மகிழ்ச்சி. சிலவங்க சில Cheap ஆன கேள்விகளையே கேட்டாங்க. அப்படி அவங்க கேட்டபோது பதில் சொல்ல முடியாத சில நிலைகள் ஏற்பட்டது. ஆனால் உங்கள் கேள்விகள் அப்படி அல்ல. ஒவ்வொரு கேள்விக்கும் எனக்குள் விடைகள் சொல்ல ரொம்ப ஆர்வமாகவே இருந்தது. நீங்கள் ரொம்ப, என்னுடைய படைப்புகளை ஆழ்ந்து படிச்சிருக்கீங்க. அதுதான் எனக்கு உறுதியாகத் தெரியுது.

தோப்பில் முகம்மது மீரானின் படைப்புக்கலை - அ. கலீல் ரகுமான்

"தோப்பில் முகம்மது மீரான் நாவல்களில் சமுதாய நிலை"

அ. குணசேகரன்

வணக்கம். நான் தங்களுடைய படைப்புகளில் ஆய்வு மேற்கொண்டிருக்கிறேன். குறிப்பாக நாவல்கள் மட்டும். அது தொடர்பாக ஒரு கலந்துரையாடலுக்காக வந்திருக்கிறேன். முதலில் படைப்புக்குள் நுழையுமுன்பு உங்களுடைய வாழ்வியற் சூழலைத் தெரிந்துகொள்ளலாமென்று நினைக்கிறேன்.

வாழ்க்கைங்கும்போது நீங்க மீன் பண்றது எதை? அதாவது உங்களுடைய பிறப்பு, கல்வி நிலை, எழுத்து வாழ்க்கைக்கு எப்படி வந்தீங்க என்பன பற்றித்தாம்.

என் சொந்த ஊரு வந்து குமரி மாவட்டம். தேங்காய்ப்பட்டணம் சொல்லக்கூடிய ஊரு. அது ஒரு வில்லேஜ். கடற்கரை சுற்றி வந்து கிராமியச்சூழல். ஒரு பக்கம் கடலு. பெரிய ஆறு. ஒரு செரு மல. ஒரு பக்கம் ஒரே வயக்காடு. இப்படிப்பட்ட ஒரு சூழல்ல அமைந்ததுதான் எங்க ஊரு.

நாங்கெல்லாம் படிக்க காலத்தில் வந்து அங்க தமிழ் ஸ்கூலு கிடையாது. அந்த நேரத்தில் வந்து எங்க பகுதியெல்லாம் திருவிதாங்கூர் ஸ்டேட்டோடெது. அதனால நாங்கெல்லாம் பிறவியிலே தமிழர்களாயிருந்தாலும், படிச்சதெல்லாம் மலையாளம். சுருக்கத்துல சொன்னா, எங்க ஊரு அமைப்புப்படி அங்க பிரைமரி ஸ்கூல் இல்லேன்னா எங்களுக்குப் பிரைமரி எஜூகேஷன் கிடைச்சிருக்காது. ஒன்னரை கி. மீ. தொலைவுல ஐஸ்கூல் இல்லாமயிருந்தா நாங்கெல்லாம் எஸ். எஸ். எல். சி.

கூட படிச்சிருக்கமுடியாது. எங்களுக்கு நாகர்கோயில்ல ஒரு கடை இருந்தது. அந்தக் கடை இருந்த காரணத்தினால கல்லூரி எஜூகேஷன் கிடைச்சது.

எங்க பேரன்ட்களுக்கெல்லாம் நாங்க எதுல படிக்கோம். எந்த கல்லூரில படிக்கோம். எந்த மொழி படிக்கோம். எந்த நிலையில் இரிக்கோம்ளெல்லாம் அவர்களுக்குத் தெரியாது. தெரிஞ்சாலும் புரிய அவங்களுக்கு அந்தளவுக்கு உண்டான கல்வியறிவு இல்லாத ஒரு சூழல். எங்க சொந்த முயற்சியிலேயே படிச்சோம். ஸ்கூலுக்குப் போறது, காலேஜ்க்குப் போறது, புஸ்தகம் வாங்கறது எல்லாமே எங்களுடை சொந்த முயற்சி. பின்னே நாங்க எப்படிப் படிச்சோம். இந்த வருசம் பாஸ் பன்னோம்மான்னு எங்க தகப்பனாரு ஆருமே எங்களக் கேட்டது கிடையாது.

பின்னே இதுல இன்னொரு இது என்னன்னு சொன்னா எங்க வில்லேஜூல எல்லாரும் படிச்ச ஒரே வீடு எங்க வீடுதான்.

ஆனால், வீட்ல உள்ள பெண்களுக்கு எந்தவொரு கல்வியறிவும் கிடையாது. எழுத படிக்கெல்லாம் யாருக்குமே தெரியாது. அரபி வாசிக்க, அந்த அளவுக்குத்தான் அவங்களுக்குத் தெரியும்.

என்னப் பொறுத்தளவுல சின்ன வயசிலேயே எழுத்து மேல ஒரு ஈடுபாடு ஏதோ ஒரு உள்தூண்டுதல்லுனுதான் சொல்லமுடியும். அதுக்குத் தகுந்தாபோல எங்களுடே வாழ்க்கைச் சூழல் அமைஞ்சதால பின்னே என்னால எழுத முடிஞ்சது.

தமிழ் எழுத பேச வாய்ப்பில்லாத போது பிறகு எப்படித் தமிழில் படைக்க முடிந்தது?

எனக்கு எழுதணும்னு ஒரு உள்தூண்டுதல் இருந்ததே ஒழிய, அதுக்குண்டான லாங்வேஜூ எங்கிட்ட கிடையாது. வீட்ல பேசறது தமிழ். ஸ்கூல் படிச்சது மலையாளம். அந்த, படிச்ச மலையாளத்த வச்சு மலையாளத்தில் எழுதுறதுக்குண்டான ஆழ்ந்த அறிவு கிடையாது. தாய்மொழி தமிழ்ல எழுதலாம்னு சொன்னா தமிழ் தெரியாது. அப்போ இந்த நம்ம லாங்வேஜூமட்ல ஒரு மிங்லிங். எந்ததுல எழுத்து, எப்படி எழுதுவது. தமிழ்ல எழுதுனா மலையாளம் வரும். மலையாளத்துல எழுதுனா தமிழ் வரும். இந்த மாதிரி ஒரு கொழப்ப நில. இதிலிருந்து

விடுபடுவதுக்குண்டான ஒரு நெடுநாள் போராட்டம். ஆனாலும் எழுதணும். எழுதியும் பார்த்தேன். நான் எழுதுன பழைய இதெல்லாம் எடுத்துப் பார்த்தா ரொம்பச் சிரிப்பா இருக்கும். என்னளவுக்கு ஒரு நீண்டகால போராட்டத்துக்கு மத்தியில அந்த உள்தூண்டுதல் மேலும் மேலும் இருந்து வந்ததாலியும் இந்தளவுக்குப் போராடி முன்னேற முடிஞ்சது. வேற யாராலியும் இந்தளவுக்குப் போராடி முன்னேற முடியாதுன்னுதான் சொல்லணும்.

இன்னுஞ் சொல்லப் போனா என்னுடெ ஊரு, அந்தக் கிராமியச் சூழலு அன்னத்தச் சமுதாய அமைப்பு இதெல்லாந்தான் என்னுடெ எழுத்துக்கு அடிப்படைக் காரணம். நான் படிச்சது பி. ஏ. தான். அதையும் கம்ப்ளீட் பண்ண முடியில. அதுக்கு அன்னத்த எங்களுடெ குடும்பச் சூழ்நெல.

இசுலாமிய எழுத்தாளர்கள் பெரும்பாலும் மரபு சார்ந்த முறையிலேயே அதிகம் எழுதுறாங்க. ஆனா நீங்க படைப்பிலக்கியத்துல அதுவும் குறிப்பா நாவல், சிறுகதையில மிகுந்த கவனம் செலுத்துறீங்க. அதற்கான காரணம் ஏதாவது உண்டா?

நீங்க இசுலாமிய எழுத்தாளர்னு சொல்லறது வந்து தமிழ்ச்சூழல மீன் பண்ணிச் சொல்றீங்க. தமிழ்ல உள்ள இசுலாமியப் படைப்புகள்லியோ, இசுலாம் எழுத்தாளர்களுடையோ எதிலேயும் எனக்கு எந்தவிதமான பரிச்சயமும் கிடையாது. நாம் படிச்சது பூரா மன செட்டப்புல தான். நான் படிச்ச முசுலீம் ரைட்டர்சு எடுத்துக்கிட்டாலும் எல்லாரும் படைப்பிலக்கியவாதிகள்தான். உதாரணம், வைக்கம் முகம்மது பஷீர், கே. டி. முகம்மது, எம்.பி. முகம்மது, கூனத்தில் குஞ்ஞேப்துல்லா, இப்படிப் பலபேர். அன்னத்தச் சூழலிலிருந்த சமுதாய அமைப்பு முறையும் அதனால எனக்கு ஏற்பட்ட பாதிப்பு, தாக்கம் இதெல்லாம் வெளிப்படுத்த நாவல், சிறுகதைகள் சாத்தியப்பட்டதனாலத்தான் சிறப்பையும் வெளிப்படுத்த முடியும். நான் முதல்ல கவிதைய முயற்சி பண்ணேன். அது எனக்குச் சரி வர்ல. திரும்ப ரண்டாவதா முயற்சி பண்ணது நாடகம். ஒரு நாடகத்தக்கூட ஸ்டேஜ் பண்ணியிருக்கேன். ஆனா அதுல என்னால நிக்க முடியலை. பிறகுதான் சிறுகதை எழுதத் தொடங்கினேன். அந்தச் சிறுகத எழுதத் தொடங்கும்போது எம்மனசுல ஒரு பெரிய ஒலகமே விரியுது. விரியிற அந்த ஒலகத்த ஒரு சிறுகதையில சொல்ல

முடியாதுன்னு தோனவுந்தான் நாவல் எழுதத் தொடங்கினேன். அப்படி முதமுதல்ல 1967இல் எழுதனதுதான் 'கூனன்தோப்பு'. அது எழுதி முடிஞ்சது வந்து 68-69ன்னு நினைக்கேன். எனக்கிருந்த அன்னத்தச் சூழ்நெல காரணமா அத வெளியிட முடியல. பல முயற்சிகள் செய்தும் முடியாம போச்சு. சிறப்பாகச் சொல்லப் போனா அந்தச் சமுதாயச் சூழல ஒரு நாவல் அளவுல விரிவாகப் பாக்கத்தான் என்னால முடிஞ்சது. நான் கண்டது, சந்திச்சது, பங்கு கொண்டது எல்லாவற்றையும் சொல்வதற்கு நாவல் ஒரு வசமான கலையா அமைஞ்சது.

உங்களுடைய படைப்புகளுக்குக் கொள்கை ரீதியான பாதிப்புகள் ஏதேனும் உண்டா?

இல்லை. என்னைப் பொறுத்தவரையில் என் படைப்புகளை எந்தவிதமான கொள்கைங்க அடிப்படையிலும் நான் செஞ்சதில்லை. நான் முழுக்க முழுக்க இயல்பாகவே எதைப் பாத்தேனோ அதை அப்படியே உடைக்கிறேன். அதாவது சென்ம சித்தமாவே எங்கிட்ட ஒரு கலைத்தன்மை இருக்கு. அதனால எந்தவிதமான கொள்கையை முன்னிறுத்தி எதுவும் எழுதனதும் கிடையாது. அப்படி எழுதறத நான் விரும்பவும் இல்ல.

உங்களுடைய நாவல்களைப் பார்க்கும்போது சீர்திருத்தவாதமே மிஞ்சியிருப்பதாகத் தெரிகிறதே!

இந்தக் கடலோர கிராமத்தின் கதைய எடுத்திங்கன்னா அன்னைக்கு இருந்த அடக்குமுறை. அடக்குமுறைக்குச் சொல்றது வந்து, கடந்த காலத்தினுடைய கடைசி காலம். இந்த புதிய தலைமுறைகள் நவீன கட்டத்தினுடைய துவக்கம். இந்த ரண்டு கட்டத்திலும் நம்முடைய சின்ன வயது. எனக்குக் கடந்த காலத்தையும் தெரிய முடியுது. புதிய காலத்தையும் என்னால தெரிய முடியுது. கடந்த காலத்தின், அடாவடித்தனங்கள இந்த நவீன காலத்தோட ஒப்பிட்டுப் பார்க்கிறேன். எந்தளவுக்கு இவங்க நம்மல ஒடுக்குனாங்க. எந்த அளவுக்கு இந்தச் சமூகத்தப் பணக்காரக் கும்பல், மதவாதிகள் மதத்துங்க பேரச் சொல்லி, பள்ளிவாசல் பேரச் சொல்லி ஒடுக்குனாங்க.

இதே சிந்தனையை இருபதிலியோ இல்ல முப்பதிலேயோ ஒரு புதிய கதா ஆசிரியனால சிந்திக்கமுடியாது. அவங்க அன்னத்துக் காலகட்டத்தச் சொன்னாங்க. அது என் எழுத்தில வருது. என்னை அறியாமலேதான் சீர்திருத்த எண்ணங்கள்

வருகிறதே தவிர நானாக எப்போதுமே முன்னிறுத்தல. இதைக் கண்டெல்லாம் சமூகம் சீர்திருந்தணும்னு நா எழுதல.

ஏன் ஓர் எழுத்தாளர் அப்படி எழுதுறதுல என்ன தவறு?

தவறு ஒன்னுமில்லதான். ஆனாலும் என்னுடைய படைப்புல நாம் அப்படிச் செய்யல. நான் எதப் பாத்தனோ அத அப்படியே எழுதறன். அதில ஒரு நோக்கம் தெரிவிக்குது அவ்வளவுதான்.

முகம்மது, காசீம் போன்றவர்கள் அந்தப் பணியைத்தானே செய்கிறார்கள்?

ஆமாம். மகம்மதுன்னு சொல்றது வந்து உண்மையிலேயே எங்களுடெ பாட்டனார். மகம்மது இந்தக் கடலோர கிராமத்துக் கதையில் என்னென்ன செய்லியோ அதையெல்லாம் எம்பாட்டனார் செஞ்சாரு. அதுபோல துறைமுகத்தில் வந்த காசீம் எதைச் செய்யலியோ எனதுள்ள நாங்களே செஞ்சிடுவோம்.

மக்களெல்லாரும் காசிமை வெறுத்து ஒதுக்குவது போன்று காட்டியிருக்கீங்களே. அதுபோன்ற நிலை உங்களுக்கு ஏற்பட்டதா?

ஆமா. எங்கள வந்து நக்சல்பாரின்னு சொல்லி அதுல எங்கள புக் பண்ணியிருக்கு. எமெர்ஜென்ஸி பீரீடுலெ என்னவேற போலீசு புடிச்சது. இப்போ 1990–குண்டர் ஆக்ட்ல எந்தம்பிய புடிச்சிட்டுப் போயிருக்கு. இப்படி எந்த நேரமும் எப்பமும் 1990–91 வரை எங்களுக்கு இந்தச் சமுதாயத்தின் தொந்தரவு இருந்துகிட்டே இருக்கும். ஒரு நிம்மதியாட்டு வீட்லே இருக்க முடியாது. எங்கியாவது அடிபுடி நடந்தா அல்லது வேற ஏதாவது ஒன்னுன்னா போலீசு எங்களதான் கேசு போடும். எங்காவது யாராயினும் தண்டவாளத்த கழட்டுனா இதுக்கு எங்களத்தான் தேடும். ஊர்ல ஒரு கொலபாதகம் நடந்தது. இந்த கொலபாத கேசுல எந்தம்பிய புடிச்சீட்டுப்போச்சு. எந்தம்பியின் கேசு முடிய 1989 வரையாயிட்டு, அவன் நிரபராதி. அவன் ஊர்லேயே இல்ல. அவனக் கொலைக்கேசுல கொண்டு சேத்தாங்க. அந்தக் கேசு முடிஞ்ச அன்னைக்குத்தான் துறைமுகம் நாவல் எழுதத் துடங்கினேன்.

அப்படின்னா நாவல்ல வர பாத்தரங்களெல்லாம் உங்க குடும்பத்திலிருந்து எழுதிருக்கீங்க. இல்லீங்களா?

ஆமா. எங்குடும்பத்தில உள்ளதுதான். எதுவுமே கற்பனையில்ல. எல்லாமே நடந்ததுதான்.

நீங்க சார்ந்திருக்கிற சமுதாயத்தில நிகழ்ந்தது மட்டும்தான் எழுதியிருக்கேன்னு சொல்றீங்க. ஆனா நமக்கு இன்னைக்கிருக்கிற சமூகத் தொடர்புகள்ளால பிற சமுதாயத்தையும் உங்களால பார்க்க முடிஞ்சிருக்கும் இல்லிங்களா. அதை உங்களால படைப்பாக்க முடியாதா?

இல்ல. என்னால மற்ற சமுதாயத்த என்னால பார்க்க முடியல்ல. அது நம்மல பாதிக்கல. இது நம்ம வாழ்க்கையோட ஒட்டிப்போச்சு பாத்திங்களா. அங்ஙன போய் மூனாவது ஆளாயிருந்து தொலைவுல நின்னுதானே பாக்கணும். அதனுடைய உள் விவகாரங்கள் நமக்குத் தெரியாது. உள் விவகாரங்களுக்கும் தெரியாத ஒரு விஷயத்தை நாமாச் சொல்லுமோ அதுக்கு ஆழத்துல போகணும். அந்த நிகழ்வுகள இயங்க வைக்கில்லியா உணர்வுகள். அது நமக்குச் சரிமுறை தெரியாது. அது தெரியாதவரைக்குச் செய்வது ஒரு போலித்தனம். சும்மா கற்பனைக் கதைகள், மேஜிக் கதைகள் எழுதுவது போல இருக்கும்.

நீங்க காட்டியுள்ள அந்தச் சமுதாயம் இன்றைக்கு எப்படி இருக்கு?

அந்த சொஞ்சாடிகள் இல்லாமல் இல்ல. அந்த சொஞ்சாடிகள் இருக்கத்தான் செய்கின்றன. ஆனா ஓரளவுக்கு முன்னேற்றம். எங்க ஊர்ல இந்த முன்னேற்றத்துக்குக் காரணம் எங்களுடைய கிளர்ச்சிகள்தாம். அன்னத்த இருந்த அடாவடித்தனங்கள் கூட இப்போ 1973 வாக்குல எங்க ஊர்ல நடந்தது.

இந்தத் தங்ஙள்கள் இப்பவும் இருக்கிறார்களா?

அவங்கெல்லாம் இன்னும் நடமாடிக்கிட்டுத்தான் இருக்காங்க. என்னதா விழிப்புணர்வுன்னு பேசினாலும் மக்கள் இன்னும் மூடநம்பிக்கையிலிருந்து கரையேறல. எங்க சமுதாயத்தில மட்டுமில்ல. எல்லாச் சமுதாயத்திலும்தான். அந்த வேடத்தில லாபம் கிடைக்கில்லியா. இது காலப்போக்கில மாறணும். இன்னும் ஒரு செஞ்சுரி வரணும் அதுக்கு.

நீங்க நாவலில் குறிப்பிட்டுள்ள பெண்கள் நிலைக்கும் நடப்பு சமுதாயத்தில் காணுகிற பெண்களின் நிலைக்கும் ஏதாவது வேறுபாடு இருக்கா?

பெண்கள் விஷயத்தில, என்னைப் பொறுத்தவரையில் அப்படியொரு பெரிய மாறுதல் வந்ததா தெரியல. குறிப்பா

எங்க சமுதாயத்த சொல்ல முடியாது. இன்னமும் பெண்கள ஏமாத்தி கல்யாணம் கட்டி விட்டுட்டுப் போற நெலம இருக்கத்தான் செய்யுது. அவங்க இந்த ஆணாதிக்கத்துக்குக் கட்டுப்பட்டவர்களாகத்தான் இருக்கிறார்கள். படிச்சதோ, வேலையிலிருக்குதோ ஒரு முன்னேற்றம்னு சொல்ல முடியாது. அவங்கள்ட ஒரு தாழ்வு எண்ணம் இருக்கத்தான் செய்யுது என்னதான் கிளர்ச்சி நடந்தாலும் பெண்கள்ட்ட இருக்கிற பெண் என்கிற உணர்வு மாறணும். ஆணைப் போன்று நாமும் என்கிற எண்ணம் ஏற்படணும். பின்னே மத்த சமுதாயத்தக் காட்டிலும் பெண்கள் விஷயத்தில எங்கது ஒரு மூடப்பட்டச் சமுதாயம். தங்களுடைய உரிமைக்காகக் குரல்கொடுக்கிற வலிமை அவங்களிட இல்லே. நான் இப்போகூட எங்கள்ல சில முக்கியமானவர்களைப் பாத்து, 'நம்மப் பெண்கள விழிப்படையச் செய்ய வேண்டும். அதுக்குப் பெண்களையே தயார்ப்படுத்துவோம்'னு சொன்னே. அப்போ அவங்க சொன்னாங்க. 'அதுக்கு நம்ம மதத்தில விதியில்லேன்னு' இவங்களெல்லாம் என்ன செய்ய முடியும். பெண்களப் பொறுத்தவரையில் திடீர் மாற்றத்தை எதிர்பார்க்க முடியாது. எல்லாத் திடீர் மாற்றங்கள் சில குழப்பங்களை உண்டாக்கும். இதுக்கெல்லாம் இன்னும் நெறைய காலம் போவணும்.

கல்வியைப் பற்றிக் கூறும்போது ஒருவிதக் காழ்ப்புணர்ச்சி வெளிப்படுகிறதே!

என்ன காழ்ப்பு?

அதாவது உங்களுடைய சமயக்கல்வி அல்லாது வேறு கல்வி கற்பது ஹராம் (விலக்கப்பட்டது) என்றது, கரும்பலகையில் தமிழ் எழுதினதுக்காக அந்த மாணவனைத் துன்புறுத்தியது. இவையெல்லாம் காழ்ப்புணர்வைத்தானே வெளிப்படுத்துகின்றன.

இதுக்குப் பின்னேலே ஒரு வரலாறு உண்டு. அந்த வரலாறு பெரும்பாலும் யாருக்கும் தெரியல. என்னன்னு சொல்லவா. சுதந்திரப் போராட்டக் காலத்தில் முஸ்லீம்கள் பூரா வெள்ளையர்களுக்கு எதிரா இருந்தாங்க. அவங்க என்ன பண்ணாங்கன்னு சொல்லவா. ஆங்கிலேயர்களை வெளியேற்றுவதற்காகப் பாடுபட்டுக் கொண்டிருந்தவேளையில அவர்களுடைய கல்வியைக் கற்றோம்னா அவங்க கலாசாரம்

நம்மல்ல ஊடுருவும். பிறகு அவங்களை வெளியேற்றுவது சிரமமுன்னு கருதி ஒரு சுதந்திரத்தாகத்தோடுதான் ஆங்கிலக் கல்வியை வெறுத்தார்கள். இந்த நல்ல நோக்கத்த மௌல்விகள் வேறமாதிரிச் சொல்லிவிட்டார்கள். ஆங்கிலம் படிச்சா நரகத்துக்குப் போயிடுவோம். ஆண்டவன் நமக்குக் கெட்டதைத் தரும்னு சொல்ல இது பரம்பரை பரம்பரையா எல்லா ஊர்களிலும் எல்லா மௌலவிகளும் பேசத் தொடங்கிட்டதால ஒட்டுமொத்தமா எல்லா முஸ்லீம்களும் ஆங்கிலம் படிப்பதிலிருந்து விலகிவிட்டார்கள்.

இதுகூட ஒருவகையில மூடநம்பிக்கைதான். அன்னத்தச் சூழ்நிலையில் வெள்ளையர்களை வெளியேற்றுவதற்கு வேண்டி, அவர்களுடைய கலாசாரத்தைத் தவிர்க்கவேண்டி ஆங்கிலம் வேண்டாம் என்று சொன்னது. அது தொடர்ந்து மூடநம்பிக்கைக்குப் பாதை வகுக்கும்னு யாரும் நெனைக்கல்ல. இந்த மௌலவிகள்தான் அப்படி ஆக்கிவிட்டது. இசுலாம் வந்து பிற கல்விக்கு என்னைக்கும் தடை விதித்தது இல்லே. சீனாவுக்குச் சென்றாவது கல்வி கற்கவேண்டும் என்பதுதான் இசுலாத்தின் நோக்கம்.

அரபியில் ‘இல்பு’ நிலைன்னு ஒரு சொல் இருக்கு. ‘இல்பு’ என்பதற்குக் கல்வின்னு பேரு. இந்த மௌலவிகள் என்ன பண்ணிட்டாங்கன்னா கல்வியை இரண்டா பிரிச்சாங்க. ஒன்று வந்து உயர்கல்வி. இன்னொன்று மறுஉலகக் கல்வி. ஆனா ‘இல்பு’ பற்றி நபிகள் நாயகம் சொன்னது பொதுவான கல்வியைத்தான்.

அது சரிங்க. ஒரு மாணவன் தமிழைக் கரும்பலகையில் எழுதியற்காக தண்டிக்கப்பட்டிருக்கானே. அதுக்கு என்ன காரணம்?

அதெல்லாம் பிற்காலத்தில் வந்தது. அதாவது இம்மாதிரியான எண்ணமெல்லாம் பிற்காலத்தில் ஊடுருவிய விஷயங்கள். அவங்கெல்லாம் அரபியைப் புனிதமாகக் கருதினார்கள். அதனால அரபி எழுதிய போர்டுல தமிழ் எழுதினா அந்தப் புனிதம் கெட்டுடும்னு நினைச்சாங்க. அதுமாதிரி எழுதிட்டு நான்லாம் அடி வாங்கியிருக்கேன். அரபியுடெ புனிதங்கருதி அப்படிச் செய்தார்களே ஒழிய தமிழ்ல ஒன்றும் காழ்ப்பு கிடையாது. அதுக்குப் பல உதாரணங்கள் சொல்லமுடியும். எங்க ஊர்ல குஞ்ஞிமுசுப் புலவர்னு ஒருத்தர் இருந்தார். அவர்

காலத்தில் பாலகவிப் புலவர்னும் ஒருத்தர் இருந்தார். இப்படி நிறைய புலவர் எங்க ஊர்ல இருந்திருக்காங்க. தமிழிலே முதல்ல படைப்போர் எழுதுனவர் குஞ்ஞிமுசுப் புலவர். முக்கியமான விஷயம் என்னன்னா பெண்ணைத் தலைவியாக்கி எழுதுபவர் அவர் ஒருத்தர்தாம். செய்கத்துப் படைப்போர்க்கிறது அதோடு பேரு. இவர் தேங்காய்ப்பட்டணத்துக்காரர். அவருக்கு நேர் மச்சன முறைதான் பாலகவிப்புலவர். அவர் எனக்கு என் தாயார் வழிப் பாட்டனார். அவங்கல்லாம் தமிழ்லதான் எழுதுனா.

நல்ல முறையில் ஒத்துழைத்தீர்கள். மிக்க நன்றி.

நல்லது.

(முனைவர் பட்ட முன்தேர்வு நிறைவாக அளிக்கப்பெற்ற குறு ஆய்வேடு & அ.குணசேகரன், தமிழியல் துறை, புதுவைப் பல்கலைக்கழகம், திசம்பர், 1993)

பிறை நிலாப் பேனாக்காரன்

கவிஞர் ம. பிரபாகரன்

தேங்காய்ப்பட்டிணத்தோப்பில் பிறந்து
மாங்காய்ச்சுவை எழுத்தைத் தமிழுக்குத்தந்த
மங்காப்புகழ் எழுத்தாளன் – முகமதுமீரான் எனும்
பிறைமதிப் பேனாக்காரன்
நெய்தல் நிலத்தின் முல்லைநிலம் – அவன் எழுதியதோ
தமிழ் இசுலாமியர்களின் வெள்ளைமனம்
அதில் சரித்திரம் இருக்கும்
சமகால வரலாற்றின்
பின்னணி இருக்கும்
வட்டாரமொழியின்
கொட்டாங்குச்சிக் கொஞ்சல்களும்
மானுடத்தை முன்னெடுக்கும் மஞ்சள்களும் இருக்கும்
ஒரு கடலோர கிராமம் அதற்குள்
எத்தனை எத்தனையோ காயம்
நியாயமும் அநியாயமும்
அலை அலையாய்ப் பாயும் வரலாற்றை
வட்டார மொழியில் செயற்கை
தட்டாத மொழியில் அச்சு அசலாய் மானுடத்தை
ஊனுருகப் பாடிய
நவீன சரித்திரப் புலமைப் புதினம்நீ
உன் வீட்டுப் பக்கத்துக்
கடல் அலைகளின் ஆர்ப்பரிப்பு உன் எழுத்துக்களில்
பெண்ணிய விடுதலையை
இஸ்லாத்தின் நெறிமுறையை

உண்டாலம்ம இவ்வுலகத்தின்
பயண இலக்கியத்தைக்
கரைக்கரையாய் நுரைநுரையாய்
தோப்பில் மானுடம் பாடும் வானம்பாடியாய்
பாடிக்கொண்டே இருக்கும்
அந்தக் காந்தக்குரலின்
கதைபாடும் எழுத்துக்கள்.
நரகம் பூமியில் என்னும் உன் முதல் சிறுகதை முதல்
கூனன் தோப்பு எனும் முதல் பெருங்கதை முதல்
அரை நூற்றாண்டுகளாய்
குமரி அலைகளாய்க் கொதித்துக்கொண்டே இருந்தவை
அவை என்றும் உளதென் தமிழோடும்
என்றும் உள இஸ்லாமிய இலக்கியத்தோடும்
நின்று நிலவும்
காரணம் நீ பிறை நிலாப் பேனாக்காரன்
மானுட நிலத்தின் நிறை நிலாப் பேனாக்காரன்
... எழுதி முடிக்கவேண்டும் நீ பேசினால் மீதி.

தோப்பிலார் 'என் மாமனார்'

கதிஜா ஃபர்சானா

சிறுகதைக்குள் அடங்கிய பெருங்காவியமே
உன் வாழ்க்கை எங்களுக்குப் பெரும்பாடமே
உண்மைக்கு உறைவிடமாய்
எளிமைக்கு எடுத்துக்காட்டாய்
சிக்கனத்தின் சிகரமாய்

மூடநம்பிக்கைக்கு முட்டுகையிட்டு
மதச் சார்பற்ற மனம் கொண்டு
மட்டிலாக் காதல் தன் மண்ணில் மீதமுண்டு
புகழுக்காகப் போட்டியிடும் இப்புவியுலகில்
கொட்டிவந்த புகழையும் எட்டி நின்று நகைத்தவர்
தகுதியுடையோரைத் தரம்பாராமல் மேலுயர்த்தும்
தன்னலமற்ற மாமனிதர்

பெயர் புகழுக்காகத் தன்னை வளைத்து
ஒடித்து வாழும் மானிடர்களிடையே
எதற்காகவும் தன்னை வளைத்துக் கொடுக்காத
எங்கள் மண்ணின் மைந்தர்
நீ சாய்ந்தாலும் உன் சாய்வு நாற்காலி
என்றுமே சாயாது

மறைவு என்பது உன் உடலுக்கே தவிர
உன் படைப்புகளுக்கில்லை.
நம் குடும்பத்தில் ஆலமரமாய் நீயும்
உன்னைச் சுற்றி விழுதுகளாய் நாங்களும்

என்னை என்றுமே மருமகளாய்ப் பார்த்ததில்லை
மறு-மகளாகவே பாவித்தாய்

எண்ணியதில்லை இதுவரை இவ்வாறு
உங்களைப் பத்து வரியில் பதிவு செய்ய
உங்கள் படைப்புகளின் கை பிடித்து
உங்கள் சந்ததிகளும் பின் தொடருட்டும்
மேலும் உங்கள் புகழ் உலகெங்கும் பரவட்டும்.